सकाळ प्रकाशन

अश्रूंची फुले

सकाळ प्रकाशन

आम्ही करून दाखवलं,
आम्ही निर्माण केलं...

अश्रूंची फुले

संदीप रामराव काळे

सकाळ प्रकाशन

अश्रूंची फुले
संदीप रामराव काळे
वैचारिक ललित

प्रथमावृत्ती : १५ ऑगस्ट २०२०

द्वितीय आवृत्ती : ऑक्टोबर २०२२

सर्व हक्क :
संदीप रामराव काळे
९८९००९८८६८
sandip98868@gmail.com

मुखपृष्ठ - मांडणी :
नयन बारहाते, नांदेड
९४२२१७०६२३

मुद्रितशोधन व संपादन : डॉ. सुरेश सावंत

अक्षरजुळणी : मो. मुर्तुजा अथर

प्रकाशक :
सकाळ मीडिया प्रा. लि.,
५९५, बुधवार पेठ, पुणे - ४११००२

ISBN 978-93-89834-21-5

संपर्क : ०२० - २४४० ५६७८ / ८८८८८ ४९०५०
sakalprakashan@esakal.com

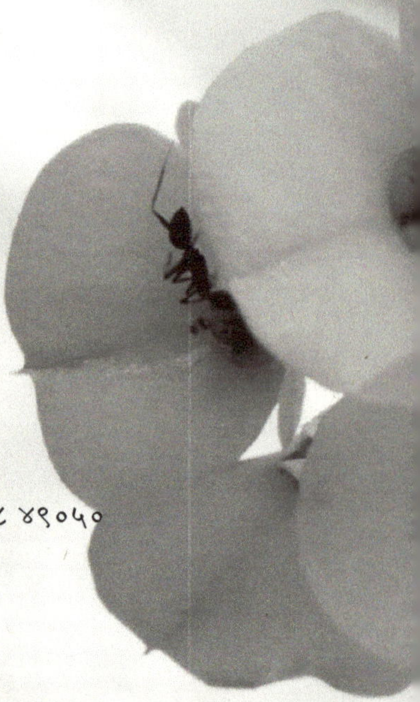

राजश्री पाटील
शिल्पाताई शेटे
प्रा. डॉ. मथूताई सावंत
प्रा. डॉ. शारदा कदम
प्रा. डॉ. रेणुका मोरे
रिता माहुरे
लक्ष्मीबाई घोरबांड
शारदा वरवटकर

या माझ्या बहिणींच्या कर्तृत्वाला
कृतज्ञापूर्वक समर्पित...

प्रस्तावना

मातीतले माणिक-मोती...

अभिजित पवार यांच्या कल्पनेतून अनेक वेगवेगळे प्रोजेक्ट 'सकाळ'ने महाराष्ट्रात सुरू केले. अभिजित यांच्या विशाल व्हिजनमुळे ते प्रोजेक्ट नावारूपालाही आले. महाराष्ट्रात सगळ्या माध्यम समूहांमध्ये 'सकाळ'चं नाव वेगळं आहे, त्याला एक वेगळा सामाजिक दर्जा आहे. त्याचं कारण 'सकाळ'ने लोकाभिमुख अनेक कार्यक्रम हाती घेतले आहेत. अभिजित यांच्या कल्पनेतूनच चार-पाच वर्षांपूर्वी 'यिन' म्हणजेच 'यंग इन्स्पिरेटर नेटवर्क (YIN)' नावाचा प्रकल्प सुरू झाला. या प्रकल्पाने महाराष्ट्रातील लाखो तरुणाईला एक व्यासपीठ दिलं. हे मला सविस्तरपणे एका कार्यक्रमामध्ये बोलावल्यामुळे कळलं. 'यिन'ला राज्यभरातील कानाकोपऱ्यांत अनेक महाविद्यालयांमध्ये पोहोचवण्याचं काम करणारा धडपड्या पत्रकार, संपादक 'संदीप काळे' यांनी मला एका कार्यक्रमासाठी बोलावलं होतं. त्या कार्यक्रमामध्ये महाराष्ट्राच्या तरुणाईला आपण चांगल्या अर्थाने घडवू शकतो, हे मला त्या तरुणाईशी हितगुज केल्यावर लक्षात आलं. मी जगातल्या अनेक देशांच्या कानाकोपऱ्यांत गेलो. तिथल्या लोकांना भेटलो,

तिथले प्रश्न समजून घेतले. हे सगळे प्रश्न समजून घेत असताना मी नेहमी भारतामधल्या समस्यांची तिथल्या देशाच्या समस्यांशी तुलना करून पाहत होतो. तिथले कुठले चांगले विषय घेतले म्हणजे भारतामध्ये असणाऱ्या अडचणी दूर होतील, यावर मी इतर देशांमध्ये गेलो, की सातत्याने विचार करीत असतो. आपला देश हा भरीव कामगिरी करणाऱ्या माणिक-मोत्यांचा देश आहे. हिऱ्यांना पैलू पाडले जातात, मोत्यांना आकार देता येत नाही. महत्त्वाचं सांगायचं झालं, तर परदेशांतील आणि आपल्या देशातील अशाच अनेक अनुभवांना शब्दबद्ध करून मी सातत्याने 'सप्तरंग'मध्ये लिहीत गेलो, त्याला खूप प्रतिसाद मिळाला. त्याच 'सप्तरंग'मधील पत्रकार 'संदीप काळे' यांचा 'भ्रमंती लाइव्ह' नावाचा कॉलम मी सातत्याने वाचत होतो. अनेक वेळा त्या कॉलमला घेऊन संदीपशी चर्चाही केली. वेगळे सामाजिक विषय हाताळण्याचा हातखंडा आणि नवनिर्माण करणारी माणसं या सदराच्या निमित्ताने संदीप लोकांपुढे ठेवतोय. 'तू जे करतोस ते खूप महत्त्वाचं आहे', असं मी आवर्जून संदीपला सांगितलं देखील. 'भ्रमंती लाइव्ह' याच कॉलममधल्या लेखांचं जबरदस्त पुस्तक होईल आणि त्या पुस्तकाची प्रस्तावना लिहिण्याची जबाबदारी माझ्यावर येईल, असा मी कधी विचारच केला नव्हता; पण या प्रस्तावनेच्या निमित्ताने आपल्या देशातल्या गंभीर विषयांवर आणि संदीपने केलेल्या लिखाणावर मला भाष्य करता येईल, हेही तेवढंच महत्त्वाचं आहे. आपला देश विविधतेने नटलेला आहे. याच देशात एकीकडे हायफाय सोसायट्या; तर दुसरीकडे झोपड्या, असं चित्र आहे. हे समीकरण बदलावं, पीडितांना- ग्रासलेल्यांना न्याय मिळावा यासाठी पत्रकारिता सातत्याने आपली भूमिका बजावत असते. ही भूमिका समाजबदलाचं काम सातत्याने करते. उगाच पत्रकारितेला समाजामध्ये महत्त्व नाही. आंतरराष्ट्रीय घडामोडींचा जेव्हा जेव्हा मी जगभर फिरून अंदाज घेत असतो, त्या अंदाजामध्ये मला भारतातले सगळे प्रश्न वेगळे वाटतात; पण त्याहूनही मला इथले वेगळेपण इथल्या विविधतेमध्ये नटलेल्या परंपरांमध्ये वाटते. श्रीमंती, गरिबी, जातपात, उच्च-नीच, लहान-मोठा या अडचणी इतर देशांच्या तुलनेमध्ये आमच्याकडेही आहेत; पण आमच्याकडे वेगळं काही असेल, तर त्या परंपरा आहेत,

संस्कृती आहेत; सण, उत्सव, महोत्सव आहेत. आपल्या फूडचं एक वेगळंच कल्चर आहे, आपल्या कपड्यांचं एक वेगळं कल्चर आहे. या कल्चरमध्ये भारताचं सातत्याने दर्शन होत असतं. संदीपने आपल्या लेखणीच्या माध्यमातून त्या सगळ्या कल्चरला जिवंत ठेवण्याचं, एका चौकटीमध्ये बांधण्याचं महत्त्वपूर्ण काम केलं आहे. नावीन्यपूर्ण विषयात एखादं सदर वर्षभर सातत्याने देणं हे वाटतं तेवढं सोप्पं नसतं. कुठून आणायचे विषय, आणले तर मांडायचे कसे, लिहिण्याची डेटलाइन... या साऱ्या गोष्टी एका चौकटीत बसवणं, हे जोखमीचं काम आहे. 'सप्तरंग'मध्ये माझंही सदर असतं, त्यामुळे 'सप्तरंग' पुरवणीची मीही आतुरतेने वाट पाहायचो. कधी नवीन विषय येईल आणि आपण कधी हातामध्ये तो वाचायला घेऊ, असं दर रविवारी होत असे. 'सप्तरंग'मध्ये माझ्या ओळखीचेही अनेक जण लिहायचे; पण त्यातल्या त्यात संदीप माझ्या जास्त ओळखीमधला, त्यामुळे संदीपचं सदर मी आवर्जून वाचायचो. अलिबागच्या जंगलामध्ये एका कामगाराने वाघाशी दोन हात करत संघर्ष केला, त्यात तो मरण पावला. आपल्या संसाराची चूल पेटवण्यासाठी त्या मरण पावलेल्या कामगाराची बायको पुन्हा त्याच वाटेवर जाते, ही स्टोरी मी दोन वेळा वाचली होती. त्या स्टोरीवर माझं आणि संदीपचं बरचसं बोलणंही झालं होतं. त्या महिलेच्या हिमतीला दाद दिली पाहिजे, असं तिने काम केलं होतं. असे अनेक विषय भ्रमंती लाइव्हच्या माध्यमातून दर रविवारी हाताळण्यात आले आहेत. संदीप मला सांगत होता, की दर रविवारी दिवसभर तो लोकांना सतत मेलवर रिप्लाय देण्याचं काम करतो, इतके मेल त्याला दर रविवारी येतात. अलीकडे मराठी भाषेमध्ये या स्वरूपाचा पॉप्युलर असलेला कॉलम माझ्या तरी पाहण्यात नाही, असं मी संदीपला चर्चा करताना अनेक वेळा बोललो आहे.

प्रस्तावनेच्या निमित्ताने मी जेव्हा हे सगळे जुने लेख पुन्हा वाचत होतो, तेव्हा माझ्या लक्षात आलं, की परदेश दौऱ्यांमुळे अनेक चांगले लेख वाचायचं आपल्याकडून तसंच राहून गेलं. मी संदीपला तसं बोललोही. त्या त्या भागातले विषय, भाषेचा लहेजा आणि ग्रामीण भागात असलेले सगळे प्रश्न अगदी वेगवेगळ्या धाटणीत गुंफण्याचं काम संदीपने केलंय, त्याबद्दल त्याचं

मी अभिनंदन करतो. अनेक वेळा मुंबईमध्ये राहणाऱ्या पत्रकाराला गावकुसात जाऊन लिहिणं कठीण होऊन जातं. संदीपने वर्षभराच्या या लिखाणामध्ये आपल्या राज्यातले छत्तीस जिल्हे तर कव्हर केले आहेतच; पण त्याशिवाय मध्य प्रदेश, आंध्र प्रदेश आणि गोव्यातलेही अनेक विषय यादरम्यान वाचनात आले आहेत. मालेगाववर लिहिलेल्या 'दंगलींचे मारेकरी' या लेखामधून मालेगावचं खरं रूप आम्हाला बघायला मिळालं. मंदिर–मस्जिदच्या नावाखाली आणि हिंदू–मुस्लिम दंगलींच्या मागे कोणा–कोणाचा कसा हात असतो, हे आम्ही अनुभवलंय, ते या लेखामधून. 'दंगलींचं मालेगाव' हे 'शांततेचं प्रतीक' असलेलं मालेगाव कसं आहे, ते संदीपने दाखवून दिलंय. विशेष उल्लेख करायला हवा तो 'दंगलींचे मारेकरी' या मालेगाव येथील पत्रकारांच्या कर्तबगारीचा लेखा मांडणाऱ्या लेखाचा. मालेगाव हे गाव तेथील हिंदू–मुस्लिम दंगलींसाठी एकेकाळी कुख्यात होते; पण नंतर इथे एकही दंगल झाली नाही, हे अत्यंत लक्षणीय आहे. हा फरक कसा पडला ? या प्रश्नाचं उत्तर आपल्याला तेथील मराठी व उर्दू पत्रकारांनी घेतलेल्या सकारात्मक भूमिकेत आणि त्यांच्या पत्रकारितेच्या उज्ज्वल कार्यात सापडतं. बरं, एखादी स्टोरी लिहिताना, तो नुसता विषयच मांडायचा नसतो. त्यात अवघड असतं, ते म्हणजे त्या विषयाच्या मुळापर्यंत जाणं. जो विषय आहे, त्या विषयाशी संबंधित असलेल्या लोकांना प्रत्यक्ष भेटायचं, त्यांना बोलतं करायचं, त्या विषयामधलं सामाजिकपण जगासमोर आणायचं, त्यातली वेगळी आणि आदर्श घेऊ पाहाणारी अनेक पात्रं पुढे आणायची. त्याच कथेला खऱ्या अर्थाने धार येते, ज्या स्टोरीतल्या प्रत्येक पात्राला तुम्ही भेटलात, त्यांच्यातले बारकावे तुम्ही शोधलेत, अशी ती सगळी पात्रं तुम्हाला समाजासमोर चतुराईने, आपल्या स्टाइलने ठेवायची असतात. शेवटपर्यंत वाचकाला खिळवून ठेवणं आणि त्याला विचार करायला मजबूर करणं, त्याच्या डोळ्यांतून आपुलकीची आसवं बाहेर काढणं, ही ताकद संदीपच्या लेखणीत आहे, असं मी अनेकदा वाचताना अनुभवलंय. 'अश्रूंची फुले', 'संस्कार ते अंत्यसंस्कार' या माध्यमातून अशी गंभीर पात्रं संदीपने पुढे आणली होती, ज्या पात्रांबद्दल आम्ही कधी विचारच केला नसेल. भक्ती कशी असावी, 'आपला पांडुरंग' मग तो पंढरीचा असो; की

शरद पवारांच्या रूपाने बारामतीतला असो, याची जबरदस्त मांडणी संदीपने 'दोन पांडुरंग'मधून केली होती. मी प्रत्येक लेखावर स्वतंत्रपणे लेखाएवढंच भाष्य करू शकतो, इतकी ताकद त्या लेखांमध्ये होती.

'गर्भ विकणे आहे' यातली संता ही तृतीयपंथी व्यक्ती आहे हे कळल्यावर आईसहित अन्य कुटुंबीयांकडून व समाजाकडून वाट्याला आलेले अपमान व उपेक्षा यांवर मात करीत जगणाऱ्या या व्यक्तीच्या आयुष्याच्या पटातून उलगडत जाते, ते गर्भाशय भाड्याने देऊन मूल विकणाऱ्या स्त्रियांचे भीषण वास्तव आणि त्यातील गर्भाशयांच्या बाजाराचे विदारक चित्र! इथल्या स्त्रिया ह्या बाजाराधिष्ठित समाजात आपलं गर्भाशय विक्रीला काढतात आणि त्यांची उच्चभ्रू गिऱ्हाईकं मुलगा झाला तर तो नेतात; पण मुलगी झाली तर ती तिथेच सोडून देतात आणि गर्भाशय भाड्याने देणाऱ्या स्त्रियांच्या आयुष्यात नवे पेच तयार करतात.

'वंचित ते कोण' या लेखातील उच्चवर्णीय जोशी, एस. सी. कांबळे आणि मुस्लिम सय्यद हे तीन विद्यापीठीय विद्यार्थी आजच्या समाजाला वेढून राहिलेल्या जाती–पाती–धर्मव्यवस्थांचे बळी आहेत; मात्र तरीही त्यांची मानसिकता केवळ 'बळी' म्हणून जगण्याची नाही; उलट त्यांची अंत:स्थ ऊर्मी या व्यवस्थेत बदल कसे करता येतील, याचा सकारात्मक विचार करण्याची आहे, हे खूप महत्त्वाचं निरीक्षण संदीप काळे यांनी नोंदवलं आहे.

'नुरी ते दुर्री' या लेखात दोन नवऱ्यांसोबत गुण्यागोविंदाने जीवन जगणारी नुरी जगण्याचे काही निराळेच आयाम समोर आणते; तर 'संघर्षाची सीमा' या लेखात एड्स होऊन मेलेल्या नवऱ्याने दिलेली एड्सची 'देणगी' सोसत आपले जगणे जगणारी स्त्री आपल्या जाणिवा सुन्न करून टाकते. विच्छिन्न कुटुंब व्यवस्थेतली, घटस्फोटित आई–बापाची पोरे सायली व संकेत यांची 'दोष कुणाचा' कहाणी केवळ वाचकांच्या काळजाला घरे पाडते. इतकेच नव्हे; तर एकूणच मुलांच्या जीवनातील कौटुंबिक नातेसंबंध, मानवी अनुबंध वगळून न्यायदान करणारी संस्थात्मकता आणि वकिली व्यवसाय यांच्याबद्दल काही मूलभूत प्रश्नही उपस्थित करते. 'वर्दीतला उपेक्षित' हा लेख कायदा आणि सुव्यवस्था राखणाऱ्या पोलिसांच्या आयुष्याबद्दल, त्यांच्यातील

अधिकाऱ्यांच्या आणि त्यांच्या उतरंडीच्या नात्याबद्दल काही नवीच वाटणारी माहिती पेश करतो. एरवी समाजाला धाक दाखवणाऱ्या आणि शिस्त लावणाऱ्या पोलिसांच्या उपेक्षेबद्दल इथे वाचकांना कणव वाटल्याशिवाय राहत नाही. 'नाद घुंगरांचा... ऐकू न येणारा'मध्ये अगतिक होऊन पुरुषांच्या मनोरंजनासाठी नाचणाऱ्या असहाय स्त्रियांची कहाणी आपल्यासमोर उलगडते. दारूच्या आहारी गेलेली आणि आपलं जीवन शून्य करून घेणारी माणसं हीदेखील जीवनाचा एक करुण कोपरा उघड्यावर आणतात. दुसऱ्यांच्या मरणप्रसंगी 'मोला'ने रडायला जाणाऱ्या स्त्रियाही आपल्याला महाराष्ट्रातील रुदालींचा परिचय करून देतात. 'मोले घातले रडाया, नाही आसू नाही माया' असे म्हटले जाते खरे; पण या रुदालींच्या आयुष्याची कशी लक्तरे होतात, हे वाचणे हा देखील एक दारुण अनुभव ठरतो.

अवघड आयुष्यात केलेली सकारात्मक कृती ही अनेक लेखांच्या गाभ्याची थीम आहे आणि या प्रकारच्या लेखनातून वाचकांच्या वाचनसवयींमध्ये आणि त्यांच्या कृतिशीलतेमध्ये ती किती परिणामकारक हस्तक्षेप करू शकते, याचे दिग्दर्शन या लेखांमधून होते. बासरी वाजवणारा अंध जनार्दन भिकेवर नव्हे; तर स्वाभिमानावर जगतो. त्याच्या प्रेमात पडून त्याने स्वीकार केला नाही म्हणून नंतर मरण जवळ करणारी त्याची प्रेमिका मीरा, एका नेत्रानं अंध असलेली त्याची पत्नी ही एखाद्या हिंदी चित्रपटकथेला मागे टाकेल इतकी भावभिनी कथा आहे. किंबहुना या साऱ्याच लेखांबद्दल असं म्हणता येईल.

असं म्हणतात, की आजचा पेपर उद्याची रद्दी होते; पण त्या रद्दीमधला प्रत्येक शब्द जेव्हा वाचणाऱ्याच्या अंत:करणामध्ये सुगंध द्यायला लागतो, तेव्हा लक्षात येतं, की त्या शाईचा महिमा काय आहे! उद्याची पहाट सकारात्मक आणि चांगली करायची असेल, तर अशी वेगळी आणि प्रेरणादायी पात्रं आमच्यासमोर 'आयडॉल' म्हणून आलीच पाहिजेत. संदीपच्या त्या प्रत्येक लेखात एक संदेश असतो. प्रत्येक विषयावर विस्ताराने भाष्य करणं; तेही एवढ्या कमी शब्दांमध्ये करणं, शक्य होणार नाही; पण लेख वाचल्यावर तो मनात बसतो, हे मात्र तेवढंच खरं.

माणसं सहजपणे वाचायची, साध्या स्वरूपाने ती शब्दबद्ध करायची

आणि ती सहजपणे लोकांना कळतील या भाषेमध्ये मांडण्याचं वैशिष्ट्य या सदरामध्ये आहे. म्हणूनच संदीपने लिहिलेला तो प्रत्येक लेख वाचणाऱ्या त्या प्रत्येकाला आपला वाटायचा. संदीपचं प्रगल्भ लिहिण्याचं वय आता कुठे सुरू झालंय. त्याला अजून खूप वेगळं आणि चांगलं लिहायचंय. तो धडपड्या आहे, वेगळं काही शोधणारा आहे आणि गोड वाणीचा आहे, त्यामुळे त्याला हे सहज–सोप्पं जाईल. प्रत्येकाची एक पद्धत असते आणि प्रत्येकाचा विषय मांडण्याचा एक हातखंडा असतो. अनेक जण त्या हातखंड्यापायी आणि आपल्या स्टाइलच्या आग्रहापायी मूळ विषय बाजूला ठेवून लिहिण्याच्या मोहात पडतात, त्यामुळे हाती घेतलेल्या विषयाला न्याय मिळत नाही, अशी परिस्थिती निर्माण होते. संदीपने प्रत्येक लेखाला साधेपणाची झालर लावली म्हणूनच त्याचे लिखाण सर्वत्र पसरत गेले. आपल्या अवतीभोवती असे अनेक विषय असतात; पण ते विषय आपल्याला दिसत नाहीत, त्यासाठी एक शोधक नजर असावी लागते, ती नजर 'सप्तरंग'ला संदीपच्या रूपाने मिळाली, एवढंच यानिमित्ताने मी सांगतो. हे सदर किती दिवस चालणार आहे, हे मला माहीत नाही; पण या सदराच्या माध्यमातून आलेले सगळे विषय 'सकाळ'वर प्रेम करणाऱ्या त्या प्रत्येक माणसाच्या मनावर अधिराज्य करणारे विषय आहेत. ते नेहमी आठवणीत राहतील. कालच्या पुरवणीमध्ये असणारे विषय आज पुस्तक म्हणून पुढे येताहेत, याचा मला अतिशय आनंद आहे. आमच्या परंपरेचा, आमच्या शौर्याचा आणि आमच्या संस्कृतीचा अनोखा ठेवा, या पुस्तकाच्या रूपाने आमच्या पुढे येतोय, ही आनंदाची बाब आहे. पुन्हा नव्याने रूप घेऊन आलेल्या या विषयाचं वाचक नक्कीच स्वागत करतील. संदीप आगे बढो.

धन्यवाद!

संदीप वासलेकर
(ज्येष्ठ विचारवंत)
जागतिक घडामोडींचे अभ्यासक, मुंबई

मनातलं

भ्रमंती करून काय मिळालं..!

'सकाळ' परिवाराने केवळ लोकांचे आशीर्वाद घेण्यासाठी काम करायचे, ही भावना माझ्या मनात सतत पेरली. 'सकाळ' परिवाराने नेहमी कुठल्या ना कुठल्या कारणावरून माझ्या पाठीवर कौतुकाची थाप मारलीच मारली. 'भ्रमंती लाइव्ह' या माझ्या सदराचे पुस्तक व्हावे आणि पुन्हा 'भ्रमंती' पुस्तकाच्या रूपाने वाचकांच्या हाती यावी, ही 'सकाळ' परिवाराची इच्छा होती. अभिजित पवार सर, श्रीराम पवार सर, महेंद्र पिसाळ सर, भाऊसाहेब पाटील सर, उदय जाधव सर आणि 'सकाळ' प्रकाशनाचे आशुतोष रामगीरजी ही सर्व दिग्गज मंडळी मला या पुस्तकासाठी सतत प्रोत्साहित करत होती. कॉलमच्या निमित्ताने सगळ्या राज्यांत मला एक वेगळा अनुभव आला होता.

'सकाळ'च्या 'सप्तरंग'मध्ये प्रकाशित होणारा 'भ्रमंती लाइव्ह' हा कॉलम आता माझा एकट्याचा कॉलम राहिला नाही, तो तळमळ असणाऱ्या अवघ्या मराठी माणसाचा कॉलम झाला आहे. प्रत्येक रविवार माझ्यासाठी एक उत्सवाचा रविवार असतो. वाचकांच्या प्रतिक्रिया हे जिवंत लोकशाहीचे लक्षण आहे,

असे मला सातत्याने वाटते. 'तुम्ही किती छान लिहिता! तुम्ही किती सहज सर्व मांडलंय! मला तुम्हाला भेटायचं आहे, मला तुम्ही ज्याच्यावर लिहिलं आहे, त्याला मदत करायची आहे.' असे निरोप रविवार येऊन गेल्यावर सलग सात दिवस सुरू राहतात. पुन्हा रविवार येतो आणि हा सिलसिला अजून कायम राहतो. येत्या डिसेंबरमध्ये या कॉलमला दोन वर्षे पूर्ण होतील. या कॉलमने माझ्यात दुपटीने उत्साह भरला आहे. जगायला अजून मजा येते. आपण जे काम करतो, त्या आपल्या कामाचे चीज होतेय, असे मला सातत्याने वाटत असते.

'सिग्नलवरचे नटसम्राट' हा लेख आल्यावर सत्त्वशीला वाघमारे नावाच्या चौथी पास आजी आमच्या बुधवार पेठच्या ऑफिसमध्ये गेल्या. त्यांनी माझा फोन नंबर मिळवला. त्याच दिवशी संध्याकाळी त्यांनी मला फोन केला. तिकडून आवाज आला, "तुम्ही संदीप काळे का?" मी म्हणालो, "होय, मी संदीपच, बोला कोण बोलतेय." त्या म्हणाल्या, "मी सत्त्वशीला. पुण्यातून बोलते." मी म्हणालो, "बोला, काय म्हणता". त्या म्हणाल्या, "तुम्ही जो आज लेख लिहिला, आहे त्या दोन्ही म्हाताऱ्या व्यक्तींना मला मदत करायची आहे." "तुम्ही कोण आहात? काय करता?" असे आमचे प्राथमिक बोलणे सुरू झाले. त्या आजींच्या बोलण्यातून मला त्यांच्याविषयीची माहिती मिळाली.

या ६८ वर्षांच्या आजी बुधवार पेठेमधल्या वेश्याव्यवसाय करणाऱ्या काही महिलांच्या घरी मोलकरीण म्हणून काम करतात. त्यांनी सकाळी लेख वाचला आणि 'त्या लेखामध्ये असलेल्या दोन्ही वयस्कर व्यक्तींना मला मदत करायची आहे,' असे त्या सांगत होत्या. मी त्या आजीबाईंना म्हणालो, "तुम्ही परवा बुधवार पेठच्या ऑफिसला ४ वाजता या, आपण बोलू." मी फोन ठेवला. त्या आजीबाई ४ वाजता सांगितल्याप्रमाणे बुधवार पेठच्या ऑफिसला आल्या. त्यांनी त्यांच्याजवळ एका प्लास्टिकच्या पिशवीमध्ये असलेली चिल्लर मला दिली. चर्चेअंती मला कळाले, की त्यांचे या जगात कोणी नाही. त्यांची कहाणी तशी दर्दभरी होती. जेमतेम तीन-साडेतीनशे रुपये असतील. ते पैसे त्यांनी माझ्याकडे दिले. ज्यांच्यासाठी त्यांनी मला हे

पैसे दिले होते, त्या आजी-आजोबांना ते पैसे मी दिले.

'देणाऱ्यांचे हात अधिक संख्येने पुढे आले पाहिजेत, तरच निसर्ग तुम्हाला भरभरून देईल', ही शिकवण आम्हा सर्वांना अभिजित पवार सर यांनी दिली. कोणाला तरी दिल्यावर अनेक वेळा खूप अडचणी निर्माण होतात, हे खरे आहे. मात्र त्या देण्याचे कालांतराने मोठे समाधान मिळते, हेही तेवढेच खरे.

प्रत्येक रविवार माझ्यासाठी तासासारखा निघून जातो. जेवढे लोक मला मेल करतात, मला फोन करतात, त्या सर्वांचा मी त्याच रविवारी ग्रुप करतो. ते सर्व लोक माझ्याशी जोडले जातात. शिवाय, माझ्या भ्रमंतीमध्ये जेवढे लोक मला भेटतात, स्टोरीदरम्यान जी नवीन नाती निर्माण होतात, त्यांना पण मी माझ्या ग्रुपमध्ये सहभागी करून घेतो. माणसे जोडण्याचा हा सिलसिला कायम आहे. बारामतीचे शिक्षक लक्ष्मण जगताप यांनी माझ्यासोबत माणसाची खूप मोठी साखळी निर्माण केली. 'माझ्या पुस्तकाला तुमची प्रस्तावना मिळेल काय ? व्याख्यानमालेचे पुढचे पुष्प गुंफण्यासाठी येता काय ?' असे विचारणारे सध्या खूप मोठ्या प्रमाणावर आहेत. जिथे आपले विचार जुळतात, तिथे मी जातो. पुस्तकाला प्रस्तावनाही देतो. मला वाटते, हे भ्रमंतीतून मिळाले. आपण कुणाचे तरी देणेकरी आहोत आणि त्यातूनच काम करायचे, ही भावना मनात बळावत गेली, त्याला कारणीभूत भ्रमंतीच आहे. कळसूबाई शिखरावरची आजी, सातारा येथील कचरावाला, मुंबईत कचरा वेचणारी मुले, यांचा निरोप घेताना मी माझा खिसा पूर्णपणे रिकामा केला होता. काय माहीत मला का वाटले असे; आपल्याकडे जे रुपये आहेत, ते यांना देऊन टाकावेत. आपल्या अवती-भोवती असणाऱ्यांना खूप अडचणी आहेत, त्या अडचणींना तोंड देण्यासाठी खूप जण वेगवेगळ्या पद्धतीने लढत असतात. आपण किमान त्यांना प्रोत्साहन देण्याचे काम करूया, ही भावना त्या वेळी माझ्या मनात आली आणि त्यातून हे काम उभे राहिले. बरे, मी त्या लोकांना उपदेश करू शकत नव्हतो. त्यांना मी तुमच्यावर लिहिणार आहे, मी पत्रकार आहे, असेही सांगू शकत नव्हतो. कारण ही सर्व माणसे तशी दिव्य होती.

त्यांची दुनिया अगदी वेगळी होती. दोन नवरे आणि एक बायको किती आनंदाने राहतात, यावर मी 'नुरी ते दुर्री' नावाची एक स्टोरी केली होती. ती छापून आल्यावर त्या तिघांकडे मी पेपर घेऊन गेलो. 'त्या' दुरीला आणि तिच्या नवऱ्याला मी सांगितले, 'बघा, मी तुमच्यावर छान स्टोरी केली आहे.' त्यावर ते हसले. म्हणाले, 'या दादा बसा.' ते तिघेही अंधेरीच्या फुटपाथवर राहायचे. मी त्यांच्या बाजूला बसलो. सुटाबुटात असलेला माणूस रस्त्याच्या कडेला गाडी थांबवून आमच्याशी बोलतोय, याचे त्यांना कमालीचे कौतुक. दुरीने सफरचंद कापली. मी दिलेला पेपर तिने चार भागांत फाडला. त्याच पेपरवर मला आणि माझ्यासोबतच्या सर्वांना खाण्यासाठी सफरचंद टाकली. माझ्याच लेखावर कापून ठेवलेली सफरचंद मी खात होतो. माझे काय हाल झाले असतील, कसे सांगू? ते एवढी माणुसकी माझ्यावर ओवाळून टाकत होते, की मी पाहतच बसलो. यापूर्वी आमची चार तासांची भेट झाली होती. असे अनेक किस्से भ्रमंतीच्या लेखानंतर घडले, जे खरेच धक्कादायक होते. अनेकांना मोठी रक्कम मिळाली, कुणाला घर मिळाले, कुणाला वर्षभराचे रेशन, कुणाला इतरांना मदत करायचे समाधान आणि असे बरेच काही!

पुण्याचे धर्मादाय आयुक्त दिलीप देशमुख सर यांनी वर्धा येथील मंगेशी मून आणि उस्मानाबादच्या महेश निंबाळकर यांच्यासारख्या अनेक संस्थांना मदत केली. ती मदत फार मोलाची होती. हे सर्व घडले 'भ्रमंती'मुळे!

'सकाळ'मध्ये कॉलम तपासण्यापासून तो योग्य-अयोग्य ठरवण्यापर्यंत माझ्यासोबत असणारे, उत्तम 'बॉस कसे असावेत' याचे उत्तम उदाहरण म्हणजे श्रीराम पवार सर, माझे सहकारी प्रदीप कुलकर्णी, मंदार कुलकर्णी, महेंद्र प्रताप मोकाशी ही सगळी मंडळी यामागे आहेत. संदीप वासलेकर सर यांनी प्रस्तावना देऊन मला शाबासकी दिली.

नयन बाराहाते, प्रा. मनोज बोरगावकर, प्राचार्य डॉ. सुरेश सावंत हे सर्व जण या 'भ्रमंती'च्या मागचे चेहरे आहेत. रवी आमले सर यांनी या पुस्तकाचे नाव सुचवले. 'सकाळ' प्रकाशनचे आशुतोष रामगीर यांनी वारंवार सूचना केल्या, त्यांचे आभार!

मला अनेक जण म्हणायचे, "तुम्हालाच अशी वेगळी माणसे कशी काय भेटतात ?" असा प्रश्न विचारणाऱ्याला काय उत्तर द्यावे हे मला कळायचे नाही. अशी प्रश्न विचारणारी माणसे जेव्हा माझ्या सोबत असायची, तेव्हा काही घडायचे. त्याच वेळी त्यांना कळायचे, की हे सर्व सहजच व्हायचे. कुणीतरी चर्चा करायचे आणि त्यातून मग काहीतरी वेगळे, डोळ्यांत अंजन घालणारे पुढे येत असे. जे माझ्यासोबत असायचे, ते मला म्हणायचे, "तुझ्याकडे वेगळी नजर आहे, म्हणून तुला ते दिसते." मला नाही माहिती अजून किती दिवस हा कॉलम 'सप्तरंग'मध्ये चालणार आहे. पण एवढे मात्र नक्की माहिती आहे, की या कॉलमने मला राज्यभरात वेगळी ओळख दिली. या कॉलममुळे लोक माझ्यावर खूप प्रेम करीत आहेत, माझा आदर करीत आहेत. पुण्याच्या वर्धापनदिनी काही वयस्कर सेवानिवृत्त मंडळी माझ्या पाया पडत होती. त्यावेळी माझ्यासोबत असणारे थक्क झाले. हे लोकांचे प्रेम आहे. त्याला फक्त दोनच कारणे होती. एक, मी जे लिखाण केले होते, ते सर्वसामान्य माणसांवर होते, ज्यातून एक सामाजिक संदेश असायचा आणि 'सकाळ' पेपरविषयी लोकांची असलेली कमालीची विश्वासार्हता; लोक 'सकाळ'चे नाव काढले तरी हा आपला पेपर, आपला विचार म्हणून आपल्या भावना व्यक्त करतात, मोकळे होतात. भ्रमंतीने जे काही दिले, ते कमी शब्दांत मांडणे एवढे सोपे नाही. मी पाच टक्के मांडले आहे. बाकी पंच्याण्णव टक्के असेच पुढे सांगत राहीन. ही तर सुरुवात आहे, अजून खूप काही करायचे बाकी आहे. 'ही' भ्रमंती लोकभावना व्यक्त करण्याचे प्रभावी साधन बनले. मी सुरुवातीला एकटा निघालो, आता माझ्यासोबत खूप जण आहेत. आपल्या सर्वांची साथ अशीच राहू द्या. भेटत राहू, बोलत राहू, व्यक्त होत राहू. तुमच्या आभाराची 'भ्रमंती' घेऊन मी असाच पुढे जातोय. आशीर्वाद असू द्यात.

तुम्हा सर्वांचा
संदीप रामराव काळे

आम्ही करून दाखवलं,
आम्ही निर्माण केलं...

एक बाज़ू उखड गया जब से
और ज़्यादा वज़न उठाता हूँ

- दुष्यंत कुमार

सोलापुरात सकाळी चाटी गल्लीतून निघालो. खूप छोटे-छोटे रस्ते आणि रस्त्यावर ये-जा करणारे लोक पाहून सोलापूरची मुख्य बाजारपेठ किती लहान आहे, असं वाटणं अगदी साहजिकच होतं. नेहमीच्या ओळखीच्या दुकानात गेलो. 'खूप दिवसांनी आलात मालक,' असं म्हणत दुकानदाराने स्वागत केलं. रंगीत व्हरायटीवाला भल्या मोठ्या कपड्यांचा ढीग त्याने माझ्यासमोर टाकला. किती ते रंग! काय सांगावं, आमचं मुंबईचं मार्केटही या रंगीत आणि स्वस्त मार्केटसमोर फिकं पडेल. कपड्यांची चाळण करत असताना बाहेरून एक आवाज आला, "शेठ, माल आणलाय, उतरा की लवकर. दुसऱ्या ठिकाणी जायचंय." तोच आवाज पुन्हा आला. आजींनी जोरदार हाक मारली. त्या आवाजामध्ये मला कमालीचा करारीपणा वाटला. बाहेर जाऊन पाहतो तर काय, एका मोठ्या सामानाचं एक बंडल आजीनं हातगाडीवर ओढत आणलं होतं. तो आणलेला माल उतरून घ्यावा यासाठी त्या आजी दुकानदाराला हाक मारत होत्या. सत्तरी पार केलेल्या त्या आजी एवढं मोठं ओझं कसं पार करत असतील, कुठली ताकद या सुरकुत्या पडलेल्या हातांमध्ये

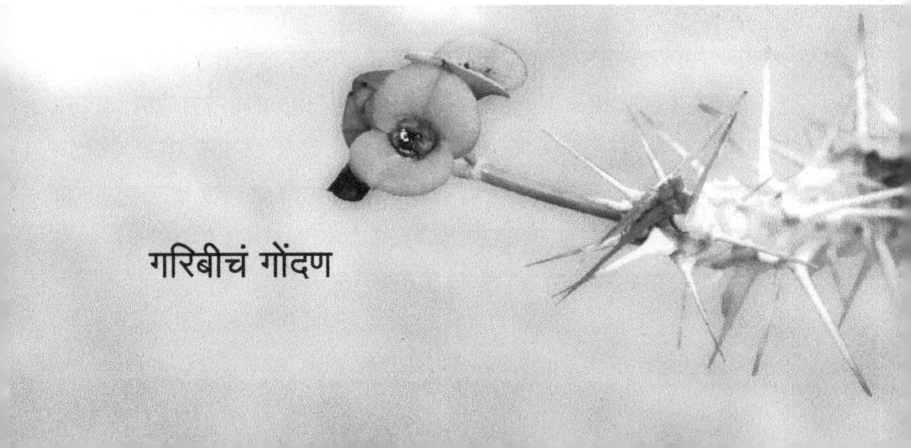

गरिबीचं गोंदण

कोंडाबाई शिंगे *पारूबाई डाहवरे*

असेल, असे प्रश्न मला पडायला सुरू झाले. मी त्यांच्याकडे बघत होतो; पण त्यांचं माझ्याकडे जराही लक्ष नव्हतं. पाठीमागे बघितलं, तर अजून एक वृद्ध महिला अशाच एका दुकानदाराला 'माल उतरून घ्या', असं सांगत होत्या. दुकानदाराला यायला वेळ होतोय, हे लक्षात आल्यावर त्या आजी स्वत:ची ताकद लावून ते कपड्यानं भरलेलं मोठं पार्सल खाली टाकत होत्या.

मी म्हणालो, "आजी, मी तुम्हाला मदत करू का?" त्या म्हणाल्या, "कशाला उगाच, कपड्याला काळं लागंल." तरीही मी ते जड पार्सल त्यांच्यासोबत ढकलायचा प्रयत्न करत होतो. पार्सल खूप जड होतं. दोघांनाही जागेवरून हलवता येत नव्हतं. घामाघूम झालेल्या आजींनी पदरानं आपला घाम पुसला. परत पदर कमरेला खोचत त्या दोन्ही हातांनी गाडा ढकलत होत्या. पलीकडे असलेल्या त्या आजींचंही सामान उतरून झालं होतं. मी दुकानदाराला हाक मारली आणि म्हणालो, "कोण आहेत या आजी?"

तो म्हणाला, "काम करणाऱ्या हमाल."

मी म्हणालो, ''महिला हमाल, तेही या वयात ?''

तो म्हणाला, ''त्यात काय ?'' आणि तो आपल्या कामाला लागला. बाजारपेठेच्या मधोमध असलेलं एक दुकान अजून उघडलेलं नव्हतं. त्या दुकानासमोर त्या आजीबाईंनी आपली हातगाडी लावली आणि कमरेला खोवलेल्या थैलीमधून भाकरी काढून चटणीला टोचण्या मारत ती खाऊ लागल्या. दुसऱ्या आजीबाईही तिच्याजवळ गेल्या. दोघींचं हसून बोलणं सुरू झालं.

मला काहीही करून या दोन वाघिणींशी बोलायचं होतं. मी अधिक वेळ न दवडता थेट त्यांच्याकडे गेलो. त्या आजींना म्हणालो, ''एक गोणी किती रुपयांत टाकता ? माझंपण सामान टाकायचं आहे.''

आपल्या भाकरीचा तुकडा चटणीला लावत एक आजी म्हणाल्या, ''मालक, तुम्ही काय नवीन हायसा ? माहीत नाही व्हय तुम्हाला ? एका डागाचं साठ रुपयं– रोडपासून ते दुकानात टाकायला. जर दोन डाग असतील तर पन्नास, त्याच्या खाली करणार न्हाय. तुम्ही सांगा, आम्ही कामाला सुरुवात करू.''

दुसऱ्या आजी म्हणाल्या, ''दोन दिवसांपासून हाताला कामच नाही आणि आज सकाळपासून कामाला दम नाही. टाकायची असतील तर लवकर सांगा. आम्हाला अजूनपण सामान टाकायचं आहे.''

माझ्याकडे फारसं लक्ष न देता, त्या एकमेकींशी बोलत भाकरीचा तुकडा मोडत गप्पा करत होत्या. त्या असं दाखवत होत्या, की मलाच त्यांची गरज आहे. कमालीचं चैतन्य होतं या दोन्ही महिलांच्या चेहऱ्यांवर. एकीच्या कपाळावर नक्षीदार गोंदण, तर दुसरीच्या कपाळावरची लखलखती मोठी टिकली माझं लक्ष वेधून घेत होती. हातावर नक्षीदार गोंदणाऱ्या त्या कलाकारालाही मानलंच पाहिजे होतं.

''पाणी देता का प्यायला ?'' मी असं म्हटल्यावर आजींनी अत्यंत मळकट पाण्याची बाटली माझ्याकडे केली. पाणी जिभेवर पडल्यावर त्या मळकट बाटलीतल्या पाण्याची चव मात्र कमालीची गोड होती. पहिल्या आजी म्हणाल्या, ''नवीन आलाव काय इथं ?'' दुसऱ्या आजीबाईंचा लगेच प्रश्न, ''दुकान टाकलंय का इथं ?''

त्या दोघीही मला प्रश्नांवर प्रश्न विचारत होत्या आणि मी कधी एका आजींकडे; तर कधी दुसऱ्या आजींकडे पाहत होतो. शेवटी मी त्यांच्या बाजूला जाऊन बसलो. दोघींनाही जरा अवघडल्यासारखं वाटत होतं. त्यांच्या भाषेत 'मालक' माणूस त्यांच्या बाजूला कधी बसला नसेल. हळूहळू आमच्या गप्पा सुरू झाल्या आणि प्रश्न-प्रतिप्रश्नही.

जेवण झाल्यावर कंबरेला खोवलेली पिशवी काढत अडकित्त्यात सुपारी फोडत करारी आवाजामधल्या आजी म्हणाल्या : " हे न ते विचारून कशाला उकरता वारकाचा उकंडा, किती उकरली तरी केसंच निघायची." या दोघींच्या संवादातून वेगवेगळ्या म्हणी, कधी न ऐकलेले वेगवेगळे शब्द ऐकून असं वाटत होतं, की यांची स्वतंत्रपणे कुठेतरी नोंद करून घ्यावी. त्यांची रोजची कमाई, गमाई, संसार, लग्न, मुलं, सगळा इतिहास मी जाणून घेतला. कधी रडणं, तर कधी हसणं आणि मोठमोठ्यानं नशिबाला शिव्या देणं, सर्व इतिहासाची उजळणी... हे सगळं आम्ही जग विसरून दोन तास करत होतो.

मला पहिल्यांदा दुकानात ज्या भेटल्या त्या सत्तरी पार केलेल्या पारूबाई डाहवरे आणि त्यांच्यासोबत असलेल्या दुसऱ्या आजी जेमतेम त्याच वयाच्या कोंडाबाई शिंगे. या दोघीही वयाच्या चौदाव्या वर्षापासून याच मार्केटमध्ये हातगाड्यावर ओझं वाहत आहेत. पारूबाईंचा नवरा याच मार्केटमध्ये त्यांच्यासोबत हातगाड्यावर ओझं वाहून संसाराचा गाडा चालवायचा. सतत हेच काम केल्यामुळे अगोदर गुडघे कामातून गेले; नंतर हाताची हाडं. दहा वर्षं अंथरुणात पडून खिळखिळी झालेल्या पारूबाईंच्या नवऱ्यानं अखेरचा श्वास घेतला. रोज पैसे कमवायचे आणि त्याच पैशावर रात्रीची चूल पेटवायची. जेमतेम कसं तरी भागायचं. त्यात अंत्यसंस्कारांचा खर्च कसा भागवायचा, हा प्रश्न पारूबाईंसमोर होता. काशीबाई सोनवणे नावाच्या महिलेनं अंत्यसंस्कारांसाठी मार्केटमधून पैसे जमा केले आणि सकाळी होणारे अंत्यसंस्कार रात्री उशिरा झाले. त्यानंतर पारूबाईंचा मुलगा शेखर हा आपल्या वडिलांचा वारसा पुढं चालवू लागला; पण आजारानं त्याचाही मृत्यू झाला. त्यानंतर शेखरचा

मुलगा किशोर हा आपल्या वडिलांचं काम करू लागला. त्याचाही आजारानं मृत्यू झाला. घरात उरलेल्या तीन माणसांची जबाबदारी आता पारूबाईंवर येऊन ठेपली होती.

नवरा गेल्यामुळे कपाळ कोरं करकरीत असलं, तरी त्या कुंकू लावायच्या जागी असलेलं गोंदलेलं गोंदण फारच आकर्षक होतं. पारूबाईंना मी म्हणालो, "तुमचं लग्न झालं, तेव्हा हुंडा वगैरे काही घेतलं होतं का?"

आपला नवरा, मुलगा, नातू यांच्या आठवणींमध्ये बुडालेल्या पारूबाईंच्या चेहऱ्यावर आणि डोळ्यांत लग्नाचं नाव काढलं नि एकदम चमक आली. डोळ्याचं पाणी पदरानं पुसत त्या म्हणाल्या, "आमच्या वेळी असं हुंडा बिंडा काही नव्हतं. तीन रुपयं माझ्याच वडिलांना माझ्या सासऱ्यानं दिलं होतं. त्या तीन रुपयांसोबत पाच पोत्यांनी भरलेलं धान्य आणि तीन साड्याही मला दिल्या होत्या. आमच्या वेळी पोरीला देण्याची पद्धत होती."

"तुमचा नवरा तुम्हाला कुठल्या नावानं हाक मारायचा?" असं विचारल्यावर पारूबाई डोक्यावरचा पदर तोंडावर ठेवत खुदूखुदू हसत होत्या. आपला नवरा आणि आपण कसं राजासारखं जगलो, याचे अनेक किस्से त्या मला सांगत होत्या. माणूस गेल्यावर त्याची किंमत किती अधिक असते, हे पारूबाईंच्या हमसून हमसून रडण्यावरून मला दिसत होतं.

"शेवटच्या काळामध्ये रोजच्या कामांमध्ये त्यांना वेळ द्यायला मला जमलं नाही. मी घरी येऊन हातात हात घेतल्याशिवाय म्हाताऱ्यानं जीव सोडला नाही," असं म्हणत पारूबाई अजूनच रडायला लागल्या. "आता रोजच्या कामातून कधी दोनशे रुपये, तर कधी तीनशे रुपये मिळतात. त्यातच सून आणि दोन छोटे नातू यांनाही सांभाळायचं असतं. निराधार योजनेचे सहाशे रुपये महिन्याला मिळतात. गेल्या तीन महिन्यांपासून तेही मिळाले नाहीत..." असं सारं पुराण पारूआजी मला सांगत होत्या.

दुसऱ्या आजी कोंडाबाई शिंगे. कोंडाबाईंचा नवराही याच मार्केटला हेच काम करायचा. गेल्या पंधरा वर्षांपासून तो पिचलेल्या हाडांना घेऊन अंथरुणावर पडलेला आहे. काशीबाई, शशीबाई आणि लीलाबाई या तिघीही कोंडाबाईंच्या

मुली. एकीचा नवरा सोडून गेला, दुसरीचा नवरा दारू पिऊन मृत्युमुखी पडला, तर तिसरीचा गटार साफ करताना महापालिकेच्या कामावर असताना गेला. कोंडाबाईंना एक मुलगा होता, तोही हातगाडा वाहायचं काम करायचा. कामाचा थकवा काढण्यासाठी रात्रीला थोडी थोडी दारू प्यायचा. असं करता करता त्याला दारूचं व्यसन जडलं आणि तोही एक दिवस गेला. ''माझा नवरा दारू पिऊन मेला असं म्हणत, मुलाची बायको आणि मुलं त्याच्या शेवटच्या दर्शनालाही आले नाहीत,'' असं म्हणत कोंडाबाईंनी डोळ्यांत साचलेल्या पाण्याला वाट मोकळी करून दिली. आजींचं रडणं ऐकून एका दुचाकीस्वारानं गाडी रस्त्याच्या बाजूला लावून आमच्याकडे पावलं टाकली. माझ्या बाजूला येऊन म्हणाला, ''काय झालं ?''

आजी म्हणाल्या : ''काही नाही मालक, या मालकाशी बोलताना जरा डोळे भरून आले.''

माझी ओळख दिल्यावर त्या व्यक्तीनंही आपली ओळख दिली. देवीदास चेळेकर असं त्यांचं नाव. माजी विद्यार्थी संघटनेच्या माध्यमातून ते शहरातल्या गरीब लोकांना मदत करतात. ''निराधार योजनेत आम्हा दोन्ही म्हाताऱ्यांचं नाव याच मालकानं नोंदवलं,'' असं त्या दोन्ही आजी देवीदास यांच्याकडे बघून मला सांगत होत्या.

आम्ही एकाला दोन झालो आणि आजींचा आवाजही तसाच वाढत होता. रस्त्यावरून येणारे-जाणारे आश्चर्यानं आमच्याकडे पाहत होते. काही वेळात कोंडाबाईंच्या तिन्ही मुली तिथं आल्या. आपली आई रडताना पाहून त्यांनाही अश्रू आवरले नाहीत. त्या पाचही महिला रडत होत्या आणि आम्हा पुरुषांचे डोळे मात्र फक्त त्यांच्याकडे पाहण्याचं काम करत होते.

मी मध्येच म्हणालो, ''कपाळावर टिकली का ?''

आजी म्हणाल्या, ''आजकालच्या कुंकवामध्ये खूप मसाला मिसळलेला असतो, त्यामुळं कपाळावर खाज सुटते. त्यामुळं टिकली परवडली.'' बोलताना कपाळावरची टिकली काढत, आलेला घाम पुसत कोंडाबाई आपलं बोलणं पुढं नेत होत्या. टिकली काढल्या काढल्या मला टिकलीखालचं गोंदण दिसलं.

मी विचारलं, ''हे गोंदण काय आहे?''

त्या म्हणाल्या, ''आईनं तुळस काढली आहे. मेल्यावर ती तुळसच सोबत येते, असं आई म्हणायची.''

मी कर्म-धर्म मानत नाही; तरीही दोन्ही आजींचं गोंदण पाहून मला कर्मानं गोंदलेलं हेच नशीब असेल काय? गरिबी काय लिखितच असते काय?... असे प्रश्न पडले. या दोन आजींचं धाडस पाहून माझ्या मनात खूप प्रश्न पडले होते. निराश, निरुत्साही आणि सतत नकारात्मक आयुष्याचा सूर काढणाऱ्यांनी या दोन्ही आजींना एकदा सोलापुरात जाऊन भेटायला पाहिजे. आजींना काहीतरी देण्याएवढा मी श्रीमंत नव्हतोच. तरीही खिशात हात गेलाच. मी 'निघालो' म्हणाल्यावर दोघी आजींनी मला जवळ घेतलं. माझ्या गालावरून हात फिरवत कडाकडा बोटं मोडली. माझ्या कानात दोन आवाज घुमत होते- एक त्यांनी सांगितलेल्या गरिबीच्या करुण कहाणीचा आणि दुसरा माझ्यावर मायेचा हात फिरवत मोडलेल्या बोटांचा.

त्या दिवशी मी नाशिकला असताना श्रीराम पवार सरांचा फोन आला. त्यांनी विचारलं, ''उद्या दौरा कुठं आहे ?''

मी म्हणालो, ''नाशिकवरून धुळ्याला चाललोय.''

त्यांनी विचारलं, ''मालेगावला जाणार नाहीस का ?''

मी म्हणालो, ''नाही.''

ते म्हणाले, ''मालेगावला जा, कारण तुला त्या ठिकाणचे वेगवेगळे विषय हाताळता येतील.''

त्यांनी मला मालेगावचे वेगवेगळे पैलू सांगितले.

ते ऐकताना मला वाटत होतं, की आपण कुठं राहतो आणि कोणत्या संस्कृतीची जोपासना करतो आहोत ?

त्यांनी सांगितलेले सगळे विषय, त्या विषयांभोवती फिरणारं समाजकारण आणि राजकारण यांवर विचार करता करता माझ्या डोक्यात कमालीचा गुंता झाला होता.

मी धुळ्याचा दौरा रद्द करून मालेगावला निघालो. रस्त्यात अनेक लोकांशी, अनेक सामाजिक कार्यकर्त्यांशी निवडणुकीच्या पार्श्वभूमीवर माझी चर्चा सुरू होती. मालेगाव हे महाराष्ट्रातील वेगळं शहर आहे. इथल्या सांस्कृतिक जीवनाचं एकूण चित्र खरंच वेगळं आहे.

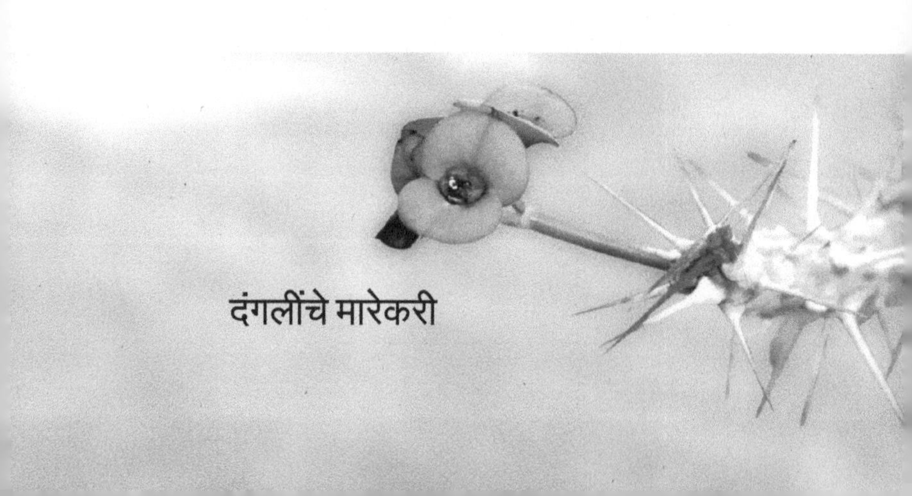

आज मालेगाव म्हटलं, की तिथली दंगल, हिंदू-मुस्लिम यांच्यातलं वैर, तिथली मंदिरं, मशिदी आणि अत्यंत खोलात जाऊन पाळल्या जाणाऱ्या रूढी-परंपरा हे पूर्णपणे वेगळं आहे. यातून खूप चांगल्या सकारात्मक गोष्टीसुद्धा रोज नव्यानं घडत आहेत. त्यांचा शोध घेत मी मालेगावमध्ये फिरलो. एकीकडे हिंदू, दुसरीकडे मुस्लिम आणि मध्ये 'बॉर्डर'. दोन्हीकडेही कट्टरपणा. त्या कट्टरपणाला दोन्हीकडच्या कट्टर जातीय, सामाजिक संघटनांनी आणि राजकीय व्यक्तींनी आणलेली धार पाहून लक्षात येत होतं, की इथं सर्वसामान्यांना नाहक त्रास दिला जातो. आमचे 'सकाळ'चे सहकारी गोकुळ खैरनार यांच्यासह चार-पाच मित्रांना घेऊन आम्ही मालेगावातल्या प्रमुख भागांना भेटी दिल्या. गल्लोगल्ली मुलांचे बसलेले गटच्या गट, बेरोजगारी, व्यसनाधीनता, वेगवेगळ्या घटना यांचं चित्र पुढे येत राहिलं.

आसिफ शेख यांची वाट बघत आम्ही त्यांच्या कार्यालयात बसलो होतो. शेख हे एकेकाळी महापौर होते. त्यांनी मुस्लिम मुलांच्या शिक्षणासाठी केलेल्या कामाची माहिती आम्हाला त्यांच्याकडून ऐकायची होती. खैरनार हे पत्रकार, त्यामुळे हळूहळू त्या भागातले सगळे पत्रकार तिथं जमू लागले. शहजाद अख्तर, जाहिद शेख, मुजाहिद अख्तर, इसिफ अनिज अजहर हे पत्रकार आमच्याभोवती जमले. आम्ही परस्परांची ओळख करून घेतली. या सगळ्या पत्रकारांनी मिळून एक वेगळेपण नक्कीच जपलं होतं. आमच्या भोवती जमलेले पत्रकार उर्दू भाषेशी संबंधित होते. सात साप्ताहिकं, आठ दैनिकं आणि बाहेरून येणारी दहाहून अधिक दैनिकं असं उर्दू पत्रकारितेचं मालेगावमधलं चित्र होतं. मालेगाव म्हटलं की दंगल...मालेगाव म्हटलं की दोन समाजांमधली प्रचंड तेढ...असं चित्र आपल्याला पाहायला मिळतं; पण या उर्दू पत्रकारांनी आणि मराठी पत्रकारांनी मिळून काही चौकटी आखल्या होत्या. त्या चौकटींमुळे दोन समाजांमध्ये तेढ निर्माण होणार नाही याची काटेकोर दक्षता कायमस्वरूपी घेतली जात होती.

इथलं सामाजिक ऐक्य अबाधित राहावं यासाठी मालेगावातल्या वेगवेगळ्या सामाजिक संघटनांनी जी जबाबदारी घेतली होती, त्याच्याही पुढं जाऊन

इथल्या मराठी आणि विशेषत: उर्दू पत्रकारांनी महत्त्वपूर्ण भूमिका बजावली होती व ती अजूनही कायम आहे.

एकादशीच्या दिवशी मंदिरासमोर गाय कापून टाकण्यात आली होती. याविषयीची बातमी किंवा चर्चा पसरणार नाही आणि त्यातून दोन समाजांमध्ये तेढ निर्माण होणार नाही, याची खबरदारी या पत्रकारांनी घेतली होती, असं मुजाहिद अख्तर यांनी मला सांगितलं.

हे असे प्रकार करण्यामागं कोण आहे, कसं राजकारण शिजतंय आणि संबंधित लोकांना त्याचा कसा फायदा होत आहे, हे पटवून सांगण्यात मालेगावमधले उर्दू आणि मराठी पत्रकार यशस्वी झाले होते. हे फक्त एखाददुसऱ्या वेळी व केवळ मंदिरासमोरच घडलं होतं असं नाही, तर मशिदीसमोरही विटंबना करण्याचा प्रकार झाला होता. या प्रकारांविषयीची माहिती पसरणार नाही याची खबरदारी ही सगळी जाणकार मंडळी घेत होती आणि आजही घेत आहेत.

मालेगावात २००१ पासून आजपर्यंत एकही दंगल झाली नाही, याचं मुख्य कारण तिथल्या पत्रकारांनी घेतलेली भूमिका. ही भूमिका खूप महत्त्वाची आहे. २००१ पूर्वी मालेगावमध्ये २७ दंगली झाल्या होत्या. त्या दंगली ऐन निवडणुकीच्या काळात घडवून आणल्या जायच्या. अनेक घरं उद्ध्वस्त झाली होती. एकमेकांच्या क्रोधानं अक्षरश: कुटुंबंच्या कुटुंबं खाक झाली होती. २००१ पासून आजपर्यंत गेल्या १८ वर्षांच्या कालावधीत इथलं चित्र पूर्णपणे बदललं आहे. त्यातून झालं असं, की शिक्षणाचं प्रमाण वाढलं आहे. आपल्या पाल्याचा

सर्वांगीण विकास कसा होईल, याचा विचार पालक आता प्रामुख्यानं करतात. 'चांगलं शिक्षण घेऊन बाहेर कसं जाता येईल' असा विचार तरुण मुलं करू लागली आहेत व त्या ध्येयप्राप्तीसाठी तसं वागू लागली आहेत. २००१ पूर्वी मालेगावमध्ये तीन भावांमधील एक जण शिक्षणासाठी प्रयत्न करतोय, असं चित्र होतं. आता मात्र तिघंच्या तिघं शाळेची पायरी चढतानाचं चित्र दिसतं. मालेगावमधल्या घराघरांत कपड्यांशी संबंधित छोटेखानी उद्योग आहेत, ते उद्योग कसे वाढतील याविषयी तरुणाईची मानसिकता आता बदललेली आहे. धर्म, जातपात आदींना खतपाणी घालून आपली पोळी भाजून घेणारे कसे चुकीचे आहेत, हे सिद्ध करण्यासाठी शिक्षित तरुणाईनं पुढाकार घेतला आहे. परिणामी, खूप जहाल असलेल्या आणि जहरी टीका करणाऱ्या अनेक हिंदुत्ववादी संघटनांना इथं आपला जम बसवता येत नाही, तसंच 'एमआयएम'सारखा पक्षही मालेगावात आपली पाळंमुळं फार खोलवर रुजवू शकत नाही.

पत्रकारांची दक्ष भूमिका, समाजात कार्य करणारे कार्यकर्ते आणि वाढत चाललेलं शिक्षणाचं प्रमाण या सगळ्यामुळे हे शक्य झालं आहे.

तालुक्याचं ठिकाण असलेलं मालेगाव हे कमालीचं धार्मिक असून, चारशे मंदिरं आणि तीनशे मशिदी असं मालेगावमधलं चित्र आहे. कदाचित त्यामुळेच मालेगावमध्ये धार्मिकता अधिक बळावत असेल. आमच्या गप्पा सुरू असताना मुस्लिमांमधल्या अंतर्गत जाती आणि त्यांतून निर्माण होणारा अंतर्गत द्वेष हाही कधी कधी किती टोकाला जातो, हेसुद्धा या मंडळींनी मला सांगितलं. मोहंमद शकील यांनी दंगलीच्या काळातील इथल्या परिस्थितीचं केलेलं चित्रण डोळ्यांसमोरून जात नाही...दंगल पेटवणाऱ्यांना लहान लहान मुलांचीही दया येत नाही...जिथं माणुसकी पूर्णपणे संपते, तिथं दंगलीचा उगम होतो...

मंदिरांतून आणि मशिदींमधून उपदेश करणारेच या दंगलीला अनेक वेळा कारणीभूत असू शकतात, याचे अनेक दाखलेही चर्चा करताना समोर येत गेले. आम्ही दंगलीत मारल्या गेलेल्या व्यक्तींच्या घरी जायचं ठरवलं. यातल्या एका पत्रकार मित्रानं दोन-चार ठिकाणी फोन केले. दोन ठिकाणी

जायचं ठरलं. रस्त्यानं जाताना आम्ही एका चहावाल्याकडे थांबलो. त्याचं नाव शकील शेख. शकील नववीपर्यंत शिकला आहे. नंतर वडिलांचं चहाचं दुकान चालवायचं त्यानं ठरवलं. शकीलनं दिलेल्या माहितीनुसार, तो घरातला थोरला. त्याचे सहाही धाकटे भाऊ नोकरीसाठी सौदीमध्ये गेले आहेत. पैसा, घर, गाडी, बंगला असं सगळं शकीलकडे आहे; पण आपला वडिलोपार्जित चहाचा व्यवसाय त्याला बंद करायचा नाही. मालेगावमध्ये पूर्वी झालेल्या एका दंगलीत शकीलचे आई–वडील मृत्युमुखी पडले.

तो म्हणाला, ''मी नंतर आत्याकडे नाशिकला गेलो. दंगलीच्या वेळी बाकीचे सगळे भाऊ शिक्षणासाठी आणि नोकरीसाठी बाहेर होते.''

शकील म्हणाला, ''माझा कुठल्याही हिंदूवर अजिबात रोष नव्हता आणि नाही. मात्र, हे सगळं ज्या मानसिकतेतून घडून आलं, त्या मानसिकतेवर माझा रोष होता.''

आम्ही ज्या घरी भेटण्यासाठीची वेळ घेतली होती त्या घरी पोचलो. तिथं रस्त्याच्या कडेला छोटीशी बाज टाकून आम्ही तीवर बसलो. घराच्या पलीकडच्या रस्त्यावर खूप माणसं जमली होती.

मी ज्यांना भेटायला गेलो होतो, त्यांच्या थोरल्या बंधूंचं काही वेळापूर्वीच निधन झालं होतं व ती गर्दी त्यामुळे जमली होती अशी माहिती मिळाली. या घटनेनंतर मी माझा विचार थोडासा बदलला. आता दंगलीसंदर्भातल्या कुठल्याही विषयावर चर्चा करण्यात काही अर्थ नव्हता. दोन मिनिटं त्यांचं सांत्वन करावं आणि निघावं, असा विचार मी आणि माझ्यासोबतच्या मित्रांनी केला. आम्ही ज्या अब्दुल जब्बार यांच्याकडे गेलो होतो त्यांना भेटलो आणि 'निघतो' असा निरोप त्यांच्यापर्यंत पोचवला.

ते म्हणाले, ''अहो, माझा भाऊ गेला म्हणून काही अडचण नाहीये. तुम्ही बसा, आपण चर्चा करूया. तुम्ही इतक्या दुरून भेटायला आलात...''

त्यांनी हात हातात घेऊन आग्रहानं बसवून घेतलं.

जब्बार हे अनेक दंगलींचे साक्षीदार होते. या दंगलीला ज्यांनी खतपाणी घातलं होतं, त्या प्रत्येक व्यक्तीवर जब्बार यांचा रोष होता.

एका विशिष्ट जाती-धर्माचा, पक्षाचा, व्यक्तीचा पगडा जर संपूर्ण शासकीय यंत्रणेवर असेल तर त्यातून गरिबांची कशी माती होते, गरिबांची घरं कशी उद्ध्वस्त होतात, याचे अनेक दाखले जब्बार यांनी दिले. त्यांनी सांगितलेल्या माहितीचे बरेचसे पैलू शंभर टक्के सत्य होते.

'मुस्लिम खराब आहेत, मुस्लिमांना सोई-सुविधा देऊ नका, त्यांना उच्च शिक्षण देऊ नका, त्यांचा कुठल्या तरी जातीय देशाशी संबंध आहे,' ही मानसिकता घेऊन वावरणारा मोठा वर्ग मुस्लिमांकडे संशयाच्या चष्म्यातून बघतो. त्यातून धार्मिक तेढ, दंगलीसारखे प्रकार अधिक होतात हे सत्य आहे, हे जब्बार यांच्या बोलण्यातून जाणवत होतं. जब्बार यांची बहीण बिल्किशबानू ही रोजच्याप्रमाणे घराच्या छतावर धुणं वाळत घालण्यासाठी गेली होती. त्या वेळी गावात दंगलीचं वातावरण होतं. दंगल अचानक भडकली आणि पोलिसांनी गोळीबार सुरू केला. त्यात बिल्किशबानूला गोळी लागली आणि ती जागेवरच कोसळली. महंमद अली रोड परिसरातले १३ जण त्या दंगलीत जागेवरच गेले होते. त्या वेळी तब्बल ११ दिवस कर्फ्यू होता. बिल्किशबानूच्या मरणानंतर अख्खं कुटुंब कसं नेस्तनाबूत झालं याची कहाणी जब्बार यांनी मला सांगितली.

त्या दंगलीत ज्यांना ज्यांना जीव गमावावा लागला, त्यांच्या त्यांच्या नातेवाइकांनी 'आम्हाला मोबदला मिळावा,' या मागणीसाठी कोर्ट-कचेऱ्या केल्या; पण बिल्किशबानूच्या कुटुंबाचा आधार असणारे जब्बार यांनी मात्र मिळणारी शासकीय मदत नाकारली होती. ही मदत नाकारण्यामागच्या भूमिकेविषयी सांगताना जब्बार म्हणाले, "दंगल घडवून आणणाऱ्या लोकांची मानसिकता वाईट होती आणि त्या वाईट मानसिकतेचा मी मोबदला कसा मागू? "अल्लानं तिला बोलावून घेतलं... नशिबात होतं ते घडलं,"

मोबदला न मागण्यामागचं असंही एक दुसरं कारण जब्बार यांनी दिलं.

आम्ही ज्या दुसऱ्या घरी गेलो, तिथं जे सांगण्यात आलं, तो किस्सा शब्दांत व्यक्त करण्यापलीकडचा आहे. दंगल कुठल्या थराला जाऊ शकते, हे त्यातून कळलं.

जब्बार यांच्या घरून आम्ही सुगण बरंठ यांच्या घरी गेलो.

दंगलीच्या काळात शहरात शांततेचं वातावरण राखण्यासाठी बरंठ आणि त्यांच्या टीमनं पुढाकार घेतला होता. त्यात त्यांना अनेकदा यशही आलं.

बरंठ म्हणाले, ''दंगली या स्वार्थासाठी घडत असतात. यात कुणाचा तरी वैयक्तिक स्वार्थ दडलेला असतो. मात्र, त्यांत निष्पाप जीव नाहक जातात. जिथं दंगल सुरू असते, तिथं विचार मारले जातात.''

दंगलींमागं अविचारी माणसं कशी कार्यरत असतात ते बरंठ यांनी अनेक उदाहरणांसह आम्हाला सांगितलं.

गांधीविचारांचा प्रचार-प्रसार करण्यासाठी जगभर फिरणारे बरंठ यांना, आपल्याच गावात उद्‌भवणाऱ्या दंगली शमवण्यासाठी बराच वेळ लागला होता.

दंगली का होतात, माणसं विचार करणं का सोडून देतात, एखाद्याचं कुटुंबच्या कुटुंब जाळून टाकताना माणसं कचरत कशी नाहीत... आपापल्या समाजातल्या माणसांच्या मनात दोन्हीकडच्यांनी द्वेष पसरवत राहायचा... हे सगळं काय चाललंय? अशा कितीतरी प्रश्नांची उत्तरं मला मालेगावमध्ये दिवसभर राहून मिळाली होती.

आता मालेगाव शांत आहे. कारण, लोक शहाणे झाले आहेत. तरुणाईत शिक्षणाचं प्रमाण वाढलं आहे आणि सर्वांत महत्त्वाचं म्हणजे, पत्रकारांनी बजावलेली महत्त्वपूर्ण भूमिका आजही कायम आहे. या सगळ्यांच्या परिणामी, मालेगावात आता रक्तरंजित दंगली तर होत नाहीच; पण कुविचारांच्या दंगलीलाही आता मालेगावात स्थान नाही. इथं मुस्लिम दिवाळी साजरी करतात आणि हिंदू ईद साजरी करण्याच्या तयारीत मुस्लिमांना मदत करतात.

हिंदू-मुस्लिम ज्या ज्या गल्लीत एकत्रित राहतात, त्या त्या गल्लीत मालेगावसारखं बंधुभावाचं वातावरण तयार व्हायला हवं. त्यासाठी 'मालेगाव पॅटर्न' खूप महत्त्वाचा वाटतो.

विमानतळावर खूप वेळ ताटकळत बसल्यावर घरी जायला टॅक्सी मिळाली. पावसामध्ये प्रत्येक जण आपण सुरक्षित राहिलं पाहिजे, यासाठी काळजी घेत होता. कारण गेल्या सहा–सात दिवसांपासून पावसाळी वातावरण मुंबईकरांना जगणं नकोसं करत होतं. शेवटी चाकरमानी बिचारे करणार तरी काय? रोजचं हातावरचं पोट! कामाचा गाडा ओढणं सुरूच होतं. गाडीत बॅग ठेवताना टॅक्सीवाल्यानं मला तंबीच्या स्वरूपात बजावून सागितलं, ''साहब, बीचमें रास्ता अगर बंद हो गया, तो आपको जहां छोडूंगा वहां उतरना पडेगा; क्योंकी सुबहसे ऐसा दोन–तीन बार हुआ है...'' मला 'हो' म्हणण्याशिवाय पर्याय नव्हता, कारण गेल्या दीड तासापासून मी घरी जाण्यासाठी काहीतरी मिळेल, याची वाट पाहत बसलो होतो.

विमानतळाच्या बाहेरच्या रस्त्यावर पडल्यापडल्या, मुंग्यांसारखी वाहतूक समोर रस्त्यावर दिसत होती. पाच मिनिटं झाली तेव्हा लक्षात आलं, की आता काहीही केलं तरी आपण पुढं जाऊ शकत नाही. सांताक्रूझला मुख्य रस्त्यावर वाकोला ब्रिजच्या पलीकडच्या बाजूला रस्त्यावरच

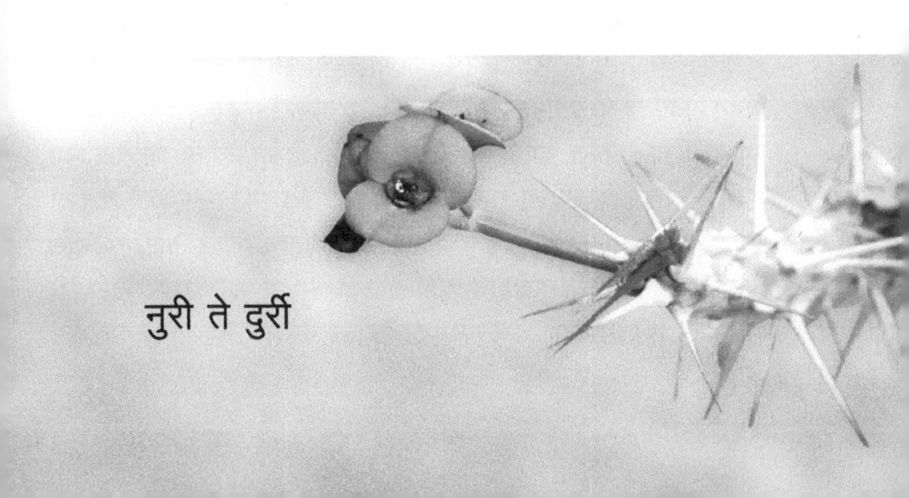

नुरी ते दुर्री

एक पोल पडला होता आणि तो लवकर काढणं शक्य दिसत नव्हतं..! कारण सगळीकडूनच वाहतूक ठप्प झाली होती. पोलला बाजूला सारणारं महापालिकेचं साहित्य घेऊन जाणारे लोक वाहनांच्या अतिगर्दीमुळे पोलपर्यंत पोचू शकत नव्हते. पावसाची रिपरिपही जोरात सुरू होती. टॅक्सीवाल्यानं मुख्य रस्त्यावरून कशीबशी एका छोट्या गल्लीमध्ये गाडी वळवली आणि सांगितलं, ''साहब, आप यही पे उतर जाव।''

मी म्हणालो, ''अरे, थोडा वेळ थांब. ट्रॅफिक कमी झाल्यावर आपण जाऊ.''

तो म्हणाला, ''साहब, आपको मैं लिखके देता हूं, ये काम करनेके लिए कमसे कम चार-पांच घंटे तो जाएंगे...''

तो आपल्या निर्णयावर ठाम होता. मी सामान घेतलं आणि गाडीच्या खाली उतरलो. तो पैसे न घेता निघून गेला. मला त्या छोट्या गल्लीत जाणं आणि तिकडून वाहन पकडणं काही शक्य नव्हतं, म्हणून मी मुख्य रस्त्यावर येऊन एका बाजूला थांबलो. पुलावरून येणारी-जाणारी ट्रॅफिक आणि पुलाच्या खाली जिथं मी थांबलो होतो, तिथं येणारी-जाणारी ट्रॅफिक सगळीकडे वाहनंच वाहनं होती. काहीतरी वाहन मिळेल या अपेक्षेनं मी पुलाच्या खाली कितीतरी वेळ वाट पाहत होतो; पण वाहन काही मिळेना. उभं राहून पाय दुखायला लागले. बसायला जागा नाही. एका हातात बॅग आणि एका हातात मोबाईल अशी माझी अवस्था. त्याच क्षणी माझी नजर पुलाखाली पेटलेल्या एका चुलीकडे गेली. एक महिला त्या चुलीवर काहीतरी शिजवत होती. तसे त्या पुलाखाली अनेकांनी संसार थाटले होते; पण त्या सगळ्या संसारांमध्ये या चुलीवर काहीतरी शिजत असलेल्या महिलेचा संसार अधिक नीटनेटका वाटत होता. मी पुन्हा एखादी गाडी येईल, या आशेनं रस्त्याकडे पाहत होतो; पण अर्धा तास झाला, वाहनं पुढे हलायची चिन्हं दिसत नव्हती. बाजूला ज्या महिलेनं जेवण शिजायला टाकलं होतं, ते आता शिजून तिनं एका प्लेटमध्ये थंड व्हायला ठेवलं होतं. 'खिचडी' त्याला म्हणताच येणार नाही, चटणी-मीठ टाकलेला साध्या तांदळाचा भात होता तो. अख्खं पातेलं एका प्लेटमध्ये ओतून ती महिला पाणी भरून घेत होती. तिनं बसायलाही अत्यंत मळकट

असलेला कपडा टाकला. दोन माणसं त्या कपड्यावर बसली. एकाच ताटात तिघंही जेवायला लागली. त्यांच्या सगळ्या हालचालींकडं माझं बारकाईनं लक्ष होतं. मला जे-जे प्रश्न पडत होते, त्या सगळ्यांची उत्तरं त्यांच्या वागण्यातूनच मला मिळत होती.

दुपारचे दोन वाजले असावेत. आता मात्र पायांमधल्या मुंग्यांनी अक्षरश: वळवळ करायला सुरुवात केली. थोडं बाजूला गेलो आणि जिथं चूल पेटली होती, त्याच्या बाजूला असलेल्या दगडावर मी बसलो. ती दोन माणसं आणि जेवण शिजवणारी महिला या तिघांच्या गप्पांचा आवाज मला स्पष्ट ऐकू येत होता. तसाही रस्त्यावर राहणारी माणसं, फूटपाथवर संसार थाटणारी माणसं यांच्याकडे आपला बघण्याचा दृष्टिकोन बऱ्याच वेळा चांगला नसतोच; पण हे तिघं जण माझ्यासाठी वेगळे होते. ते यासाठी, की त्यांच्यामध्ये असलेलं समाधान खळखळून वाहत होतं. त्यांचे कपडे मळकट असले, तरी त्यांच्या डोळ्यांतली चमक काही औरच सांगून जात होती. दोन तास उलटून गेले; पण रस्त्यावरची ट्रॅफिक काही हलेना... त्यांच्यात चाललेली चर्चा पाहून त्यांच्याशी काहीतरी बोलावं, या उद्देशानं मी तिकडे मान वळवली. मी म्हणालो, "भाई, ये ट्रॅफिक सुबहसेही ऐसा है क्या ?"

ते तिघंही माझ्याकडे बघत होते. रस्त्यावरून चालणारा एक टापटिप माणूस आपल्याला 'भाई' म्हणू शकतो ?, असा प्रश्न त्यांच्या मनात आला असावा.

त्या वेळेला त्यांच्यातला एक जण म्हणाला, "अहो, आजपासून नाही, गेले एक-दोन दिवस असंच सुरू आहे. तुम्हाला कुठं जायचंय ?"

मी म्हणालो, "नवी मुंबईला."

पहिला माणूस बोलला, "थोडा वेळ थांबा, होईल व्यवस्थित." आणि ते तिघे जण पुन्हा आपापसांत बोलण्यात गुंग झाले. मी त्यांच्या जरा जवळ गेलो आणि "तुम्ही इथंच राहता का ? रात्रीच्या वेळेला तुम्हाला त्रास होत नाही का ?" असा भाबडा प्रश्न विचारला. माझ्या या बालिश प्रश्नालाही त्यांनी अत्यंत समाधानानं उत्तर दिलं.

एक जण मराठी बोलत होता आणि दोघं हिंदी बोलत होते. तिघांचंही वय

३५ ते ४० च्या दरम्यान असावं.

आता आमच्या चौघा जणांचं बोलण्यात चांगलं बाँडिंग जमलं होतं. रस्त्यावर, फूटपाथवर भीक मागून खाणारी माणसं किती प्रांजळ आणि समाधानी असू शकतात, याचं हे तिघे जण प्रतीक होते. तिथलं वातावरण, त्यांचं बालपण, त्यांचं राहणं, त्यांच्या आयुष्यातला आतापर्यंतचा सगळा कालखंड ते त्यांच्या बोलण्यातून सांगत होते. मध्ये-मध्ये मलाही ते प्रश्न विचारत होते. त्यांनी मला ज्या काही गोष्टी सांगितल्या, त्यातल्या बऱ्याचशा गोष्टी खूप धक्कादायक होत्या आणि एक सर्वांत धक्कादायक गोष्ट होती, ती म्हणजे हे तिघं जण नवरा-बायको होते. म्हणजे एक बायको आणि दोन नवरे. माझ्यासाठी त्यांचं हे सांगणं जरा धक्कादायकच होतं. मी हसून 'माझी गंमत करता काय,' अशा आविर्भावानं त्यांच्याशी बोलत होतो; पण बाजूला चिलीम ओढत बसलेले, अंगावर कंबर झाकेल एवढंच कापड असलेले, साठ वर्षांचे एक गृहस्थ मला म्हणाले, ''ये झूठ नही बोल रहे, ये सही है।''

खूप दिवसांनंतर काही इंटरेस्टिंग ऐकायला मिळालं होतं, त्यामुळे त्यांचं हे सगळं नातं जोडलं कसं गेलं आणि ते टिकून कसं आहे, हे ऐकण्यात मला अधिक रस होता. थोडंसं बाजूला त्याच पुलाखाली पत्त्याचा डाव बसला होता. सहा वर्षांपासून ते साठ वर्षांपर्यंतचे सात-आठ जण सभोवतालची दुनिया विसरून पत्त्यांभोवती बसले होते.

'या' महिलेचं एकेकाळचं नाव नुरी. तिच्यासोबत असणाऱ्या दोघांपैकी एकाचं नाव राजा आणि एकाचं नाव शौकत. नुरीचं नाव आता 'दुर्री' आहे; कारण ती दोघा जणांची आहे म्हणून..! दहा वर्षांपूर्वी नुरी आणि शौकत हे दोघं याच ठिकाणी दोघांच्या मनानं एकत्र येऊन गुण्यागोविंदानं राहायचे. एकदा शौकत काही कामानिमित्तानं बाहेर गेला आणि तो परत आलाच नाही. त्यानंतर नुरीला सांगितलं गेलं, की गॅसच्या कारखान्यामध्ये स्फोट झाला आणि तिथं दहा माणसांचा मृत्यू झाला, त्यांत शौकतही मरण पावला. ही गोष्ट नुरीसाठी धक्कादायक होती. जिथं ही घटना घडली, तिथं नुरीनं चौकशी केली; पण मृत्यू पावलेल्या माणसांचा काहीही पत्ता स्फोट झालेल्या ठिकाणच्या लोकांनासुद्धा लागला नाही. त्या सर्व मृत माणसांच्या चिंधड्या चिंधड्या झालेली आणि जळालेली शरीरं पोत्यांत भरून पोलिसांनी नेली. तपासणीनंतर त्यांच्यावर अंत्यसंस्कार केले. गॅसची गाडी येईल तशी ती रिकामी करून द्यायची, त्यामुळं गॅसमालकाकडं त्या मृत्यू पावलेल्या माणसांची कुठलीही लिखित स्वरूपाची नोंद नव्हती. नुरीनं अनेक वर्षं शौकतच्या आठवणीमध्ये काढली. ज्या वाकोला ब्रिजखाली शौकत आणि नुरी राहायचे, त्याच ब्रिजखाली शौकतचा मित्र राजाही राहायचा. एका पायानं अपंग असलेला राजा दिवसभर याच परिसरात भीक मागायचा आणि रात्री पुलाखाली येऊन आसरा घ्यायचा. ह्या तिघांनाही आपले आई-वडील कोण आहेत, आपल्याला जन्म कोणी दिला, याचा काहीही पत्ता नव्हता.

शौकतच्या पश्चात राजा आणि नुरी दोघं जवळ आले. वर्षभरानंतर ते एकत्रित राहू लागले. त्यांच्या मनानं एकमेकांना कधीच स्वीकारलं होतं. वर्षभरानंतर नुरीला दिवसही गेले; पण तिच्या अशक्तपणामुळं तिचं जन्माला आलेलं बाळ मेलेल्या अवस्थेत होतं. यानंतर ती आई झाली, तर तिच्या जिवाला धोका आहे, असं महापालिकेच्या डॉक्टरांकडून सांगण्यात आलं होतं. त्या घटनेतून सावरून हे दोघंही भीक मागून गुण्यागोविंदानं दिवस काढत होते. तीन वर्षांनंतर अचानकपणे शौकत आला. नुरी आणि शौकत एकमेकांना पाहून खूप रडत होते. तो प्रसंग नुरी मला सांगत असताना मलाही

अश्रू आवरत नव्हते. राजाच्या मनात एकीकडं आपला मित्र आल्याचा आनंद होता; तर दुसरीकडं नुरी आता आपल्यापासून दूर जाणार याची भीतीही होती. ऋषी कपूर, शाहरूख खान आणि दिव्या भारती यांच्या 'दिवाना' या चित्रपटाची अख्खी कहाणी माझ्या डोळ्यांसमोरून सरकत होती... पण तो सिनेमा होता आणि ही हकिगत होती. शौकत नेमका गेला कुठं, याची सगळी हकिगत शौकतनं सांगितली.

राजस्थानमधला एक कॉंट्रॅक्टर 'खूप पैसे देतो,' असं सांगून त्याला घेऊन गेला. तिथं त्याची खूप पिळवणूक झाली. त्याला अक्षरश: नजरकैदेत ठेवलं. त्याला मारहाण झाली. तिथून कशीबशी सुटका करून घेऊन तो आपल्या नुरीकडं आला होता. शौकतच्या पश्चात जे काही घडलं, ते या दोघांनी शौकतला सांगितलं. चार दिवस तिघांचा एकत्रित सहवास जरा अबोला धरून होता. पाचव्या दिवशी तिघांनीही ठरवलं, की आपण तिघांनीही सोबत राहायचं. या सगळ्या घटनेला आता खूप महिने उलटले. या तिघांचं आयुष्य खूप सुखात चाललंय. ना वाद, ना तंटा, ना कसलं टेन्शन! ना घराचा हप्ता भरायचा, ना कारच्या लोनचे हप्ते भरायचे. रोज काहीतरी वेगळं करायचं आणि एकमेकांना आनंद द्यायचा, हाच त्यांच्या आयुष्याचा अजेंडा...!

पाच पांडव आणि त्यांची एक पत्नी पांचाली यांच्याप्रमाणं या तिघांचेही काही नियम ठरले आहेत, ज्या नियमांचं ते काटेकोरपणे पालन करतात. इतका समजूतदारपणा प्रत्येक माणसात असता, तर आपल्याकडं होणाऱ्या रोजच्या हिंसा कधी झाल्याच नसत्या. या तिघांचीच नाही, तर तिघांच्या आसपास फूटपाथवर राहणाऱ्या त्या प्रत्येक माणसाची दुनिया वेगळी होती. पत्ते खेळणाऱ्या, 'एक्का, दुर्री, तिर्री' असं म्हणणाऱ्या एका आजोबांनी "तू दोघांची आहेस, तर तुझं नाव 'दुर्री' ठेवू," असं म्हणून 'नुरी'ऐवजी 'दुर्री' असं तिचं नामकरण केलं. या तिघांच्या प्रेमाविषयी माझ्याभोवताली जमलेले अनेक जण मला कौतुकानं सांगत होते. तिघांमध्ये किती अफाट प्रेम होतं!

वाहतूक सुरळीत झाली होती; पण मी त्या तिघांमध्ये भावनिकदृष्ट्या अडकून पडलो होतो. शेवटी त्यांचा निरोप घेतला आणि नवी मुंबईकडे

जाणाऱ्या एका गाडीत बसलो.

मनात खूप प्रश्न होते. त्या तिघांना जेव्हा मी पुन:पुन्हा आठवत होतो, तेव्हा त्या सगळ्या प्रश्नांना आपोआपच उत्तरं मिळत होती. आपण जीवन जगतो कसं, यापेक्षा ते किती समाधानानं आणि समजूतदारपणे जगतो याला खरंच खूप महत्त्व आहे, हे 'नुरी ते दुर्री'चा सगळा प्रवास अनुभवताना माझ्या लक्षात येत होतं. आपल्या माणुसकीचं दर्शन घडवत अशा अनेक नुरीदुर्री बनतात. आपल्या वेगळेपणाचा ठसा ठेवून या समाजात वावरत असतात. अशा सगळ्या 'नुरी' आणि त्यांच्या 'दुर्री'पणाला सलामच..! 'कुठल्याही इतिहासाची पानं न होताही आपला एक इतिहास असणारी ही माणसं' एक महान तत्त्वज्ञान घेऊन जगतात. या माणसांची आयुष्यं भौतिक अर्थानं समृद्ध नसतीलही; पण आपल्यासारख्यांचं जगणं मात्र ती वेगळ्या अर्थानं समृद्ध करून जातात.

सांगलीला मित्राच्या साखरपुड्याला गेलो होतो. वैभव खरात हा माझा सांगलीचा मित्र. औरंगाबादला विद्यापीठात वैभव आणि मी एकाच रूममध्ये राहायचो. तो मला चार वर्षं सीनिअर होता. तेव्हापासूनची आमची मैत्री. वैभवला आई–वडील नाहीत. त्याचं पालन–पोषण सीमा नावाच्या त्याच्या बहिणीनंच केलं. विद्यापीठात वर्षातून किमान दोन–तीन वेळा तरी त्याची बहीण गावाकडून राशनपाणी घेऊन यायची. अनेक वेळा तिच्या हातूनच आम्ही राखी बांधून घेतली. साखरपुड्याच्या कार्यक्रमात ओळखीचं सगळं घर दिसत होतं; पण सीमाताई दिसत नव्हती. मी वैभवला विचारलं, ''सीमाताई कुठं आहे ?''

वैभवसह कुटुंबातले, आसपासचे सगळे सदस्य आश्चर्यानं माझ्याकडं पाहू लागले. मला कळेचना की नेमकं झालंय काय ? मला राहवलं नाही. मी वैभवला पुन्हा तोच प्रश्न विचारला.

''सांगतो तुला नंतर,'' असं म्हणून वैभव आपल्या कामात गुंतला.

सकाळी दहाचा कार्यक्रम. सगळेजण आले; पण सीमाताईचा पत्ता नव्हता. दोन वाजले. आलेले सगळे पाहुणे

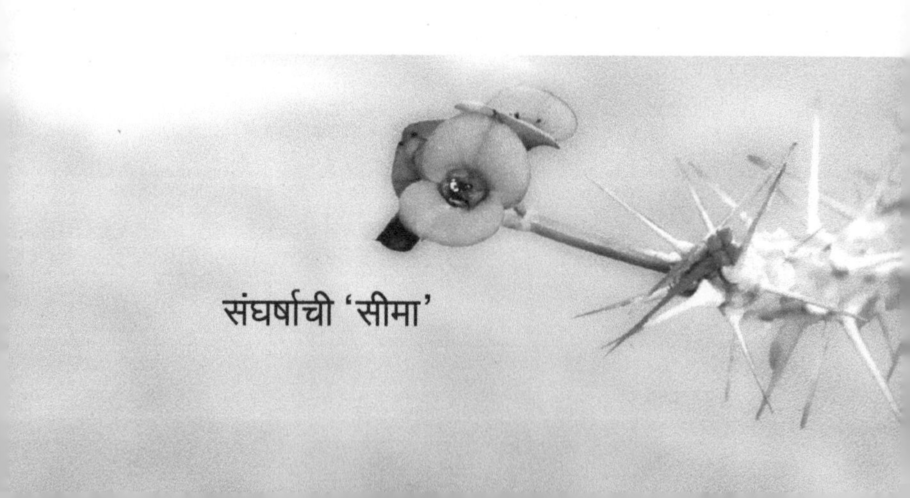

संघर्षाची 'सीमा'

आपापल्या घरी जायला निघाले. वैभवच्या गावाकडून काही मंडळी आली होती. त्यातल्या एका आजोबांनी मला माझी खुशाली विचारली. पावसानं आम्हाला कसं साफ हरवून टाकलं... याची कहाणी ते दुःखी स्वरात सांगू लागले. मी आजोबांनाही विचारलं, ''वैभवची बहीण सीमा दिसत नाही.''

गप्पांमध्ये रंगलेल्या आजोबांच्या कपाळाला एकदम आठ्या पडल्या. ते शांत झाले आणि हळू आवाजात माझ्या कानाशी येऊन म्हणाले, ''त्या बाईला रोग झालाय म्हनं, म्हनुनशिनी तिला समद्यांपासून दूर ठेवलंया म्हनत्यात. काय खरं देवालाच ठावं!''

आता मात्र सकाळपासूनचं सगळं चित्र डोळ्यांसमोर येऊ लागलं. 'कुठलाही आजार झाला, तरी माणसाला माणसापासून तोडायचं असतं का?' असा प्रश्न मला सतावू लागला.

वैभव पाहुण्यांमध्ये रमला होता; पण माझं मन काही रमेना. बहीण म्हणून जिनं हातावर (मनगटावर) राखी बांधली तिच्यावर नेमकं संकट आलंय तरी कुठलं आणि ती आता राहते तरी कुठल्या स्थितीत याचा शोध घ्यायलाच हवा, असं माझा आतला आवाज सांगू लागला.

मी बाहेर पडलो. सांगलीची मला फारशी माहिती नव्हती. माझ्या एका पत्रकार मित्राला मी बोलावून घेतलं. त्याच्या कानावर सगळा प्रकार घालून, आपल्याला सीमाताईचा शोध घ्यायचा आहे, असं मी त्याला सांगितलं. त्यानं त्याची सूत्रं हलवली आणि मी अनेक तर्क-वितर्कांमध्ये गुंतलो. तासाभराची फोनाफोनी झाल्यावर माझ्या सहकाऱ्याला थोडासा धागा सापडला. ज्या घरी सीमाताई आपल्या दोन्ही मुलांना घेऊन राहायची, त्या घरी आम्ही पोचलो. दार वाजवलं. आतून एक आजी बाहेर आल्या. सीमाताईबद्दल त्यांना विचारलं तर आजींनी सुरुवातच 'त्या रोगील्या बाईचे तुम्ही कोण?' या प्रश्नानं केली.

मी दुसरं काहीही न बोलता आजींना विचारलं, ''काय रोग झालाय तिला?''

आजी जरा तिरकसच वाटल्या.

''तुम्ही तिचे कोण ते सांगा आधी...''

मी म्हणालो, ''मी तिचा भाऊ आणि हा माझा मित्र.''

"तिनं इथली रूम सोडून तीन महिने झाले. आता ती आमच्याकडं राहत नाही," असं म्हणून आजी दार लावून घेऊ लागल्या.

तेवढ्यात अजून एक व्यक्ती बाहेर आली. त्या आजींचा तो मुलगा असावा कदाचित. तो म्हणाला, "त्या सरकारी दवाखान्याच्या जवळ राहतात. थांबा, त्यांचा मोबाईल नंबर माझ्याकडं आहे."

हे ऐकून जरासा धीर आला. मी त्या नंबरवर फोन केला. तिकडून सीमाताईच बोलत होती. मी आवाज ओळखला. सीमाताईनंही मला ओळखलं. मी तिला तिचा पत्ता विचारत होतो; पण ती सांगू इच्छित नव्हती. तिला वैभवची शपथ घातल्यावर तिनं पत्ता सांगितला. घरं बदलत बदलत तिनं शहराच्या कडेला असलेल्या एका वस्तीत संसार थाटला होता. तिच्या घरी गेलो. छोटीशी दहा बाय दहाची खोली. सगळं सामान एकाच ठिकाणी ठेवलं होतं. एका मोडक्या खुर्चीत एक माणूस बसला होता. सीमाताईची मुलगी मोठं पुस्तक घेऊन काहीतरी वाचत होती. घरात जेवढी भांडीकुंडी आणि पसारा होता, त्यापेक्षा दुपटीनं पुस्तकं होती. सीमाताईनं आम्हा दोघांनाही बसायला चटई टाकली. त्या तिघांमध्ये आमची दोघांची भर पडल्यामुळे खोलीतील सगळी जागा व्यापून गेली. मी सीमाताईला खुशाली विचारली. आमचं प्राथमिक बोलणं झालं होतं. पुढं काय बोलावं हे मला सुचत नव्हतं; पण सीमाताई आपल्याच घरातली असल्यानं भीती मात्र वाटत नव्हती. लागलीच सीमाताईनं राखीचं ताट तयार करून आणलं. राखीचं ताट बघून तिला काहीतरी झालंय हे मी विसरूनही गेलो. तिच्याही चेहऱ्यावरची उदासी दूर झाली होती. ओवाळून झालं. काय घेताय...'चहा–कॉफी', असं म्हणत सीमाताईनं बोलायला सुरुवात केली.

मी म्हणालो, "वैभवच्या साखरपुड्याला का आली नाहीस ?"

सीमाताई हसत म्हणाली, "आता तुम्ही सगळे भाऊ मोठे झालात रे... आता मला बोलवत नाहीत."

सहज हसण्यावारी घेऊन तिनं एका सेकंदात तो विषय तिथंच तोडला. मी सीमाताईला म्हणालो, "ताई, एक विचारू का? काय आजार झालाय तुला? कुठलाही आजार झाला तरी असं आपल्या सगळ्या माणसांपासून दूर जायचं का? आणि दाजी कुठं आहेत?"

सीमाताई मंद हसली आणि शांतपणे माझ्याशी बोलू लागली.

तिनं ज्या गोष्टी मला सांगितल्या त्या ऐकून क्षणभर माझा विश्वासही बसत नव्हता. वर्षभराच्या काळात सीमाताईनं जे भोगलं होतं, ते भोग कुणाच्याही वाट्याला येऊ नयेत, एवढे ते गंभीर होते. तिची 'आपबीती' अतिशय दुःखदायक होती.

सीमाताईला एड्स झाला होता, तिच्या नवऱ्याकडून...!

खंगून खंगून तो वर्षभरापूर्वीच मरण पावला आणि आता सीमाताईही या आजाराला धैर्यानं तोंड देत आहे. सीमाताईच्या नवऱ्याच्या मृत्यूपर्यंत घरच्यांना या आजाराबाबत कल्पना नव्हती. सीमाताई ही एड्सची रुग्ण आहे हे नवऱ्याच्या पश्चात हळूहळू सगळ्यांना कळलं. सीमाताईच्या नातेवाइकांनी तिच्याशी नातं तोडलं. एका खासगी संस्थेत सीमाताईचा नवरा क्लार्क होता. त्या संस्थेला अनुदानही नव्हतं. त्यामुळे त्याच्या मृत्यूनंतर तिला फुटकी कवडीही मिळाली नाही. मुलं शिकत होती. घरच्यांचा आधार नाही आणि माहेरच्यांचाही आधार नाही. ज्या ज्या घरी ती भाडेकरू म्हणून राहायची, त्या त्या घरमालकाला कुठून तरी तिच्या आजारपणाविषयी कळायचं आणि घरमालक पुढच्या महिन्यापासून खोली सोडायला लावायचा. या सगळ्या प्रकारामुळे आपल्या ओळखीच्या सगळ्या दुनियेशी सीमाताईनं संपर्क तोडला होता.

खूप वर्षांनंतर ती आपल्या जवळच्या माणसाकडं बोलून मोकळी झाली होती. सीमाताईचा मुलगा आता बीएच्या शेवटच्या वर्षाला आहे. सीमाताई ज्या कॉलेजात साफसफाईचं काम करते, त्याच कॉलेजमध्ये वेदिका ही तिची मुलगी इंजिनिअरिंगला आहे. ओळखपाळख आणि मदत याशिवाय सीमाताईनं

आपलं एक वेगळं जग निर्माण केलं आहे. दोन्ही मुलं नेहमी फर्स्ट क्लास येणारी. कुठला कोचिंग क्लास नाही आणि विकतची पुस्तकंदेखील नाहीत. कॉलेजचं काम आणि तीन घरी धुणी–भांडी करून सीमाताई तिच्यासह चार माणसांना पोसते. सीमाताईसोबत राहणारा तो माणूस म्हणजे सीमाताईचा दुसरा नवरा. सीमाताईनं त्या माणसाला आपलं मानून त्याला आपल्या घरात आणि मनात जागा दिली होती. गावात सीमाताई आणि संतोष यांचं घर शेजारी शेजारी होतं. ते दोघं सोबतच लहानाचे मोठे झाले. वयात आल्यावर दोघांनाही एकमेकांची ओढ वाटू लागली. दोघांच्या घरी हे कळलं, तेव्हा बरीच आदळआपट झाली. कारण जात, प्रतिष्ठा, सन्मान, पाटीलकी या सगळ्या चौकटी आडव्या आल्या होत्या. दोघं एकमेकांपासून दूर झाले, तरी दोघांचं प्रेम कायम होतं. एका अपघातात संतोषची पत्नी मरण पावली. सीमाताईच्या नवऱ्याच्या मृत्यूच्या चार वर्षं आधी ही घटना घडली होती. संतोष हा सीमाच्या संपर्कात होताच; पण जेव्हा सीमाला सगळ्या दुनियेनं सोडलं, तेव्हा तो तिचा पाठीराखा बनला.

वयाच्या सोळाव्या वर्षी त्या दोघांचं एकमेकांवर जसं प्रेम होतं, तसंच ते आजही आहे. संतोषला अर्धांगवायू झालेला आहे. त्याच्या शरीराचा अर्धा भाग सतत हलताना दिसत होता. दिवसभर एका खुर्चीवर बसायचं आणि संध्याकाळी खाली अंथरुणावर झोपायचं, एवढाच त्याचा दिनक्रम; पण सीमाताईचा तो खंबीर पाठीराखा.

आम्ही घरी असतानाच सीमाताईचा मुलगा रमण आला. सीमाताईनं ओळख करून दिली, ''बघ, तुझा मामा तुला भेटायला आलाय...''

तो आला आणि माझ्या पाया पडला. माझ्याशी बोलण्यात रमला. कदाचित रमणला आपल्या कुणी नातेवाइकानं कधी जवळच घेतलं नव्हतं. ते चौघं खूप आनंदात जगत होते. दुनियादारीशिवाय.

कितीही मोठं संकट आलंतरी आणि आपण उद्या कधीही मरू याची कल्पना असूनसुद्धा संतोष आणि सीमा आयुष्याचा प्रत्येक क्षण आनंदानं घालवताना दिसत होते.

वैभवचा तिकडून फोन आला, "अरे, कुठं आहेस ?"

मी म्हणालो, "सीमाताईकडं."

वैभव काही क्षण गप्प झाला. परत म्हणाला, "चेष्टा करतोस का रे ?"

मी म्हणालो, "नाही. बोल सीमाताईशी."

मी सीमाताईकडं फोन दिला. ती त्याला म्हणाली, "अरे वैभव, तो आलाय माझ्याकडं. तू कसा आहेस... ?"

मग मात्र वैभवलाही भावना अनावर झाल्या. रडवेल्या आवाजातच तो बोलू लागला. त्यानं सीमाताईचा पत्ता माझ्याकडून घेतला आणि त्यानं फोन ठेवला. अर्ध्या तासानंतर वैभव सगळ्या कुटुंबाला घेऊन सीमाताईच्या घरी दाखल झाला. त्या दोन्ही कुटुंबांचा तो तब्बल १० वर्षांनंतरच्या भेटीचा क्षण होता. अवर्णनीय. कर्तृत्ववान आणि धाडसी माणसं कुठल्याही आजाराला आणि संकटाला कधी घाबरत नाहीत, ती घाबरतात आपल्या नातेवाइकांना. 'क्या कहेंगे लोग' ही टॅगलाइन त्यांच्या अवतीभवती फिरत असते!

'नवऱ्याचा आजार, स्वत:चा आजार सीमाताईनं आम्हाला सांगितला नाही...', 'शिवाय कनिष्ठ जातीचा पुरुष तिनं तिच्या घरात आणून ठेवला...' अशा कितीतरी घटनांसाठी सीमाताईला जबाबदार ठरवत तिच्या घरच्यांनी तिला वाळीत टाकलं होतं.

घरात सगळी माणसं मावत नव्हती, म्हणून आम्ही सगळेजण बाहेर बसलो होतो. आम्ही रस्त्यावर होतो आणि सीमाताई व तिचं कुटुंब घरात. आम्ही रस्त्यावर असणारी सगळी माणसं प्रतिष्ठेचा, जातीचा, अहंपणाचा, पदाचा, परंपरा इत्यादींचा बडेजाव मिरवत जगणं क्लिष्ट करून जगणारी माणसं होतो. आतमध्ये आमच्यासाठी काहीतरी पाहुणचाराच्या बेतात असणारी सीमाताई आणि संतोष ही दोन माणसं सर्वांत आनंदी माणसं होती. त्यांची टॅगलाइन एकच होती : 'प्रत्येक क्षण सुखाचा, आनंदाचा करायचा. आपलं जगणं सुखाचं करायचं. आपल्या मुलांसाठी जगायचं. कुठलीही खोटी प्रतिष्ठा नाही आणि मोठेपणाचा कुठलाही बडेजाव नाही.'

'आम्ही निघतो' असा मी सीमाताईला आत निरोप पाठवला. कुंकवाचं

ताट घेऊन आलेली सीमाताई वैभवच्या बायकोला कुंकू लावू लागली. वैभवच्या बायकोच्या चेहऱ्यावरची नाराजी लपत नव्हती. मी सीमाताईच्या पाया पडलो आणि तिला कडकडून मिठी मारली. वाटलं, तिच्यातली एक टक्का जरी ऊर्जा आपल्याला मिळाली, तरी आपलं आयुष्य उजळून निघेल.

वैभवसह सगळेच तिच्या जवळ जायला घाबरत होते. ती वैभवच्या जवळ आली आणि म्हणाली, "तू आता पुन्हा कधी येणार मला भेटायला?"

तो आपल्या बायकोकडं बघत म्हणाला, "येतो लवकरच."

मी खिशात हात घातला आणि जे काही पैसे आहेत ते तिला द्यावेत असं फार वाटलं; पण तिला काही द्यायला आपण फार लहान आहोत, असंही वाटून गेलं. या भेटीत तिला काही पैसे द्यायची मला हिंमतच झाली नाही. आपण दुबळे आहोत म्हणूनच हा आपल्याला पैसे देतोय, असं तिला वाटेल, ही भीती माझ्या मनात होती. सीमाताईनं विश्वासानं मला सगळं सांगितलं आणि मी ते आज अनेक 'सीमाताई'पर्यंत पोहचविण्याचा प्रयत्न करतोय. एकीकडं आजारानं गांजलेल्या आणि दुसरीकडं समाजानं छळलेल्या अनेक 'सीमाताई' आजही समाजाच्या कुत्सित नजरांमुळे चेहरा लपवून जगत आहेत.

सीमाताईचा आजार तर दुर्धर आहेच; पण समाजव्यवस्थेनंही तो असाध्य करून ठेवला आहे.

एक प्रसंग आठवतो... मेडिकल कॉलेजमध्ये एड्सचा एक रुग्ण मरण पावला; तर एमबीबीएसच्या मुलांनीही अंत्ययात्रेला यायला नकार दिला होता. हे सारं मन विषण्ण करणारं आहे. समाजानं किती 'सीमां'ना असं सडवत ठेवलं आहे... याला कुठली सीमाही नाही... जिथं रक्ताचाच भाऊ परका होतो, तिथं समाज तर लांबच राहिला... सीमाताईची राखी माझ्या मनगटावर घट्ट बांधली गेली होती. मनगटाला बिलगली होती. जणू तिलाही मायेची ऊब हवी होती, कुठल्याही ओवाळणीपेक्षा...

दुष्काळाच्या निमित्तानं मी सध्या महाराष्ट्राचा दौरा करत आहे. निवडणुका हेही एक कारण असलं, तरी मुख्य कारण लोकांच्या भावना दुष्काळात कशा होरपळून निघतात आणि त्याला कारणीभूत कोण, याचा शोध घेणं, हाच या दौऱ्यामागचा मुख्य उद्देश आहे. 'दुष्काळ आवडे सर्वांना' या आपल्या पुस्तकात पत्रकार पी. साईनाथ यांनी महाराष्ट्रातल्या दुष्काळाचं जे गंभीर चित्र रेखाटलेलं आहे, त्या चित्रापेक्षाही कठीण परिस्थिती राज्यात आहे. हा संपूर्ण महिना आणि पुढचे दोन महिने ७५ टक्क्यांहून अधिक महाराष्ट्रात पिण्याच्या पाण्याचा थेंबही मिळणार नाही, अशी परिस्थिती आहे. If a single drop of water is less in this universe, whole universe will feel thirsty... हा विचार सर्वांना माहीत आहे. खेड्यापाड्यांची आजची अवस्था पाहिली, की लोक 'सिंगल ड्रॉप'लाही मोताद असल्याचं चित्र आहे.

जसजसा सूर्य अधिक कोपेल–तापेल, तसतशी दुष्काळाची दाहकता आणि तीव्रता अधिक जाणवू लागेल. 'जिथं माणसाला पिण्याच्या घोटभर पाण्यासाठी मरावं लागणार अशी परिस्थिती आहे, तिथं जनावरांच्या पाण्याचं काय

बापूराव देशमुख यांचा पाटनूरमधील वाडा

घेऊन बसायचं?' असा हतबल; पण तितकाच जळजळीत प्रश्न जालन्यातल्या संतोष जावडे यानं उपस्थित केला. संतोष याच्याकडं पंधरा जनावरं आहेत. जालना शहरालगत संतोष याची थोडी-बहुत शेती आहे. संतोषच्या जनावरांचा गोठाही तिथंच. जनावरांना पाणी आणि चाराही नाही म्हणून संतोषनं आपली सगळी जनावरं बाजारात विकून टाकली. संतोषच्या जनावरांना कवडीमोलाचा भाव आला. ज्या ठिकाणी संतोष आपली गुरं बांधत असे, त्याच ठिकाणी तो खाट टाकून बसला होता. साहजिकच, त्याच्या चेहऱ्यावरचं दुःख लपत नव्हतं.

शेतकरी आणि त्यांची जनावरं यांच्यात एक वेगळ्याच प्रकारचा लगाव, एक वेगळ्याच प्रकारचा अनुबंध असतो. कालपर्यंत गोठ्यात असलेली जनावरं आज आपल्यासोबत राहिलेली नाहीत, याचं संतोषला एकीकडं दुःख आहे; तर दुसरीकडं ही जनावरं आपल्याकडं पाय खोडून मरण्यापेक्षा कुठंतरी आनंदानं राहतील, याचा दिलासाही आहे.

आम्ही एकेक तालुका, एकेक जिल्हा करत पुढं निघालो. कुठं जनावरांचा तुडुंब भरलेला बाजार, तर कुठं चाऱ्याचा भाव गगनाला भिडलेला. मंठ्याच्या बाजारात माणसांपेक्षा जनावरांचीच गर्दी जास्त दिसत होती. आपल्या काळजाचा तुकडा असलेली बैलजोडी मागेल त्या किमतीला देऊन कसायाच्या दावणीला बांधण्यासाठी आज कुणीही मागं-पुढं पाहत नव्हतं. नांदगाव इथून आलेला सचिन लोहकरे हा बाजारात आणलेल्या आपल्या बैलांची शेवटची पूजा करत होता. उन्हाची तीव्रता इतकी होती, की त्याच्या साध्या मोबाईलमधून काढलेला बैलांसोबतचा फोटो दिसतही नव्हता. बाजूला बैल विकत घेणारा

व्यापारी 'बैल गाडी में घालने का है।' असं म्हणत निघण्यासाठी गडबड करत होता. ही बैलजोडी म्हणजे सचिनच्या वडिलांची शेवटची आठवण होती. दोन वर्षांपूर्वी सचिन आपल्या गावी परत आला होता. सचिन याचे वडील परशुराम यांनी आत्महत्या केली होती. आपल्या आईसह औरंगाबादला राहून छोटीशी नोकरी करत असलेल्या सचिननं गावाकडं स्थायिक होऊन आपल्या वडिलांचा शेतीचा वारसा पुढं नेण्याचं काम सुरू ठेवलं होतं. वडिलांनी आत्महत्येचा निर्णय का घेतला असावा, हे वडिलांच्या पश्चात दोन वर्षांनंतर सचिनच्या लक्षात आलं होतं.

आता सचिननं आपलं सगळं विकून पुन्हा औरंगाबादला जायचा निर्णय घेतला होता. कारण, दुष्काळाशी चार हात करण्याची त्याची हिंमत नव्हती. तो खचला नव्हता; परंतु स्वत:ला सावरता सावरता तो कमालीचा दमला होता. त्यातूनच त्यानं शेत विकलं, घर विकलं आणि वडिलांचा जीव असणारी बैलजोडीही विकली. अर्थात, सचिनच्या आईच्या मनाविरुद्ध हे सगळं घडत होतं. असे कितीतरी 'सचिन' या बाजारात स्वत:चा स्वाभिमान विकताना मी पाहिले. या सचिनची दाहकता, या बाजारात स्वाभिमान विकणाऱ्यांची करुण कहाणी दोन ओळीत तरी माध्यमांमध्ये यावी, असंही कुणाला वाटत नसेल का? कारण, जसा राज्यकर्त्यांच्या संपूर्ण यंत्रणेनं आपला मोर्चा निवडणुकीकडं वळवला, तसाच माध्यमांनीही. यातही ती मागं कशी राहतील? गावोगावी असणारी अस्वस्थता मन हेलावून सोडणारी होती. कुठल्या निवडणुका आणि कुणाचा पक्ष? ज्यांच्या पोटाला एक वेळचं जेवण मिळत नाही, त्यांना याच्याशी काही देणं-घेणं नाही. ज्यांच्याकडं जातीचं, पैशाचं आणि पक्षाचं भांडवल आहे, अशाच भांडवलदारांची ही निवडणूक.

जालन्यानंतर आम्ही परभणीत शिरलो. परभणीमध्ये जांब फाट्यावर एका तरुणानं छोटंसं फडकं लावून एक हॉटेल सुरू केलं होतं. हॉटेलमध्ये खिचडी, भजी, चहा आणि लिंबू-सरबत असे चार पदार्थ तयार होते. पदार्थांना मायेची चव होती. मी आणि माझा सहकारी विकास जाधव त्या छोट्याशा हॉटेलमध्ये बसलो. हॉटेल चालविणाऱ्या तरुणाचं नाव होतं सचिन जाधव.

घरी एकरभर शेती, तीही पडीक. गावात एक रुपयाचं काम मिळत नाही म्हणून सचिननं परभणी–हिंगोली रोडवर आपला हा छोटासा व्यवसाय सुरू केला. मात्र, दिवसभरात केवळ ५०–६० रुपये इतकाच नफा सचिनला मिळत होता. त्यामुळे आपले आई–वडील आणि मुलं यांचं काय करावं, असा प्रश्न चिंतेनं ग्रासलेल्या सचिनला पडला होता. सचिनशी बोलल्यावर मला दुसरी बाजूही कळली. सचिनच्या वयाची सगळी तरुण मुलं नोकरी–व्यवसायाच्या नावाखाली शहरात गेली. त्या मुलांसोबत बहुतांश कुटुंबांचंही शहराकडं स्थलांतर झालं. सचिन कमी शिकलेला, त्यामुळे त्याला आपलं गाव सोडून जिल्ह्याच्या ठिकाणी किंवा मोठ्या शहरात जाण्याची भीती वाटत होती. सचिनची कहाणी आणि त्याचे पाणावलेले डोळे आजही माझ्या मनात घर करून आहेत.

परभणीहून मी हिंगोलीला निघालो. हिंगोली जिल्ह्यात कळमनुरीला काही वेळ थांबून तिथल्या मुस्लिम व्यापाऱ्यांशी बोललो. कळमनुरी बसस्टँडसमोर चाँद पाशा या युवकानं फळविक्रीचं छोटंसं दुकान उभारलं आहे. या दुकानात त्यानं सर्व पक्षांचे झेंडे लावले आहेत. सर्व पक्षांच्या नेत्यांचे फोटोही त्याच्या दुकानात आहेत. 'आपल्याला निवडणुकांशी काही देणं–घेणं नाही,' असं तोच सांगत होता, तरीही त्यानं हे सगळे फोटो आणि झेंडे का लावले आहेत, हे ऐकून घेण्याची उत्सुकता मला नक्कीच होती. मी त्याला बोलतं केलं. तो म्हणाला, "माझं दुकान रस्त्यावर. कुणी एखादा यायचा आणि 'आमच्या पक्षाचा झेंडा का लावला नाही?' असं म्हणून मला धमकावत बसायचा. माझं पोट रोजच्या व्यवसायावर चालणारं. आज चार पैशांचा धंदा झाला तरच मी माझ्या लेकरा–बाळांचं पोट भरू शकेन. या रोजच्या किरकिरीमुळे मी वैतागलो आणि ते सर्व झेंडे आणि फोटो लावण्याचा निर्णय घेतला." चाँदचं शेवटचं वाक्य मी कधीच विसरू शकणार नाही. तो म्हणाला, "इथल्या राजकीय दलालांना माणुसकीपेक्षा पक्षांचे झेंडे महत्त्वाचे आहेत. हे झेंडे जोपर्यंत वाटतात, तोपर्यंत इथं माणुसकी दिसणार नाही."

आमचं मनापासून स्वागत करून चाँदनं त्याच्यातल्या माणुसकीचं दर्शन

आम्हाला घडवलं होतं.

घरं आणि वाडे बंद होऊन शहरं कशी भरत गेली, हे आम्ही पुढं अनुभवलं... मी कळमनुरीवरून सांडस या गावी पोचलो. गावाच्या सुरुवातीलाच एक भलामोठा वाडा पाहिला. वाड्यात शिरलो. एक वयस्कर गृहस्थ खाटेवर शांतपणे झोपलेले होते. मी त्यांना हाक मारताच ते खडबडून जागे झाले. मी त्यांच्या ओळखीचा चेहरा आहे, हे त्यांच्या लक्षात आलं. 'एवढ्या मोठ्या वाड्यात दोन-तीन महिला आणि तुम्ही एकटेच कसे काय?' असं मी त्यांना विचारलं. श्यामराव निरगुडे असं या आजोबांचं नाव. ते माझ्याशी बोलू लागले... म्हणाले, "सगळ्या भावकीत माझ्या वयाचं कुणीही शिल्लक राहिलं नाही. माझ्या भावांची मुलं, त्यांची मुलं असे सगळे जण जिकडं तिकडं आपापल्या कामात गुंतलेले आहेत. जवळजवळ सगळेच शहरांत स्थायिक आहेत. अनेकांना वर्षातून एकदाही यायला वेळ नसतो. बिचारे सुखात राहोत सगळे जण..."

आजोबा बोलायचे मध्येच थांबले. त्याच वाड्यात पांडुरंग निरगुडे यांची भेट झाली. ते या वाड्याच्या गतवैभवाविषयी बोलले. म्हणाले, "पाच-सहा सख्खे आणि चुलतभाऊ, त्यांची पाच-पंचवीस मुलं आणि शंभरपेक्षा अधिक नातलगांचा मोठ्ठा वेलू! एकेकाळी सगळे अगदी गुण्यागोविंदानं या वाड्यात राहायचे. दसरा, दिवाळी, सणवार, उत्सव या सगळ्यात वाड्याचं वैभव इतकं उजळून निघायचं, की काही विचारू नका. या वाड्याला कुणाची नजर लागू नये, असं सतत वाटायचं. जसजसा काळ पुढं गेला, तसतसं वाड्याचं वैभव संपुष्टात आलं. दोनशे आणि तीनशे संख्या असलेल्या वाड्यात आता बोटांवर मोजण्याइतकीच माणसं आहेत. बाकी सगळी माणसं शिक्षण, व्यवसाय, नोकरी यानिमित्तानं शहरात गेली."

'कुणीतरी माझ्या परिवारातला सहकारी मला भेटायला येईल का,'
अशी वाट हा चिरेबंदी, नक्षीदार वाडा शांतपणे पाहत बसलाय जणू...
या गावातल्या कित्येक वाड्यांचं वैभव शहरीकरणामुळे असंच संपलंय.

मी सांडसवरून थेट नांदेड जिल्ह्यात पोचलो. रस्त्याची वाईट अवस्था,

पिण्याला पाणी नाही, नोटाबंदीमुळे छोटे व्यवसाय संपलेले... अशी कितीतरी उदाहरणं पाहत-अनुभवत मी रस्ता कापत होतो. लोक जे सांगत होते, ते सारं अचंबित करणारं होतं. मी पाटनूर या गावी पोचलो. बापूराव देशमुखांच्या वाड्याची महती अशीच ऐकलेली-अनुभवलेली होती. देशमुखांच्या वाड्यात शिरलो... केवढा मोठा तो वाडा... बाप रे. आतमध्ये गेलो तर बाहेर कसं यावं असा प्रश्न! देशमुखांच्या घरातले दुसऱ्या पिढीतले हनुमंतराव देशमुख हे पाडव्यानिमित्त वाड्याच्या बाहेर गुढी उभारत होते.

ते आत्ताच वाडा उघडून घरात आले आहेत, हे त्यांच्या पायांच्या ठशांवरून जाणवत होतं. त्यांनी गुढी उभारली, गुढीची पूजा केली. थोड्या वेळानं त्यांनी माझ्याशी बोलायला सुरुवात केली. या वाड्याचं वैभव, या वाड्यात चालणारं गावातलं राजकारण, किती तरी माणसांचा या वाड्यात सतत असलेला वावर... अशी सारी हकीकत त्यांनी माझ्यापुढं मांडली. ते म्हणाले, ''आजच्या पिढीला, नव्या मुलांना खेड्यात राहायला आवडत नाही. इथल्या वैभवात त्यांचं मन रमत नाही. त्यामुळे आमच्या वाड्याला जसं कुलूप लागलंय, तसेच कितीतरी वाडे ओस पडले आहेत. कुणी नोकरीच्या निमित्तानं बाहेर गेलंय, कुणी शिक्षणाच्या निमित्तानं बाहेर गेलंय, तर गावात रोजगार नाही म्हणून आपल्या छोट्याशा घरालाही कुलूप लावून अनेकांनी शहराचा रस्ता धरलाय.''

देशमुखांच्या वाड्याकडं पाहिल्यावर मनात विचार येतो, की एवढ्या मोठ्या वैभवाला कुणाची नजर लागली असेल? देशमुखांचं वैभव कमी झालंय का? तर अजिबात नाही, ते कितीतरी पटींनी वाढलंय; पण देशमुखांच्या ओस वाड्याकडं पाहिलं की जाणवतं... हा वाडा दु:खानं रडतोय... दु:खाचे नि:श्वास टाकतोय... अंतरीची व्यथा सांगू पाहतोय... 'मी असा कसा पोरका झालो? माझं वय ते काय? का माझ्यावर असा अन्याय झालाय?' असं जणू तो पाहणाऱ्याला विचारतोय.

ज्याचं नातं त्या वाड्याशी आहे, त्याला त्याची भाषा कळतही असावी.

दुष्काळाची दाहकता कमी नाही, तो वरपासून खालपर्यंत सर्वत्र आहे.

दुष्काळ म्हणजे केवळ पाणी, रस्ते, वीज एवढंच मर्यादित नाही; तर दुष्काळ म्हणजे चांगल्या शिक्षणाचा अभाव, चांगल्या यंत्रणेचा अभाव आणि दुष्काळ म्हणजे चांगल्या व्यवस्थेचाही अभाव. सरकारनं हे केलं पाहिजे, हा सगळ्यात मोठा मानसिक दुष्काळ आहे, हे मला सातत्यानं या दौऱ्याच्या निमित्तानं जाणवत राहिलं. निसर्गाच्या माध्यमातून आलेल्या दुष्काळाशी एकवेळ सामना करता येईलही, तो हटवता येईलही; पण मानवनिर्मित दुष्काळाचं काय, याचं उत्तर मात्र मला मिळत नव्हतं...

केवळ समुद्राची सोबत असलेला समुंद्र्या तसा तेव्हाही एकटाच होता आणि आजही तो एकटाच आहे. मला किनाऱ्यावर आणून सोडल्यावर तो त्याच्या घरी निघाला. मी म्हणालो, ''तुमचं घर दाखवायला नेता का मला ?''

त्यानं क्षणाचाही विलंब न लावता 'चला' असं म्हणून आनंदानं मला त्याच्या घरी नेलं...

महाराष्ट्राचा दौरा करून मी गोव्यात पोचलो. महाराष्ट्रातलं राजकारण आणि गोव्यातलं राजकारण व समाजकारण हे दोन्ही एकदम वेगवेगळं. गेल्या दहा–बारा दिवसांपासून निवडणुका, लोकांचे प्रश्न, उमेदवारांच्या भेटी–गाठी या सगळ्यामुळं डोकं अगदी पिकून गेलं होतं. प्रचाराच्या माध्यमातून होत असलेली बजबजपुरी डोकं भंडावून सोडणारी होती. त्यामुळे दुपारनंतर एखाद्या निवांत जागी जाऊन शांतता अनुभवायची, असं त्या दिवशी ठरवलं.

पणजीतल्या समुद्राच्या काठावर असलेल्या एका वस्तीत मी गेलो. तिथले सगळे लोक कोकणी बोलणारे. अंगावर जेमतेम कपडे असलेली विदेशी माणसं रोज रोज पाहून स्थानिकांना त्या माणसांचं अप्रूप राहिलेलं नसावं; पण गोव्यात

समुंद्र्या आणि समुद्र

पर्यटक म्हणून जे नव्यानं येतात, त्या महाराष्ट्रातल्या माणसांना त्या विदेशी माणसांचं अप्रूप असतंच. एक छोटीशी समुद्रसफर करावी, असं माझ्या मनात आलं; पण केवळ दोनच बोटी ये-जा करत होत्या.

अंगावर अगदीच जेमतेम कपडे असणारे अनेक विदेशी गोरेपिट्ट पर्यटक दुपारच्या उन्हाची तमा न बाळगता बीचवर एकमेकांशी गप्पा मारण्यात तल्लीन झाले होते. गोवा म्हणजे डोळ्यांचं पारणं फेडणारं सौंदर्यवान बेट. इथल्या लोकांनी ते नीटनेटकं ठेवलंयसुद्धा. बीचवर छोटी-मोठी सामग्री विकणाऱ्या अनेक विक्रेत्यांशी मी बोललो. त्यांच्या बोलण्यात कमालीचं समाधान जाणवलं. गोव्यात छोटे छोटे उद्योग करणारेही कमालीचे समाधानी आहेत. आपल्या इकडं महाराष्ट्रात वातावरण त्याविरुद्ध आहे. काही वेळात बोट आली आणि मी बोटीत चढलो.

बोट चालवणारा कोंकणी भाषेत बोलत होता. तिथल्या लोकांशी त्यानं बोलणं आटोपतं घेत सुसाट वेगानं बोट चालवायला सुरुवात केली. थोड्या वेळानं मी त्याच्या बाजूला जाऊन बसलो. उतारवयाकडं झुकलेल्या त्या व्यक्तीला मी विचारलं, ''तुमचं नाव काय ?''

तर तो म्हणाला, ''समुंद्र्या.''

काहीसं आश्चर्यचकित होऊन मी विचारलं, ''आं ? असलं कसलं नाव ?''

तो म्हणाला, ''मला सगळे जण हाच प्रश्न विचारतात, की तुझं नाव असं कसं ?''

मी विचारलं , ''हे नाव आईनं ठेवलंय, की बाबांनी ?''

तो थोडासा शांत झाला आणि काही न बोलता त्याच्या कामात गढून गेला.

तो अंतर्मुख होत स्वत:त काहीसा हरवून गेल्यासारखा वाटला. तो अगदी आत्ता हसत-खेळत बोलत होता आणि मध्येच का बरं असा नाराज झाला असावा, असा मला प्रश्न पडला. मी त्याला म्हणालो, ''सॉरी, तुम्ही दुखावला गेलात का ? मी तुमच्याशी काही चुकीचं बोललो का ?''

अडखळत अडखळत मराठी बोलणारा हा माणूस पुन्हा थोडासा हसला आणि म्हणाला, ''नाही हो... मी असाच शांत झालो.''

मी त्याला बोलतं करण्यासाठी खुलवण्याचा प्रयत्न करू लागलो; पण तो काही खुलत नव्हता. मध्ये मध्ये त्याला मी माझ्याविषयीही माहिती सांगायला लागलो. अर्धा तास गेल्यावर मग कुठं त्यानं मला प्रतिसाद द्यायला सुरुवात केली. मग फक्त तोच बोलत होता आणि मी ऐकत होतो. त्यानं सांगितलेली त्याची कहाणी जितकी वेदनादायक होती, त्याहूनही अधिक ती प्रेरणादायक होती. माणसानं खचून न जाता सतत कार्यमग्न राहावं, हे समुंद्र्याकडून मला त्या दिवशी मिळालेलं तत्त्वज्ञान! तशी प्रत्येक माणसाचीच एक वेगळी कहाणी असते. कधी कधी त्या कहाणीत असे काही चढ–उतार असतात, की आपण नकळतपणे त्या कहाणीत गुंतून जातो. समुद्रावर नावाडी असलेल्या समुंद्र्याचं जीवन समुद्रातल्या पाण्यासारखंच स्वच्छ होतं... प्रामाणिक होतं.

पंचावन्न वर्षांच्या समुंद्र्यानं अडीच तासांत त्याचा जीवनप्रवास माझ्यासमोर मांडला. त्यानं सांगितल्यानुसार त्याची कहाणी अशी होती : समुंद्र्या सात–आठ दिवसांचा असेल–नसेल, त्या वेळी याच समुद्राच्या काठावर फेकून दिलेल्या अवस्थेत तो काही नावाड्यांना सापडला. त्या वेळी त्याच्या छातीचे ठोके बंद पडण्याच्याच बेतात होते. सात–आठ दिवसांच्या या अर्भकाला वेगवेगळ्या किड्यांनी रक्तबंबाळ करून सोडलेलं होतं. त्या नावाड्यांपैकी एकानं आपल्या डोक्यावरचा रुमाल समुद्राच्या पाण्यात ओला करून बाळाच्या शरीरावरच्या जखमा पुसल्या. बाळ जिवंत आहे की मरण पावलंय, हेही त्या नावाड्यांना नीटसं कळत नव्हतं. त्या सगळ्यांनी बाळाला दवाखान्यात नेलं. दोन दिवसांच्या उपचारांनंतर बाळानं डोळे उघडले.

'या बाळाला आता पोलिसात देऊन टाका... त्यासंदर्भात रीतसर तक्रार नोंदवा आणि बाळ ज्यांचं असेल त्यांना ते कसं पोचेल याची व्यवस्था करा...' असा सल्ला नावाड्याच्या इतर सर्व मित्रांनी दिला; पण त्या नावाड्यानं कुणाचंही ऐकलं नाही.

समुंद्र्याला असा दुसरा जन्म देणाऱ्या त्या नावाड्याचं नाव सिद्राम. सिद्रामला मूल–बाळ नव्हतं. वय उलटून गेल्यामुळे ती शक्यता संपलेली होती.

'या बाळाच्या रूपानं गंगामाईनंच मला दिलेला हा प्रसाद आहे आणि तो

मी माझ्याकडंच ठेवणार,' या भावनेनं सिद्रामनं ते बाळ स्वत:कडंच ठेवून घेतलं. सिद्रामची पत्नी सरिता हिलाही हा चिमुकला मिळाल्याचा फार आनंद झाला. दोघांनी मिळून बाळाचं नाव 'समुंद्र्या' असं ठेवलं. मग समुंद्र्या वाढला, मोठा होत गेला, सिद्रामच्या

घरचे सगळे संस्कार तो शिकत गेला. सिद्राम आणि सरिता हे दोघंही अडाणी. सिद्राम दिवसभर लोकांच्या नावेवर काम करायचा आणि सरिता मोठ्या व्यापाऱ्यांकडून मासोळी विकत घेऊन गल्लोगल्ली जाऊन ती विकायची. सहाव्या-सातव्या वर्षापासून समुंद्र्या आपल्या आई-वडिलांना त्यांच्या कामात मदत करू लागला. दहाव्या वर्षापर्यंत तो कामात चांगला तयार झाला. आई नसेल तेव्हा आईचा व्यवसाय आणि बाबा नसतील तेव्हा बाबांचं काम तो चोखपणे करू लागला होता. बघता बघता वीस वर्षं संपत आली. त्यातच समुंद्र्याची आई मरण पावली. नात्यातल्याच पद्मिनी नावाच्या मुलीशी वडिलांनी समुंद्र्याचं लग्न लावून दिलं. लग्नानंतर तीन वर्षांत समुंद्र्याचे बाबाही आजारामुळे समुंद्र्याला सोडून गेले. पाच वर्षांनंतर समुंद्र्याला मुलगा झाला. त्याचं नाव समुंद्र्यानं सिद्राम असं ठेवलं. वडिलांची आठवण म्हणून.

एकीकडं समुंद्र्याच्या संसारात त्याच्या आई-वडिलांची कमतरता होती; पण दुसरीकडं त्याच्या मुलामुळं त्याचं कुटुंब बहरून गेलं होतं. समुंद्र्याची पत्नी पद्मिनी कर्करोगानं आजारी पडली. चार वर्षांनंतर तिचा आजार एवढा वाढला, की त्यातच तिचं निधन झालं. समुंद्र्यावर हा खूप मोठा आघात होता. स्वत: समुंद्र्यालाही दम्याचा आजार आहे. वातावरणात बदल झाला, की त्याचा हा आजार अधूनमधून डोकं वर काढत राहतो. समुंद्र्याच्या मुलाचं टोपण नाव गुड्डू. तो समुंद्र्याची खूप काळजी घ्यायचा. आता तोच समुंद्र्याच्या म्हातारपणाची काठी होता. गुड्डू बारा वर्षांचा झाला. तो घरोघरी जाऊन मासोळीची किरकोळ

विक्री करायचा. समुंद्र्या एके दिवशी रात्री आपलं सगळं काम आटोपून गुड्डू घरी येण्याची वाट पाहत बसला होता. तोच पणजीतल्या पोलिस स्टेशनमधून त्याला अचानक फोन आला, ''गुड्डू तुमचाच मुलगा का ?''

समुंद्र्या म्हणाला, ''हो.''

''मग ताबडतोब पोलिस स्टेशनला या,'' असं त्याला तिकडून सांगण्यात आलं आणि फोन बंद झाला. मासेविक्रीवरून परिसरात छोट्या–मोठ्या विक्रेत्यांचे खूप वाद होत असतात, तसाच काहीतरी वाद झाला असेल आणि तो वाद पोलिस स्टेशनपर्यंत गेला असेल, असा समुंद्र्याचा समज झाला. समुंद्र्या पोलिस स्टेशनमध्ये पोचला आणि गुड्डू त्याला छिन्न–विच्छिन्न अवस्थेत पाहायला मिळाला.

तारुण्याच्या उंबरठ्यावरचा आपला मुलगा मृत्युमुखी पडलेला पाहून समुंद्र्याच्या पायांतलं त्राणच गेलं. 'गुड्डूचा मृत्यू अपघातात झाला' असं समुंद्र्याला सांगण्यात आलं.

रक्तबंबाळ अवस्थेतल्या मुलाचा मृतदेह घरापर्यंत नेतानाचं वर्णन समुंद्र्या करत असताना माझ्या अंगावरही काटा आला. समुंद्र्यानं वडिलांचाही मृत्यू पाहिला होता, त्या दु:खाहूनही हे अचानक कोसळलेलं दु:ख मोठं होतं.

एव्हाना, रात्र बरीच झाली होती. त्या तशा रात्री समुंद्र्या आणि मरण पावलेला गुड्डू हेच काय ते एकमेकांचे सोबती होते!

सकाळी गुड्डूवर अंत्यसंस्कार करण्यात आले. दुखवट्यानंतर चौथ्या दिवशी समुंद्र्याला कामावर जावंच लागलं. हातची नोकरी गेली तर पुढं काय खाणार, असा प्रश्नही त्याच्यापुढं होता. तेव्हापासून ते आजपर्यंत समुंद्र्या आणि त्याचा समुद्र असा दोघांचा प्रवास अविरत सुरू आहे. जेव्हापासून समुंद्र्याची कमाई सुरू झाली होती, तेव्हापासून तो आपल्या कमाईतली आर्धी रक्कम अनाथ मुलांना वाटायचा. त्याचं हे काम आजही सुरू आहे. हे काम तो पूर्वी स्वत:ला समाधान वाटावं म्हणून करायचा आणि आता मुलाच्या आणि पत्नीच्या आत्म्याला शांती मिळावी या भावनेतून तो हे काम दर महिन्याला करतो. समुंद्र्या गातोही छान... त्यानं गायलेलं 'चल अकेला, चल अकेला, चल अकेला... तेरा मेला पीछे छूटा राही, चल अकेला' हे

गाणं आजही माझ्या काना-मनात रुंजी घालत आहे.

समुद्राच्या नितळ पाण्यासारखंच समुंद्र्याचं आयुष्य होतं. आपल्याच वडिलांच्या कामाच्या ठिकाणी समुंद्र्यानं काम सुरू केलं होतं. दिवसाला दहा रुपयांच्या कमाईपासून त्यानं केलेली सुरुवात आज कालमानानं हजार रुपयांपर्यंत येऊन पोचली आहे. एवढीच काय ती त्याच्या कामाची किंमत असं म्हणता येईल... पण त्यानं त्याच्या आयुष्यात मोजलेल्या किमतीचं मोल कुणीच करू शकणार नाही. केवळ समुद्राची सोबत असलेला समुंद्र्या तसा तेव्हाही एकटाच होता आणि आजही एकटाच आहे. मला किनाऱ्यावर आणून सोडल्यावर तो घरी निघाला.

मी म्हणालो, "तुमचं घर दाखवायला नेता का मला?"

त्यानं क्षणाचाही विलंब न लावता 'चला' असं म्हणून आनंदानं मला त्याच्या घरी नेलं. अगदी छोटंसं घर. घरात भांडी कमी आणि हार घातलेले फोटोच अधिक दिसले. समुद्राच्या आतल्या भागात जशी कमालीची शांतता होती, तशीच शांतता समुंद्र्याच्या घरातही होती. एकीकडं माझ्याशी बोलत बोलत तो स्वयंपाकाचीही तयारी करत होता. काही वेळानं तो भात आणि साधं वरण असलेली दोन ताटं घेऊन आला. एक स्वत:ला, एक मला. दहा-बारा दिवस मोठ्या हॉटेलातलं खाणं खाऊन उबगून गेलेल्या माझ्या जिभेला मायेनं, प्रेमानं दिलेले हे दोन घास मिळाले. त्या घासांची गोडी काही औरच! आमच्या गप्पा आता थांबल्या होत्या. मी कोण आणि तो कोण असली देवाण-घेवाण आता संपली होती; पण आमचं नातं मात्र संपण्यासारखं नव्हतं.

"पुन्हा कधी येता दादा?" हे त्यानं त्याच्या शैलीत मला विचारलं.

मी म्हणालो , "लवकरच येईन... जेव्हा केव्हा येईन तेव्हा तुला भेटल्याशिवाय जाणार नाही," असं म्हणून मी समुंद्र्याला कडकडून मिठी मारली. त्याच्या पाणावलेल्या डोळ्यांतून जणू समुद्रच झरू लागला... समुंद्र्याच्या केवळ डोळ्यांतल्या पाण्यातच नव्हे... तर समुद्राच्या लाटांवरही त्याच्या बायको-पोराचे फोटो हेलकावे खात असलेले मला दिसत होते! मी समुंद्र्याच्या डोळ्यांतल्या समुद्रात पार हरवून गेलो होतो...

मुंबईमधलं उन्ह यंदा दुष्काळी भागापेक्षा अधिक चटचटू लागलंय. विद्यापीठातलं माझं काम आटोपून मी कुर्ला स्टेशनकडं निघालो. उन्हाची तमा न बाळगता सतत वाहत राहणारी, मुंग्यांसारखी वाहतूक मुंबईत अशा दुपारीही कायम होती.

'सिग्नल-दर-सिग्नल'चा प्रवास करत मी कुर्ला स्टेशन गाठलं. दुपारच्या वेळी जरा गाड्यांचा वेग कमीच होता. रेल्वेरुळांच्या मधोमध दोन मुलं – साधारणत: दहा-अकरा वर्षांची असतील – पाण्याच्या रिकाम्या बाटल्या वेचून त्या आपल्या पाठीवरच्या पोत्यात भरत होती. माझं लक्ष त्यांच्याकडं गेलं. आजूबाजूनं भाँ-भाँ करत लोकल गाड्या धावत होत्या. त्या मुलांना त्या गाड्यांची भीती नव्हतीच. बाटल्या शोधण्याचं आणि त्या पोत्यात भरण्याचं त्यांचं काम मी माझी नजर पोचत होती तिथपर्यंत बारकाईनं पाहत होतो. बेलापूरला जाणारी माझी गाडी येऊन थांबली आणि निघूनही गेली; पण मी काही गाडीकडं लगबगीनं धावलो नाही. माझं लक्ष त्या बाटल्या वेचणाऱ्या मुलांकडंच अजूनही होतं. उन्हानं, पाण्यानं आणि भुकेनं व्याकूळ होऊन काम

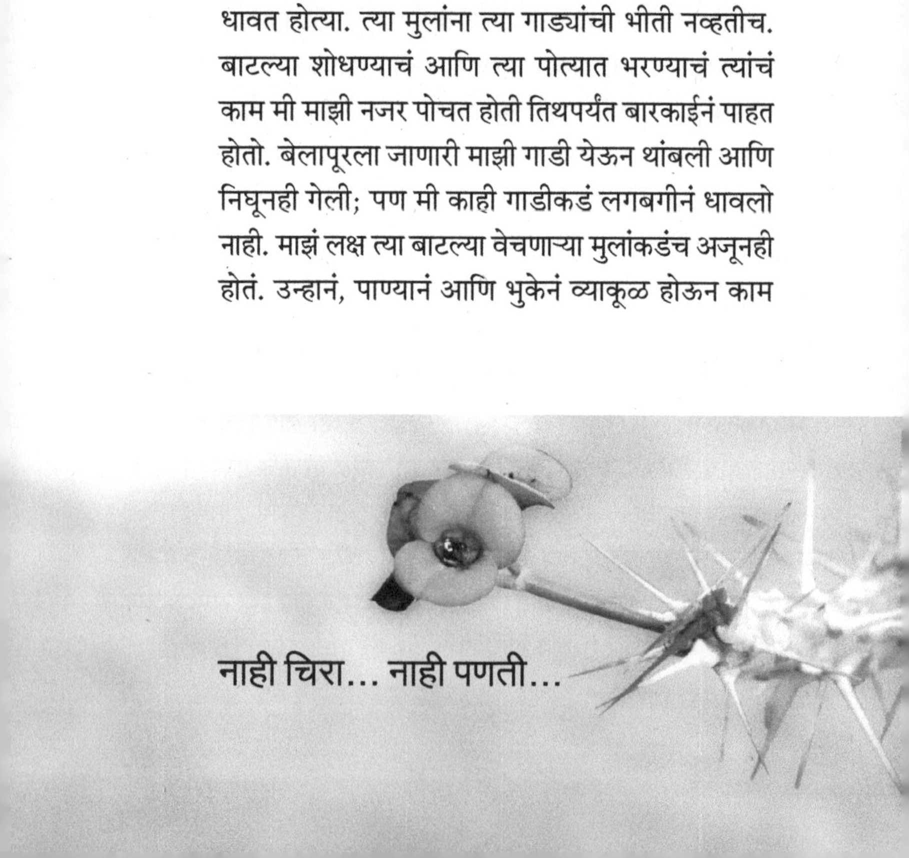

नाही चिरा... नाही पणती...

करणारी ती दोन छोटी छोटी मुलं मला दिसत होती.

आता आसपासच्या रिकाम्या बाटल्या किंवा प्लास्टिकच्या वस्तू संपलेल्या होत्या. मुलांचं वेचण्याचं काम संपलेलं होतं.

ती मुलं स्टेशनवर आली. प्लास्टिकच्या बाटल्यांनी अर्धी भरलेली पोती त्यांनी एका नळाजवळ ठेवली आणि नळ सुरू केला; पण नळाला पाणीच नव्हतं. मुंबईतल्या कुर्ला स्टेशनची ही अवस्था. मी ज्या फूड स्टॉलसमोर थांबलो होतो, तिथं ती मुलं आली आणि फूड स्टॉलवरच्या भैयाकडं पाणी मागू लागली. त्यांना पाहताच भैया एकदम चिडला, ''क्या तुम्हारी किरकिर रोजकीच... क्या तुम्हारे बाप ने इधर पानी रखा है ?''

बिचारे दोघं निराश होऊन दोन पावलं मागं आले. मुंबईतल्या अनेक भैयांचा हा चेहरा आहे. माणुसकी दाखवणं हे त्यांना दरवेळी जमतंच असं नाही. काही चांगले असतीलही...

मी थोडं पुढं गेलो आणि भैयाला म्हटलं, ''क्यूँ... ? क्या हुआ ? दो ना पानी उनको...''

''साहब, इन का रोजकाच है... दिन में दस बार आते है... मैं मेरा गिरायिक करूँ या इन को पानी दूँ ?''

मी शंभराची नोट भैयापुढं केली आणि पाण्याची एक बाटली घेऊन त्या दोघांना दिली. त्याबरोबर पठ्ठ्यांनी ती अर्धी अर्धी करून संपवून टाकली. एवढं पाणी त्यांना पुरेसं झालेलं नाही, हे माझ्या लक्षात आलं. मी आणखी एक बाटली घेतली आणि त्यांना दिली. तीही बाटली त्यांनी संपवून टाकली. एकेक वडा-पाव त्यांच्या हातात ठेवत मी म्हणालो, ''कुठले रे तुम्ही... इथलेच का ?''

तर दोघंही एकमेकांकडं बघत म्हणाले, ''हो, साहेब...''

वडा-पाव देणारा भैया मध्येच म्हणाला, ''साहब, इन दोनों को ही कल पुलिस ने मारा था...''

मी भैयाच्या बोलण्याला कुठलंही उत्तर न देता शांतपणे त्या मुलांकडं पाहत होतो. भुकेल्या मुलांनी अवघ्या दोन मिनिटांत वडा-पाव संपवला. मी

साध्या ड्रेसमध्ये असलेला पोलिसच आहे, असं त्या दोघांना वाटलं.

त्या मुलांना कसं बोलतं करावं, असा मला प्रश्न पडला. मी त्यांना विचारलं, ‘‘काल तुम्हाला पोलिसांनी का मारलं होतं ?’’

अर्धी हिंदी आणि अर्धी मराठी अशी त्या दोघांची भाषा होती. ते म्हणाले, ‘‘काल पाकीटचोरीच्या दोन-तीन तक्रारी पोलिस स्टेशनमध्ये आल्या होत्या, त्यामुळे पोलिसांनी रेल्वे स्टेशनवर वावरणाऱ्या अनोळखी माणसांना धरून जोरदार चोप दिला. मग त्यात भिकारी आले, कचरा वेचणारे आम्ही आलो आणि वेडेही आले.’’

मी विचारलं, ‘‘तुम्ही राहता कुठं ?’’

ते म्हणाले, ‘‘इथून थोडंसं पुढं गेलो, की आम्ही एका वस्तीमध्ये राहतो.’’

गप्पांमध्ये दोन्ही पोरं चांगलीच खुलली होती.

ते राहतात कुठं, त्यांच्यासोबत कोण कोण आहे, या वेचलेल्या मालाचं ते करतात काय, त्यांचा दिनक्रम चालतो कसा, अशा किती तरी प्रश्नांची उत्तरं मला त्यांच्याकडून आणि त्यांच्या पालनकर्त्यांकडून हवी होती. एकाचं नाव रम्या आणि दुसऱ्याचं नावं जित्या. जेव्हापासून त्यांना कळायला लागलंय, तेव्हापासून ते दोघं सोबतच आहेत. लहान असताना सुरुवातीला भीक मागण्याचं काम आणि आता जरा मोठे झाल्यावर प्लास्टिक आणि बाटल्या वेचायचं काम हे दोघं करत आहेत. कुर्ल्यावरून मुंबईच्या दिशेनं आम्ही चालत चालत निघालो.

दुपारची वेळ... रेल्वेरुळाचा चरचर करणारा आवाज कानात घुमत होता. रम्या आणि जित्या या दोघांच्याही पायांत काहीच नव्हतं. दोघांच्याही चड्ड्या गुडघ्यापर्यंत... फाटलेल्या. जेमतेम अंग झाकलं जाईल असे कपडे आणि त्यांना सर्वांत प्रिय असलेलं त्यांच्या पाठीवरचं रिकाम्या बाटल्यांचं पोतं, एवढंच त्या बिचाऱ्यांचं विश्व! मी सोबत असतानासुद्धा त्या दोघांची मस्ती चालली होती. पायांनी छोटे छोटे दगड पुढं पुढं ढकलण्याचा त्यांचा खेळ सुरू होता. कुणाचा दगड लांब जातोय, अशी त्यांची स्पर्धा चालली होती.

त्यांच्याकडून अपेक्षित माहिती मिळवण्यासाठी त्यांच्या या हसऱ्या-खेळत्या

मूडमधून त्यांना जरा गंभीर मूडमध्ये नेण्याचा प्रयत्न मी करू लागलो... पण शेवटी लहान मुलंच ती...

रेल्वेरूळ ओलांडून आम्ही थोडंसं खालच्या दिशेनं निघालो. तिथली झाडंझुडपं वाढलेली होती. आजूबाजूच्या तृतीयपंथीयांचे इशारे माझ्या लक्षात येत होते. खाली पोचलो आणि एका मोडक्या-तोडक्या कंपाउंड वॉलचं गेट आम्ही वाजवलं...

एका म्हाताऱ्या बाईनं दरवाजा उघडला. आम्ही कंपाउंडच्या आत गेलो. कुठून कुठून गोळा करून आणलेल्या बाटल्यांचं वजन करण्यात माणसं गुंतलेली होती. आतमध्ये सर्वत्र हेच चित्र होतं. पाण्याच्या बाटल्यांबरोबरच प्लास्टिकच्या इतरही वेगवेगळ्या प्रकारच्या चिक्कार वस्तू तराजूमध्ये तोलण्याचं काम सुरू होतं. तेच मोजलेलं सगळं प्लास्टिक दुसरीकडं एका ट्रकमध्ये भरलं जात होतं. वय वर्ष सात ते वीस यादरम्यानची किमान तीसेक मुलं-मुली तरी तिथं असावीत. त्यांच्या कपड्यांवर, अंगावर आणि केसांवर कमालीची धूळ होती; पण चेहऱ्यावर आनंद मात्र भरपूर होता. ज्या आजीबाईंनी दरवाजा उघडला त्या रम्याला म्हणाल्या, ''ये कौन लाया साथ में ?''

रम्या म्हणाला, ''ये एक साहब है... और हम क्या करते है वो देखने के लिए आए है।''

म्हातारी जरा खवट होती...

ती पुढं रम्याला म्हणाली, ''तेरी क्या शादी है, जो इधर तेरी बारात में नाचने के लिए इस को लाया ? चल रख, उधर रख तेरा सामान...''

आणि तिनं त्या दोघांना सामान ठेवण्यासाठी अन्यत्र पिटाळलं.

म्हातारीनं एका ओळीत मला स्पष्टीकरण दिलं.

ती म्हणाली, ''देखो भैया... आप कौन हो ये मुझे पता नही... ये सुलतानभाई

का कारोबार है। बच्चों से माल लेना और बेचना। मै सिर्फ यहाँ काम देखती हूँ। पिछले महीने ऐसा ही एक साहब आया था पुलिस को ले के, जो मुझे और सारे बच्चों को उठा के पुलिस स्टेशन ले के गया। हुआ कुछ भी नही... लेकिन आधा दिन बेचारे बच्चों को पुलिस स्टेशन में गुजारना पडा।''

आजीबाईंना मी माझी ओळख दिली. मी पोलिस खात्यातला नाही, की 'मानवाधिकार'वालाही नाही, याबद्दल मी त्यांची खात्री पटवली. माझं बोलणं आजीबाईंना पटल्यावर त्यांनी सुटकेचा नि:श्वास सोडला. मला तशी तहान लागलेली नव्हती; पण मी त्यांना 'पानी मिलेगा क्या ?', असं विचारलं. एका डेरेदार झाडाखाली मोठा रांजण पाण्यानं भरलेला होता. त्या रांजणातलं पाणी त्यांनी मला दिलं. मी पाणी पीत असताना आजीबाई माझ्या तोंडाकडं पाहत असल्याचं मला जाणवलं. इथल्या पाण्याची चव खूप चांगली आहे, हे दोन-तीन घोट प्यायल्यावर माझ्या लक्षात आलं.

बाजूलाच एक खाट होती. त्या खाटेवर मी बसलो आणि सगळा माहौल एकदा नीट निरखून-न्याहाळून घेतला.

आजीबाईंशी पुन्हा बोललो. मुलांशी बोललो. नंतर सुलतानशेठ आले तेव्हा त्यांच्याशीही बोललो.

इथला सगळा खटाटोप दोन वेळची रोटी मिळावी यासाठी चाललेला होता. इथल्या बहुतांश मुलांना माहीतच नाही, की आपले आई आणि वडील कोण आहेत! ज्यांना आई-वडील आहेत त्यांना माहीत नाही, की आई-वडील कशासाठी असतात! ज्यांना आई-वडील नाहीत, त्यांनी कमावलेले चार पैसे त्यांच्याच खिशात राहतात आणि ज्यांना आई-वडील आहेत, त्यांनी कमावलेली थोडीतरी रक्कम आई-वडिलांना मिळत असेल. सगळ्या मुलांना सगळी व्यसनं असतील, मिळालेल्या पैशातून वेगवेगळ्या व्यसनांतून मनसोक्तपणे आनंद लुटायचा हे त्यांच्या आयुष्यातलं शेवटचं ध्येय असेल, असं मला वाटलं होतं. जुगाराचा अड्डा बाजूलाच, वेश्याव्यवसाय बाजूलाच, दारूचा अड्डा बाजूलाच... अशा सगळ्या अड्ड्यांनी घेरलेला हा प्लास्टिक विकण्याचा अड्डा मला सगळ्यात चांगला वाटू लागला. या अड्ड्यांमध्ये माणूस

जेव्हा काम करून वयाची शेवटची वर्षं मोजत असतो, त्या वेळेला इथं त्याला कोणतीच किंमत नसते. त्यांपैकीच मघाच्या त्या आजीबाई होत्या. या सगळ्यांच्या जेमतेम शिक्षणाचा, व्यवहाराचा आणि व्यवसायाचा संबंध फक्त पैशाशीच. पैसाच महत्त्वाचा, असं तिथल्या गरिबीचं एकंदर चित्र.

सुलतानभाई म्हणाले, ''मुंबईमें ऐसा हमारा छोटा छोटा चौकी के उपर काम चलता रहता है।'' सुलतानभाईंच्या सांगण्यानुसार मुंबईमध्ये जर त्यांचं एकट्याचं काम सुरू असेल, तर रम्या आणि जित्यासारखी किती मुलं तिथं काम करत असतील, असा मला प्रश्न पडला. तिकडं मुंबईला आपण खूप सांस्कृतिक, खूप गतिमान, खूप वेगळी मुंबई असं म्हणत असतो; पण दुसरीकडं सुलतानभाईंसारख्यांच्या अड्ड्यांत मुंबईमध्ये छोट्या मुलांचं आयुष्य गंजून चाललेलं असतं. ही अधोगतीच्या दिशेनं पडणारी भविष्यातल्या मुंबईची पावलंच म्हणायची का?

रम्याने मला सांगितलं, ''एक दिवस जरी आम्ही काम केलं नाही, तर उपाशी झोपण्याशिवाय आमच्यापुढं पर्याय उरत नाही. एकीकडं उपाशी झोपावं लागतं आणि दुसरीकडं, पैसे का आणले नाहीत म्हणून आई-वडिलांचा बेदम मारही खावा लागतो. कधी कधी तर माल विकायला आणला नाही म्हणून सुलतानभाईंच्या माणसांचाही मार खावा लागतो.''

ही सुकुमार आणि निरागस मुलं आपल्यावर होत असलेल्या अत्याचाराबद्दल मनापासून बोलत होती. बाजूला बसलेल्या आजीबाई सगळं निमूटपणे ऐकत होत्या. कारण, तो मार यापूर्वी आजीबाईंनाही कुठल्या ना कुठल्या तरी कारणानं बसला होता. रम्या जित्यासाठी आणि जित्या रम्यासाठी काहीही करायला तयार, एवढं दोघांचं एकमेकांवर प्रेम... मला 'गुंडे' या सिनेमाची आठवण झाली... आयुष्य अन् सिनेमा एकमेकांवर किती बेतलेले असतात याची प्रचीती आली. तिथल्या सगळ्यांची कैफियत काही फारशी वेगळी नव्हती. मी निघालो आणि जित्या आणि रम्या मला सोडायला आले. फूटपाथच्या शेजारी झाडाखाली एक पेटी ठेवलेली होती आणि बाजूला एक महिला रस्त्याच्या कडेला तीन दगडांची चूल मांडून स्वयंपाक करत होती. ती

रम्याची आई होती आणि ती सामानानं भरलेली पेटी म्हणजे रम्याचं घर! भीक मागताना रम्याला लहानपणी जित्या भेटला आणि ते दोघं आता एकत्र राहतात... रम्यानं पेटी उघडली आणि काळवंडून गेलेला व धुळीनं माखलेला एक फोटो त्यानं त्या पेटीतून बाहेर काढला आणि मला तो म्हणाला, ''हा आमचा चार वर्षांपूर्वीचा फोटो बघा...''

बाजूला रम्याची आई स्वयंपाक करत होती. रस्त्यावर अंथरलेल्या कागदावर दोन भाकरी दिसत होत्या आणि एक भाकरी तव्यावर भाजली जात होती. तितक्यात एक माणूस तिथं आला. रम्यानं सांगितलं, ''हा माझा बाप आहे...''

त्या माणसाला धड बसताही येत नव्हतं... किमान चार दिवस तरी तो उपाशी असावा. काही वेळातच त्यानं तिन्ही भाकऱ्या संपवून टाकल्या. ते दोघं आईच्या चेहऱ्याकडं पाहत होते आणि मी त्या तिघांच्या चेहऱ्यांकडं! ढेकर देणारा बाप लिंबाची काडी मोडून दातात घालत होता...

मी एका रिक्षाला हात दाखवला. रिक्षा माझ्या बाजूला येऊन थांबली... ते दोघंही माझ्याकडं अपेक्षेनं पाहत होते. त्यांना 'बाय' म्हणून लगेच निघालो. त्या दोघांचे भुकेले चेहरे माझ्या डोळ्यांपुढून जात नव्हते.

असे कितीतरी रम्या आणि जित्या इथल्या वस्त्यांमध्ये मी पाहिले आहेत. रम्या, रम्याची आई आणि त्याचा अप्पलपोट्या बाप, हतबल जित्या... या पात्रांनी खरी लोकशाही माझ्या डोळ्यांसमोर उभी केली होती. एकदा तरी जिवाची मुंबई करावी, अशी हौस जवळपास सगळ्यांनाच असते. अनेकांची ती हौस भागतेही; पण हीच जिवाची मुंबई अनेकांचा जीवही घेते, अनेकांचा जीवनरस शोषूनही घेते, हेसुद्धा वास्तव आहे आणि ते अधोरेखित व्हायला हवं.

पुण्यावरून लातूरकडं निघालो... सोबत लातूरचे माझे मित्र रामेश्वर धुमाळ होते... थंडीची प्रचंड लाट... दिवसाही रस्ते एकदम शांत... दुपारचं ऊनसुद्धा कोवळ्या उन्हासारखं वाटत होतं. प्रवास सुरू झाला... जसजसा अंधार वाढत होता, तसतसं रात्री शांत ठिकाणी गाड्या थांबण्याचं प्रमाण अधिक दिसत होतं. या गाड्या थांबवून लोक जात कुठं असतील, असा माझा प्रश्न होता. आम्ही एके ठिकाणी गाडी थांबवली. मी उतरत होतो, तितक्यात रामेश्वर आपल्या लातुरी भाषेत जोरात ओरडले, ''काय करू लालाव, सर? इथं का उतरू लालाव...? चला इथून लवकर. कुणी ओळखीचं भेटंल. आपली बदनामी होईल.''

त्यांच्या बोलण्याकडं दुर्लक्ष करत मी धुमाळ यांचा हात धरला आणि निघालो. जसजसं जवळ जात होतो, तसतसा घुंगरांचा वाढणारा आवाज कानी पडत होता. आतमध्ये शिरलो... एवढं धुकं आतमध्ये कसं काय? आणखी जवळ गेल्यावर कळलं की हे धुकं नसून, बिडी-सिगारेटचा धूर आहे! आम्ही दोघंही खाली बसलो. चार-चार किलोंची घुंगरं पायांत बांधून १२ ते १५ महिला समोर नाचत

नाद घुंगरांचा... ऐकू न येणारा

होत्या. त्यांत १५ ते २० या वयोगटातल्या दोन–तीन मुलीही होत्या. ‘पिकल्या पानाचा...’ हे गाणं सुरू होतं. प्रेक्षकांमध्ये होते दारू पिऊन धिंगाणा घालणारे, रुमाल आणि फेटे उडवणारे, जोरात आवाज करत हातवारे करून ओरडणारे अधिक! इथं कुणाचं काय चाललं आहे, तेच काही कळेना. हा तमाशा पाहण्यासाठी पैसे लागत नव्हते. आपल्याला वाटलं तर पैसे द्यायचे. बायका जिथं नाचत होत्या, तिथं भोवताली खूप मोठं कुंपण घातलेलं होतं. म्हणजे, ज्या काही उड्या मारायच्या त्या खालीच, वर स्टेजपर्यंत पोचण्याचा प्रश्नच नाही. गाण्याची फर्माइश म्हणजे काय, तर एकाचं गाणं सुरू झालं की लगेच दुसऱ्याची फर्माइश यायची... जे दारू पिऊन ‘फुल्ल’ झाले होते, ते हद्दीच्या बाहेर धिंगाणा करत होते. त्यांना माराच्या प्रसादासह बाहेर हाकलण्याचं काम जाडजूड देहाची माणसं करत होती. काही वेळानं एक पोलिस अधिकारी आपल्या लवाजम्यासह तिथं आले. पोलिसांची ‘एंट्री’ होताच चौकट सोडून धिंगाणा करणारे एकदम शांत झाले. हातात असलेली दारूची बाटली काढत फौजदारसाहेबही काही वेळातच त्या मैफलीत बेधुंद अवस्थेत सहभागी झाले. डोक्यावर दारूची बाटली घेऊन वर्दीत नाचणाऱ्या या व्यक्तीला उपमा द्यायची तरी कशाची ? ते वातावरण पाहून माझ्यासोबतचे धुमाळ कमालीचे गोंधळून गेले होते. त्यांचे शब्द वारंवार माझ्या कानांवर पडत होते, ‘‘आपण निघायचं कधी... आपण निघायचं कधी... ?’’

‘‘निघू या हो...’’ म्हणत मी त्यांच्या बोलण्याकडं दुर्लक्ष करत होतो. नाचणाऱ्या सर्व महिलांच्या चेहऱ्यांवरचे हावभाव पाहून वाटत होतं, की यांना थोड्या वेळापूर्वी कुणीतरी खूप मारलं असावं आणि जबरदस्तीनं नाचण्यासाठी उभं केलं असावं. गाण्यांचा कार्यक्रम संपला आणि सामानाची बांधाबांध सुरू झाली. कलाकेंद्र चालवणाऱ्या विठाबाईंना आम्ही भेटलो. त्यांनी ओळख विचारली आणि आम्हाला बसायला सांगितलं. झुलत येणारे अनेक जण विठाबाईंशी बोलण्याचा प्रयत्न करत होते. विठाबाई त्या सर्वांना त्यांच्या भाषेतल्या शिव्या देऊन बाहेर काढत होत्या... पन्नाशीची महिला, नऊवारी पातळ, कपाळभर कुंकू... इतरांशी रोखठोक वागणाऱ्या विठाबाईंनी ‘बसा’

मंचावर जाण्यापूर्वी चेहऱ्यावर मेकअपचा शेवटचा हात आणि पायांत बांधलेली वजनदार घुंगरं.

म्हणून आमचं स्वागत लगेच कसं केलं, याचं जरा आश्चर्य वाटलं. कदाचित त्यांची नजर माणसं ओळखण्यात चांगलीच सरावलेली असावी.

मी गप्पांना सुरुवात केली.

विठाबाई म्हणाल्या, "अहो, तुम्ही काहीच्या काही छापलं, तर उद्या कोण येईल आमच्या फडावर... ?" मात्र, असं काही केलं जाणार नाही, याची खात्री पटल्यावर विठाबाईंनी बोलायला सुरुवात केली. विठाबाई आठ वर्षांच्या होत्या, तेव्हा त्यांच्या बापानं त्यांना याच कलाकेंद्राच्या मालकाला विकलं होतं... डोळ्यांतलं पाणी आपल्या कोऱ्या लुगड्याच्या पदरानं पुसत विठाबाई मनात साचलेलं दु:ख बाहेर काढत होत्या... "आम्ही नऊ बहिणी... कधीतरी मुलगा होईल या आशेवर आईची बाळंतपणं होतच राहिली. बाप जिवंत राहिला; पण माय मात्र नवव्या बाळंतपणात गेली... ती खदानी (खाणी) खणून सर्वांना पोसायची आणि बाप भीक मागून दारू प्यायचा. ज्या दिवशी माय मेली त्याच्या दुसऱ्याच दिवशी बापानं मला १०० रुपयांना विकलं. ज्या शिवाजीबाबांनी मला विकत घेतलं, त्यांनी मात्र मला बापाची माया लावली. त्यानंतर मी कधी त्यांना घरच्यांविषयी विचारणा केली नाही आणि त्यांनी माझ्याविषयी केली नाही. माझ्या जन्मदात्या बापाचं वागणं पाहून, 'पुरुष हा फार किळसवाणा प्रकार असून, पुरुषापासून आयुष्यभर चार हात दूरच राहायचं,' हे तेव्हापासून आजपर्यंत माझ्या मनावर कोरलं गेलेलं आहे."

नाचगाण्यांची मैफल जिथं सुरू होती, तिथंच बाजूला आम्ही खुर्च्या

घेऊन बसलो होतो.

"तुम्ही राहता कुठं? अजून सोबत कोण कोण असतं?" या सर्व प्रश्नांची उत्तरं देता देता विठाबाई मध्येच म्हणाल्या, "या आतमध्ये."

मी त्यांच्या मागं निघालो, पण धुमाळ यांची काही हिंमत होईना; पण एकट्यानं उभं राहण्यापेक्षा सोबत जाणं कधीही चांगलं, असा विचार करून धुमाळ अखेर माझ्यासोबत आत आले. आत खोल्याच खोल्या आणि त्यांमध्ये मोठमोठ्या लोखंडी पेट्या. ही या नाचणाऱ्या बायकांची दौलत! सगळ्या महिलाच. कुणी मेकअप काढत होती, कुणी स्वयंपाक करत होती, तर कुणी आज झालेल्या कमाईचा हिशेब करत होती... सगळ्या जणी आपापल्या कामात व्यग्र होत्या. कुणालाही टीव्ही पाहायला फुरसत नव्हती, की मोबाईलशी खेळायला. ...पोटात कालवाकालव व्हावी असं ते वातावरण होतं. एक महिला पायांची घुंगरं सोडत सोडत आपल्या छोट्या मुलाचा अभ्यास घेत होती. मी त्या मुलाला नाव विचारलं. त्यानं लडिवाळपणे आपलं नाव सांगितलं, 'संतोष सविता विठाबाई...' त्यानं आपलं नाव असं का सांगितलं, हे माझ्या लक्षात आलं. दिवंगत डॉ. किशोर शांताबाई काळे यांनी लिहिलेल्या 'कोल्हाट्याचं पोर' या पुस्तकाची मला आठवण झाली. माझ्यासमोरची सर्व परिस्थिती त्या पुस्तकातल्या पात्रांप्रमाणे होती...

पंचवीस ते तीस महिलांचा परिवार. अनेकींना मोठमोठी मुलं आहेत. चार मुलं पुण्यात एमपीएससी- यूपीएससीचा अभ्यास करत आहेत. मुली मात्र इथंच विठाबाईंचं काम पुढं चालवत आहेत. त्यांना शिकवून मोठं करावं एवढी समज विठाबाईंनाही नव्हती आणि त्या मुलींच्या आईंनासुद्धा नव्हती... त्या खोलीमधली कमालीची शिस्त, नजरेत भरणारी स्वच्छता लक्ष वेधून घेत होती... नंतर कळलं, याला विठाबाई कारणीभूत होत्या... मी अनेक जणींशी संवाद साधत होतो. प्रत्येकीची कहाणी वेगळी, खूप दर्दभरी... प्रत्येकीबाबत काहीतरी मोठा अपघात झाला होता आणि तिला विठाबाईंचा आधार मिळाला म्हणून ती जगतेय... हीच ती कहाणी. निघताना धुमाळ यांनी संतोषला जवळ बोलावलं. शंभराची नोट काढली आणि देण्यासाठी पुढं केली. संतोष पळत

आपल्या आईकडं गेला. आईला म्हणाला, ''आई, मामा पैसे देतो. घेऊ का ?''

ती काहीच बोलली नाही. तिची डोळ्यांची भाषा मुलाला कळली. मुलगा घरात निघून गेला. त्या मुलाची आई जोरात रडायला लागली. आई का रडते याचं कारण विठाबाईनं सांगितल्यावर आम्हीही सुन्न झालो. संतोषच्या हृदयाला छिद्रं पडली आहेत. आम्ही सगळ्या महिलांनी मिळून खूप पैसा ओतला; पण काही फरक पडला नाही. डॉक्टरांनी सांगितलंय, की आता पैसा खर्च करून काही फायदा नाही... संतोषच्या आईची समजूत काढत विठाबाईनं तिला जेवायला बसवलं. धुमाळ बारीक चेहरा करून टक लावून त्या मुलाकडं बघत होते... सगळे एकत्र जेवायला बसले. हरभऱ्याची भाजी, मेथीची भाजी, ठेचा, उडदाचं वरण, टाळकीची भाकरी, छान कांदा कापलेला... अस्सल गावरान जेवण. सगळे जण विठाबाईंची जेवण्यासाठी वाट पाहत होते... आणि विठाबाई वाट पाहत होत्या आम्ही जाण्याची. मी वाट पाहत होतो, मला कुणीतरी जेवा असं म्हणेल याची. मात्र, शेवटपर्यंत कुणीही तसं म्हणालं नाही. माझा आवडता मेनू समोर दिसत होता; पण इलाज नव्हता. आम्ही खूप मोठी माणसं आहोत आणि मोठी माणसं भाकर-भाजी खात नसतात, हा समज त्या सगळ्या जणींचा असावा.

आम्ही सुन्न होऊन गाडीत बसलो... गाडी निघाली... भावूक होऊन आम्ही तिथून निघालो. विचार केला होता, त्यापेक्षा वेगळं वातावरण तिथं पाहायला मिळालं. आतमध्ये गेलो आणि कुणी आपल्याला पाहिलं तर आपली बदनामी होईल, असं सुरुवातीला वाटणाऱ्या धुमाळांना आता मात्र त्या मुलाची काळजी वाटत होती.

नगर ते बीड या मार्गावर जामखेड, सुपा यांसारखी अनेक गावं आहेत; जिथं घुंगरांचा आवाज कानांवर पडतो. या आवाजाचा 'नाद' करणारेही कमी नाहीत, हे बाहेर लागलेल्या व्हीआयपी गाड्यांवरून दिसत होतं...

लातूरला मुक्काम करून माळेगावच्या यात्रेत गेलो. गेल्या साठ वर्षांपासून येणाऱ्या लोककला केंद्रांची संख्या मोजता येणार नाही एवढी आहे... आतमध्ये जाण्यासाठी तिकीट शंभर आणि दोनशे असं दोन प्रकारचं... आम्ही लावणी

ऐकायला बसलो. तिथं दाद देणाऱ्यांची संख्या खूप होती. नाचणाऱ्या बाईच्या हाताला कसलीशी पट्टी लावली आहे, हे मी पहिल्या रांगेत बसल्यामुळं मला दिसलं... कार्यक्रम झाल्यावर मी मागं जाऊन त्या नाचणाऱ्या बाईचा शोध घेत होतो... सोबत काही स्थानिक पत्रकारही होते. सीमा पाटील असं त्या नाचणाऱ्या बाईचं नाव होतं. सलाईनची बाटली काढून ती नाचायला आली होती. गेल्या चार दिवसांपासून ती आजारी होती. काल तिला उठताही येत नव्हतं. 'मी आज नाचू शकणार नाही' असं फडमालकाला सांगितल्यावर त्यानं रागानं तिच्या पोटावर लाथ मारली होती. सीमाशी बोलल्यावर कळलं, की तिच्या वडिलांनी या फडाचा मालक जळबा यांच्याकडून उसने पैसे घेतले होते. ते पैसे देऊ शकत नाहीत, म्हणून त्या बदल्यात सीमाला नाचण्यासाठी जळबा या फडात घेऊन आला होता.

मी माळेगावच्या ज्या ज्या लोककला केंद्रात फिरलो, त्या त्या केंद्रात नाचणाऱ्या बहुतेक महिला दोन वेळच्या जेवणाला महाग होत्या... लावणी पाहणाऱ्या दर्दी मंडळींची संख्या अगदी बोटांवर मोजण्याएवढीच. कदाचित या दर्दी माणसांमुळंच ही कला जिवंत असेल. बाकी 'तमाशा' म्हटलं, की बीभत्सपणा हे चित्र कायम नजरेसमोर येतं. माळेगावची यात्रा ही लोककला पाहणाऱ्या 'हौश्यां'ची यात्रा आहे. इथल्या कलांवर जेवढं लिहावं तेवढं कमीच. अलीकडं दर्दी कमी झाले आहेत, ही वस्तुस्थिती मात्र नोंदवायला हवी.

दुसऱ्या दिवशी मुंबईत आलो. सर्वसमावेशक स्टोरी करायची होती. मुंबईत एका नातेवाइकाला घेऊन एका राष्ट्रीय पक्षाचं नाव असणाऱ्या कलाकेंद्रात गेलो... माझ्या सोबत दोघे जण होते. आतील वातावरण पाहून जीव कोंडल्यासारखा होत होता. चार माणसं नाचणाऱ्या पोरीवर हात दुखेपर्यंत पैसे उधळत होते... खाली चार-पाच माणसं पैसे वेचत होते. पैसे वेचणाऱ्यांची खूप गडबड चालली होती. पैसे वेचणारे म्हातारे काका पाहून गावाकडं खळं मागायला येणाऱ्या काकांची आठवण झाली. फक्त दोघांच्या चेहऱ्यांवरचे भाव मात्र वेगवेगळे होते. मुंबईच्या काकांच्या टोपल्यात पैशांचं बंडल असलं, तरी त्यांच्या चेहऱ्यावर भाव मात्र भीतीचा होता.

गावाकडच्या काकांच्या टोपल्यात मातीमिश्रित धान्य असलं तरी त्यांच्या चेहऱ्यावर कमालीचा आनंद असायचा. मी कोणत्या दुनियेत आहे, हा माझा मलाच प्रश्न पडला होता. तीनशे रुपयांना पाण्याची बाटली आणि पाचशे रुपयांना थंड पेयाची बाटली... अप्सरेसारख्या सुंदर स्त्रिया; पण हावभाव एकदम दगडासारखे... कानठळ्या बसतील असे मोठमोठे आवाज... या मोठ्या आवाजापुढं कलेच्या आवाजावर साज चढवणाऱ्या घुंगरांचा 'नाद' कधीच दबला होता. परराज्यांतून येणाऱ्या मुलींनी पायांत घुंगरं बांधली होती खरी; पण ती कलेसाठी नव्हे, तर अनेकांची घरं उद्ध्वस्त करण्यासाठी की काय, असं इथलं वातावरण होतं. राज्याचे माजी गृहमंत्री दिवंगत आर. आर. पाटील यांचे उपकार जेवढे मानावे तेवढे कमीच आहेत. कारण, त्यांनी या वातावरणाला ब्रेक लावण्यासाठी पुढाकार घेतला. या ठिकाणच्या कहाण्या ऐकल्या तर 'लैला-मजनू'ही फिके पडावेत! शेवटी इथंही 'बाई म्हणजे खेळायची एक वस्तू' अशीच परिस्थिती होती. अनेकांनी बाईच्या नादापायी आपलं सर्व आयुष्य पणाला लावलेलं. इकडच्या दुनियेत सर्व शेट्टी लोकांचं राज्य. घुंगराच्या नावावर केवळ पैसा छापायचा हाच उद्देश! सर्वांच्या साक्षीनं हा 'छापखाना' चालतो.

सकाळी दादरवरून माझी मावशी चंदा होगे हिचा फोन आला, ''तू चार वाजता येणार आहेस ना... ? मी छान गावरान जेवणाचा बेत करते. नाहीतर मागच्यासारखंच करशील. 'येतो' सांगून येणार नाहीस. असं करू नकोस.'' मावशीनं मला आग्रहपूर्वक जेवणाचं निमंत्रण दिलं.

मात्र, माझं तिच्या बोलण्याकडं फारसं लक्ष नव्हतं. मी 'हो, हो' म्हणत गडबडीत फोन ठेवून दिला; पण तरीही 'काय असेल बरं गावरान जेवणाचा बेत... ?' हा विचार मनात येत राहिलाच...

मी वेगानं काम उरकलं आणि दादर गाठलं. अंदाजे सहा वाजले असतील. रविवार असल्यामुळे स्टेशनवर फारशी गर्दी नव्हती. स्टेशनच्या पायऱ्या उतरताना माझ्या कानांवर बासरीचे सूर पडले. अगदी मंत्रमुग्ध करणारे ते सूर होते. ते माझ्या कानांतून मनात अगदी सहज उतरत गेले.

मी बासरीवाल्यासमोर शंभर रुपयांची नोट धरली. त्यानं काहीच प्रतिक्रिया दिली नाही. तो पूर्णत: अंध आहे हे कळायला मला जरा उशीर लागला... मी त्याला म्हणालो, ''दादा, तुम्ही फार छान बासरी वाजवताय. हे पैसे घ्या

आणि अजून बासरी वाजवा.''

तो म्हणाला, ''नाही हो, दादा. मी असे पैसे घेत नाही. पाहिजे तर तुम्ही बासरी विकत घ्या, तिचे पैसे मी घेतो.'' मला बासरी विकत देऊन तो पुन्हा बासरी वाजवायला लागला... त्याची बासरी ऐकत मी तसाच दादर स्टेशनच्या पायरीवर बसलो. बासरीवाल्याच्या त्या 'मैफली'नं मला दीड तास गुंगवून टाकलं...

आता रात्र बरीच पडल्यानं बासरीवाला त्याच्या घरी जायला निघाला. मीही त्याच्या मागं मागं निघालो.

त्याला हाक मारली, ''ओ दादा...''

त्यानं थांबून मला विचारलं, ''बासरी हवीय काय ?''

मी म्हणालो, ''मघाशीच दोन बासऱ्या विकत घेतल्या मी.''

त्यावर भरल्या खिशावर हात ठेवत आणि भुवया उंचावत तो म्हणाला, ''मग आता काये ?''

''अहो, काही नाही. मी पत्रकार आहे. तुम्ही खूप गुणी कलाकार आहात, म्हणून म्हटलं, तुमच्याशी बोलावं.''

त्यानं खिशावरचा हात खाली घेत सैलावल्यासारखं होत माझ्याशी गप्पांना सुरुवात केली...

तो बोलू लागला आणि मी ऐकू लागलो. त्याला मी काही प्रश्नही केले. त्यानं जे काही सांगितलं ते थरारकच होतं.

''मी, येऊ का तुमच्यासोबत ? तुमच्या आई–वडिलांना भेटायला ?''

तो म्हणाला, ''चला...''

आम्ही निघालो. जाता जाता वाटेत आम्ही चहा घेत किमान एक तास घालवला. खूप गप्पा झाल्या...

जनार्दन गोंधळे हा तिशीतला तरुण. दादर, कुर्ला, चर्चगेट इथल्या स्टेशनांबाहेर बासऱ्या विकण्याचं काम करतो. त्याचे वडीलही याच ठिकाणी बासऱ्या विकत असत. बासऱ्या विकताना लोकांचं लक्ष वेधून घेण्यासाठी जनार्दन दर्दभरी धून वाजवतो. जनार्दन पूर्णतः अंध आहे. दादर रेल्वे

स्टेशनजवळच्या एका झोपडपट्टीत तो, त्याचे वडील जळबा, बहीण ज्योती आणि पत्नी राधा असे चौघं राहतात. जनार्दनचे वडील आणि बहीणही पूर्णत: अंध आहेत, तर बायको एका डोळ्यानं अंध... जनार्दनची आईसुद्धा एका डोळ्यानं अंध होती. गोंधळे कुटुंब मूळचं अमरावतीचं. तीस वर्षांपूर्वी पोट भरण्यासाठी मुंबईत आलं आणि मुंबईकरच झालं. हात-पाय चालत होते तोपर्यंत जनार्दनचे वडील वर उल्लेखिलेल्या तिन्ही स्टेशनांच्या परिसरात विशिष्ट ठिकाणी बासरी वाजवून बासऱ्या विकत. वडिलांचा हा सुरेल वारसा जनार्दनकडं ओघानंच आला.

तो एकेक आठवण सांगू लागला, ''मी चांगली बासरी वाजवतो. हा वारसा मला वडिलांकडून मिळालाय. दिवसभरात अनेक जण भिकेच्या तराजूत माझ्या कलेचं मोल करायचा प्रयत्न करतात. मात्र, मी भिकेवर नव्हे, तर स्वाभिमानावर जगतो. माझ्या वडिलांची तत्त्वं माझ्यात आली आहेत. माझ्या बासरीवादनाला दाद देणाऱ्यांची काही कमतरता नाही; पण मीरा वर्माची दाद काही औरच होती. संगीतक्षेत्रात उच्चशिक्षण घेणाऱ्या मीरानं एक दिवस माझी बासरी ऐकली. खूप वेळ ऐकल्यावर ती मला म्हणाली, 'किती गोड बासरी वाजवतोस तू!' सगळ्यांना म्हणतो तसं मी तिलाही 'धन्यवाद' म्हणालो. मग ती तिच्या मैत्रिणीसह दादरला रोज चक्कर टाकायची. माझ्याशी बोलायची आणि घरी निघून जायची... एक दिवस ती तिच्या वडिलांना घेऊन मला भेटायला आली... त्यांचं आणि माझं बोलणं झालं. शेजारीच तबलेवाले जोशीकाकांचं दुकान आहे. त्यांनी मला विचारलं, 'अरे, ते अजिंक्य वर्मा बिल्डर तुला भेटायला कशासाठी आले होते? दादरमध्ये जे चार मोठे बिल्डर आहेत, त्यांपैकी त्यांचा नंबर पहिला आहे... तू काही केलं नाहीस ना... ?'

जोशीकाकांना काही सांगण्यापेक्षा गप्प बसलेलंच बरं, असं मी ठरवलं.

मीरा रोज यायची. माझ्याशी खूप बोलायची. खाऊ आणायची. पाठीवरून हात फिरवायची. बासरी ऐकायची. मी एक दिवस नाही आलो, तर वडिलांकडं फोनवरून विचारणा करायची. तिचं हे येणं आणि माझ्यासोबत तासन्‌तास बसणं सर्वांना खटकत होतं... माझ्या शेजारीच भीक मागायला बसणाऱ्या कान्होपात्रा मावशीनं मला एक दिवस सांगितलं, ''या श्रीमंत माणसांच्या

नादी लागू नकोस. बरबाद होशील माझ्यासारखा... तुझ्यावर भीक मागायची वेळ येईल.'' मला कुणीतरी जवळ करतंय म्हणून दादर स्टेशनवरचे

माझ्या 'बिरादरी'तले काही जण जळत होते; तर काही जणांना माझी काळजी वाटत होती. माझ्या हितचिंतकांकडून ही बातमी माझ्या वडिलांपर्यंत गेली... वडिलांनी मला त्या दिवशी बऱ्याच गोष्टी सुनावल्या. आई मात्र शब्दानंही बोलली नाही. ती कमालीची शांत होती. त्यानंतर सहा दिवस मीरा दादरला आलीच नाही. मला वाटलं, ती आता येणार नाही. ते सहाही दिवस काहीतरी चुकल्यासारखं वाटत होतं. माझी चिडचिड वाढली होती. सहाव्या दिवशी ती आली आणि आल्या आल्या तिनं मला मिठीच मारली. काय होतंय ते मला कळतच नव्हतं. मी मोहरून गेलो होतो.

मामाच्या मुलाच्या लग्नासाठी ती परदेशी गेली होती. 'तुझे वडील माझा फोन उचलत नाहीत,' असं मी तिनं मला सांगितलं. नंतर तिनं पत्ता काढून माझं घर गाठलं. आई एकटीच घरी होती. काही दिवसांपासून आई सतत आजारीच होती. आईचं आणि तिचं त्या दिवशी पहिल्या भेटीत काय बोलणं झालं, हे आईनं मला कधीच सांगितलं नाही. मीरानं आईला माझे तिच्या सर्व मित्रांसोबतचे आणि तिच्यासोबत काढलेले फोटो दिले, काही भेटवस्तू दिल्या, एवढंच काय ते आईनं मला सांगितलं.''

जनार्दन सांगतच राहिला, ''मीरा नावाचं प्रकरण विनाकारण वाढत आहे, त्यातून आपल्या हाती काहीच लागणार नाही. उलट त्रासच होईल. तिचा नाद तू सोडून दे, यासाठी आई खूपच आग्रही होती. मी माझी दादर स्टेशनची जागा बदलावी, म्हणून तिनं आग्रह धरला. तिच्या आग्रहामुळे मी कुर्ला आणि चर्चगेट स्टेशनला गेलोही होतो; पण जे चार पैसे मिळायचे तेही

मिळेनासे झाले. शेवटी, मी पुन्हा त्याच ठिकाणी येऊन बसू लागलो. माझ्यात आणि मीरात झालेला त्या दिवशीचा संवाद मी घरी सांगितला आणि सगळे गारच पडले. 'तू माझ्यासोबत माझ्या घरी राहायला येशील का? मला तू फार आवडतोस,' असं मीरानं मला त्या दिवशी विचारलं होतं. बहीण झोपताना म्हणाली, 'दादा, मी शेजारच्या पारूकाकूच्या राम्याला विचारलं, की 'ती पोरगी फोटोत कशी दिसते रे?' तर तो म्हणाला, 'एकदम परीच दिसते.' काय रे दादा, तू जाणार का तिच्या घरी राहायला?' यावर मी बहिणीवर खूप चिडलो.

तीन दिवसांनंतर आईचा आजार खूप वाढला आणि पाचव्या दिवशी ती आम्हाला सोडून गेली... साहजिकच मी दादर स्टेशनवर बरेच दिवस जाऊ शकलो नाही.

मी इतके दिवस का आलो नाही, याची चौकशी करत मीरा घरी आली आणि आईची वार्ता तिला कळली. तिलाही रडू आलं. बहिणीच्या हाती तिनं काही पैसे ठेवले आणि ती गेली. मी पाच दिवसांनंतर पुन्हा कामाला लागलो. स्टेनशनवर गेल्यावर कान्होपात्रा मावशीनं सांगितलं, 'ती पोरगी रोज येऊन मला विचारायची, आला नाही काय? जनार्दन आला नाही काय?' म्हणून. मी तिला चांगलंच फटकारलं. ती रडतच घरी गेली... हे बघ, तुझ्या मायला गिळणारी हीच आहे आणि तुलाही आता ही गिळेल.'

कान्होपात्रा मावशीचं हे बोलणं ऐकून माझ्या डोक्यात एकदम प्रकाश पडला... आपल्या आणि मीराच्या प्रेमकहाणीचा धसका आईनं घेतला असावा. मी नसलो तर घरातल्या तीन अंध माणसांचं काय होणार, ही काळजी तिला कुरतडत असावी, त्यातूनच तिनं प्राण सोडला असावा. आईच्या मृत्यूला आपणच कारणीभूत आहोत, असं मला सारखं वाटायला लागलं.''

जनार्दन पुढं सांगू लागला, ''दुसऱ्या दिवशी मीरा भेटायला आली. तिला मी सगळं सांगितलं. शेवटी ती जाताना मी तिला एवढंच म्हणालो, 'परवा माझी आई गेली. उद्या वडील जातील. माझी तुला विनंती आहे, की तू यापुढं मला भेटू नकोस.' माझ्या या सांगण्यावर ती रडू लागली आणि नंतर निघून गेली. मग पुढचा दीड महिना तिचा काहीच पत्ता नव्हता... एके दिवशी

वसुंधरा शर्मा नावाची तिची मैत्रीण माझ्याकडं आली. तिनं माझी विचारपूस केली. मला राहवलं नाही. मी तिला विचारलं, 'मीरा कहाँ है... ?' माझं हे वाक्य ऐकून तिला धक्काच बसला. ती मला म्हणाली, 'तुझे मालूम नही ? वो तो गुजर गई!' माझ्या काळजाची गती काही क्षण थांबल्यासारखीच झाली. स्वत:ला कसंबसं सावरत मी तिला विचारलं, 'क्या हुआ था उस को ?'

वसुंधरा म्हणाली, 'पता नही, पर घरवाले रिश्तेदार को बोल रहे थे कि वो बहुत बीमार थी।'

वसुंधरा निघून गेली आणि माझा पुतळा होऊन मी जागीच बसलो...''

ही सगळी कहाणी सांगताना जनार्दनला अश्रू अनावर झाले होते.

आम्ही दोघं जनार्दनच्या घरी पोचलो. सगळ्यांना भेटलो. जनार्दनची बायको राधा खूप सोज्वळ आणि अत्यंत समजूतदार. जनार्दनला तिनं विचारलं, ''काय झालं ? तुम्ही असे नाराज का ? काही झालं काय ?''

तो शांतपणे राधाला म्हणाला, ''मीराचे फोटो या दादाला दाखव...''

ती आतमध्ये गेली. एका गंजलेल्या लोखंडी पेटीतले – वहीत ठेवलेले– काही फोटो तिनं माझ्या हातात दिले. ती भावनाशील झालेली दिसत होती. राधा ही जनार्दनच्या मामाची मुलगी. सोलापूरची.

जनार्दनची आई गेल्यावर मामानं राधाचं जनार्दनशी लग्न लावून दिलं.

आपण जनार्दनचं 'दुसरं प्रेम' आहोत, ही वस्तुस्थिती राधानं स्वीकारली आणि त्याच्यावर जिवापाड प्रेम केलं. ती संसारही निगुतीनं करत आहे.

मी जनार्दनच्या वडिलांना भेटलो. ते म्हणाले, ''माझ्या मुलाचं पहिलं प्रेम अधुरं राहिलं हो...''

वडिलांचं काळीज त्या शब्दांतून बोलत होतं. यावर काय बोलावं, हे मलाही सुचेना.

थोडा शांत होऊन मी भानावर आलो. फोनकडं पाहिलं तर माझे काका प्रल्हाद होगे पाटील यांचे आणि मावशीचे किती तरी 'मिस्ड् कॉल' दिसले... अकरा वाजले होते. मावशीकडचं जेवण याही वेळी राहूनच गेलं!

विचारांच्या तंद्रीत मी जनार्दनच्या घराबाहेर आलो. मीरा आणि राधा ही

तशी माझ्या मनातली 'मिथकं'च; पण त्या दोघी मला प्रत्यक्षात कडकडून भेटल्यासारख्या वाटल्या. मी जनार्दनच्या घरातून बाहेर पडलो, तरीही जनार्दन–मीरा आणि राधा हे तिघंही माझं भावविश्व व्यापून राहिले होते. दोघीही जनार्दनवर मनापासून प्रेम करणाऱ्या. मीरा आता या जगात नसली तरीही जनार्दनच्या मनात ती अजून घर करून आहे... राधा तर जनार्दनच्या घरातच आहे... मात्र, जनार्दनच्या मनात तिची जागा कोणती असेल... माहीत नाही! मीरा प्रचंड श्रीमंत असूनही साधीसुधी होती... प्रेमवेडी होती... प्रेमाची भुकेली होती... आणि राधा... तिचं काय?

मुंबईत पाऊस सुरू झाला की थांबत नाही हे नेहमीचंच... आज सातवा दिवस उजाडला तरी पावसाची रिपरिप काही थांबत नव्हती, तो कोसळतच होता. 'सकाळी बाहेर पडू नका,' अशी सूचना महापालिकेनं केली होती, तरीही काम सोडून घरी बसतील ते मुंबईकर कसले! मी नेहमीप्रमाणे धो धो पावसात सकाळी आठ वाजताच घराबाहेर पडलो. पत्रकार संघाची निवडणूक होती. त्या निवडणुकीत माझ्या मित्राचं पॅनेल नशीब आजमावत होतं. त्यांचा आग्रह पाहून मतदान करणं हे मलाही गरजेचं वाटलं.

त्या दिवशी पावसाचा जोर अधिकच होता. मी मतदान केलं आणि घराच्या दिशेनं निघालो. दादरला दोघांना भेटायचं होतं. त्यांची भेट झाल्यावर वडाळामार्गे नवी मुंबईच्या रस्त्याला लागलो. वडाळ्यात शिरताच पावसाचा जोर जास्तच वाढला. रस्त्यावरून पाणी वाहत होतं. जोराचा वारा होता. वाऱ्याच्या जोरानं गाडी उडेल की काय अशी भीती वाटत होती. मुख्य वस्तीपासून सी-लिंकला लागेपर्यंत मध्ये फारशी घरं नव्हती. त्यामुळे एवढ्या पावसात गाडी थांबवून आसरा घ्यायचा कुठं, असा प्रश्न होताच. वाऱ्याचा वाढलेला जोर पाहता

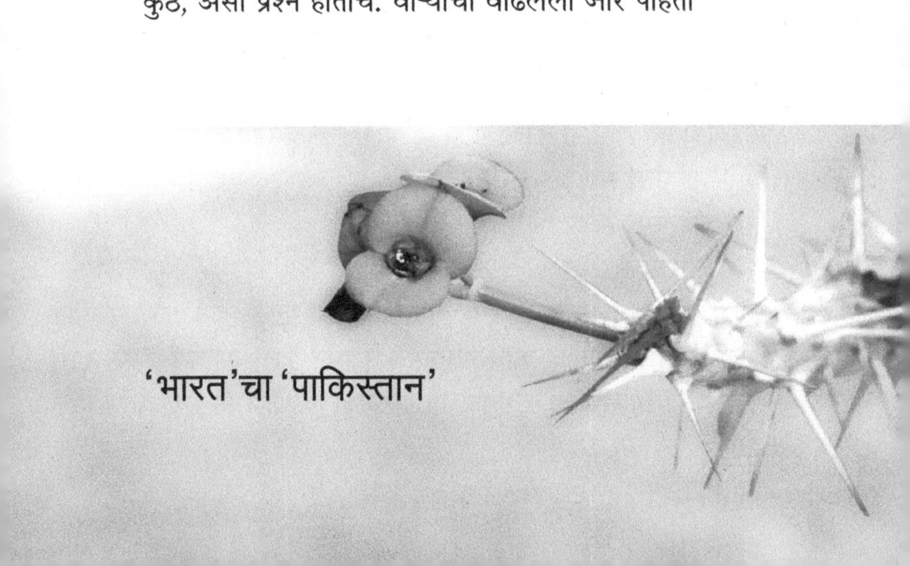

'भारत'चा 'पाकिस्तान'

आता गाडीत थांबणं शहाणपणाचं नव्हतं. रस्त्याच्या कडेला गाडी थांबवली आणि बाजूला असलेल्या तुटक्या-फुटक्या घराच्या आसऱ्याला जाऊन थांबलो. घरात डोकावलं तर दोन जण पांघरूण घेऊन बसल्याचं मला दिसलं. मी अडचणीत आहे, हे त्यांच्या लक्षात आलं असावं. त्यांनी मला आत बोलावलं. त्यांनाच बसायला जेमतेम जागा आहे हे दिसत होतं, त्यामुळे आत जावं की नाही, याचा विचार मी करत होतो. मात्र, आतमध्ये जाण्याशिवाय पर्यायही नव्हता, कारण पावसाचा जोर भयंकरच वाढला होता. आतमध्ये एक काका होते आणि चार मुलं. चौघांच्याही वयात साधारणत: १०-१० वर्षांचं अंतर होतं. काकांचं वय अंदाजे ५५ ते ६० असावं. कामात व्यग्र असणारे काका मी आत गेल्यावर बाजूच्या मुलाला म्हणाले, "अरे पाक्या, साहब को बैठने के लिये कुछ दे दे।" त्या मुलानं बाजूला पडलेली मळकी रिकामी बॅग घेतली आणि मला बसायला दिली. भयाण शांतता असलेल्या त्या घरात ते पाचही जण आपापलं काम करण्यात गुंग होते. कुणी भाजी करत होतं, कुणी कपडे शिवत होतं, कुणी देवाच्या पूजेत मग्न होतं; तर कुणी घरातली साफसफाई करत होतं.

ते काका मला हळूच म्हणाले, "क्या साहब, बारिश में फँस गये क्या ?"

मी म्हणालो, "हां."

माझं लक्ष घरात बसण्यात आणि त्या काकांच्या बोलण्याकडं अजिबात नव्हतं. सुनसान जागेवर जिथं वस्ती नाही तिथं मी थांबलो होतो. समोर गाडी रस्त्यावरच होती. प्रचंड वारा... इथून आपली सुटका कशी होईल, ही भीती माझ्या मनात होती. ते काका पुन्हा म्हणाले, "कहाँ रहते हो साहब ?"

"नई मुंबई में।"

"नई मुंबई में कहाँ ?"

"खारघर में।"

माझ्याशी बोलून काका पुन्हा त्यांच्या कामात गुंतले. दोन दोऱ्या एकत्रित करून दोरी विणण्याचं काम करण्यात ते मग्न झाले. पाऊस आणि वारा थोडा कमी झाला होता, त्यामुळे मी सुटकेचा नि:श्वास सोडला आणि परत

निघण्याच्या तयारीत असतानाच घरात मला मशिदीचा आणि लक्ष्मीचा असे दोन फोटो दिसले. मला थोडी शंका आली; पण पुन्हा वाटलं, झोपडीत राहणारे मोठ्या मनाचे आणि दिलदार असतात, त्यातून हा प्रयोग त्यांनी केला असेल. आपण कशाला विनाकारण शंका घ्यायची ? तरीही राहवेनाच.

मी धीर करून काकांना विचारलं, ''चाचा, ये दो फोटो एक जगह कैसे लगाये ?''

तर ते म्हणाले, ''मस्जिद का फोटो पाक्या पूजता है और लक्ष्मी के फोटो को राजा पूजता है।''

शेजारीच असलेल्या येशूंच्या फोटोकडं बोट दाखवत ''येशू को मैं पूजता हूँ।'' असं सांगत काका गालातल्या गालात हसले आणि पुन्हा हातातलं काम करू लागले. एकाच घरात वेगवेगळ्या धर्मीयांच्या देवदेवता कशा काय, या माझ्या शंकेचं समाधान अजूनही होत नव्हतं.

मी काकांना पुन्हा खोलात जाऊन विचारलं, ''अनेक जाती-धर्मांच्या देवांसंदर्भातल्या आवडी-निवडी एकाच घरात कशा काय जपता-जोपासता ?''

त्यावर ''जाने दो ना साहब, ये काल का महिमा है,'' असं म्हणत काका माझ्या प्रश्नाला बगल देऊ लागले. मोकळं बोलायला ते तयार नव्हते. मात्र, शंतनु नावाचा मुलगा मध्येच बोलला आणि म्हणाला, ''साहेब, आम्ही सगळे जण वेगवेगळ्या जाती-धर्मांचे आहोत, म्हणून वेगवेगळ्या देवांची पूजा करतो.''

मी त्या मुलांना विचारलं, ''तुम्ही या घरात भाड्यानं राहता का ?''

काकांकडं बघत तो मुलगा म्हणाला, ''भाड्यानं नाही, हे घर भारतकाकाचं आहे. याच घराच्या शेजारी आमचंही घर होतं; पण आता ते घर नाहीये.

आमचंही कुणी नाहीये आता. भारतकाकाच आमचा सांभाळ करतो.''

मला आश्चर्य वाटलं. मुंबईत असं फारसं सहसा घडताना दिसत नाही. म्हणजे, एका दिवसाचाही पाहुणा कधी एकदा जाईल, असं वाटत असतं मुंबईकरांना.

मला हे सगळे एकत्रित कसे आले ते ऐकायचं होतं; पण या पाचही जणांना जेव्हा मी खोदून खोदून विचारू लागलो, तेव्हा काही सांगावं या मूडमध्ये त्यांच्यापैकी कुणीच नव्हतं. मात्र, मी खूप पिच्छा पुरविला आणि त्यांच्याकडून मला जे हवं होतं ते काढून घेण्यात यशस्वीही झालो.

भारत म्हणजे सगळ्यांचा काका, पाक्या म्हणजे 'पाकिस्तान' नावाचा मुलगा; तसंच शंतनु, विजय आणि राजू असे पाच जण या घरात राहतात.

तीन वर्षांपूर्वी मुंबईतल्या याच वडाळा भागात असणाऱ्या वस्तीत साथीचा आजार बोकाळला होता. सहा झोपड्यांमध्ये राहणारी २८ पैकी पाच माणसं वाचली, बाकीची मृत्युमुखी पडली. या घरांतली सगळी माणसं – लहानांपासून मोठ्यांपर्यंत– खासगी कंत्राटदाराकडं नालेसफाईचं, मैला साफ करण्याचं, ड्रेनेजच्या आत उतरून साफसफाई करण्याचं काम करायची. सुरुवातीला दोघं खूप आजारी होते. पुन्हा मग उलट्या, संडास आणि अंग सुजणं हा प्रकार सर्वांना सुरू झाला.

मीरा–भाईंदरमध्ये असलेल्या एका बाबानं येऊन 'देवी कोपली' असं म्हणत लिंबू आणि मिरच्या बांधत होम–हवन केलं; पण काहीही फरक पडला नाही. दवाखान्यावर कुणाचाच विश्वास नव्हता. पाच दिवसांत सगळी माणसं मरण पावली.

भारतकाका म्हणाले, ''आता आम्ही पाचजण – म्हणजे जे वाचलेले आहोत ते – तुम्हाला इथं दिसत आहोत. आम्ही प्रत्येक कुटुंबातली एकेक व्यक्ती आहोत. या मुलांना माझ्याशिवाय कुणी नाही. ही मुलं जाणार कुठं? छोटी–मोठी कामं करून आम्ही सगळे गुण्यागोविंदानं एकत्र राहतो. आता ही मुलं म्हणजेच माझे जवळचे नातेवाईक आहेत. माझी बायको आणि दोन मुलं याच साथीच्या आजारात मरण पावली. आता या मुलांमध्येच मी त्यांना पाहतो.''

हे सांगताना भारतकाकांचे डोळे पाणावले होते.

भारतकाका पुढं म्हणाले, ''गफूर नावाचा माझा मित्र माझ्या शेजारीच राहायचा. तोही आमच्यासोबत मैला उचलायचं काम करायचा. १६ वर्षांनंतर त्याला मुलगा झाला. पाकिजा देवीच्या नवसानं हा मुलगा झाला असल्याचं त्याचं मत होतं, त्यामुळे मुलाचं नाव त्यानं 'पाकिस्तान' असं ठेवलं. 'पाकिस्तान'ला त्याला खूप शिकवायचं होतं. आपण करत असलेलं नालेसफाईचं काम त्याच्या वाट्याला येऊ नये यासाठी त्याची धडपड सुरू असायची; पण नशिबापुढं कुणाचं काय चालतं?''

'मेरा बेटा' असं म्हणत भारतकाकांनी शेजारीच उभ्या असलेल्या 'पाकिस्तान'च्या पाठीवरून हात फिरवला.

भारतकाकांनंतर मी त्या चारही मुलांशी बोललो. चौघांचं एकमेकांवर खूप प्रेम. एकमेकांना समजून घेण्यात आणि एकमेकांना कामात मदत करण्यात त्यांना अतिशय आनंद. सगळे जण पडेल ते काम करतात. साथीच्या आजाराच्या दुर्घटनेपासून या पाचही जणांचे हात मैला भरण्याच्या कामावर जाताना थरथरतात. गल्ली-बोळात जाऊन साफसफाईचं काम करणं, कुणी सांगेल त्यांच्या गाड्या धुणं, कुणाची बाग साफ करून देणं अशीही छोटी-मोठी कामं ही मुलं करतात.

भारतकाका आता थकलेत, त्यामुळे त्यांना फारसं काम उरकत नाही.

'काकांनी झोपडीत बसून राहावं, आम्ही त्यांना आता काम करू देणार नाही,' अशी या चौघांची भूमिका. केवळ दैवलीलेनं मिळालेल्या बापाला तळहाताच्या फोडासारखं जपण्याचं काम चौघंही करताना दिसत होते.

या पाच जणांचं परस्परांवरचं प्रेम तर मी पाहिलंच; पण त्याचबरोबर मुंबईतल्या सफाई कामगारांचा प्रश्नही किती बिकट आहे, हेही मला या पाच जणांच्या चित्तरकथेतून जाणवलं.

भारतकाकांचा जन्म इथंच कसा झाला... त्यांचे आजोबा व वडील गटार साफ करण्याच्या कामात कसे कुशल होते... आपल्या आजोबांचा मृतदेह ड्रेनेजच्या नाल्यात सडलेल्या अवस्थेत आठ दिवसांनंतर कसा आढळून

आला... अशा अनेक गोष्टी भारतकाकांनी सांगितल्या. माझ्या बाजूला असलेले फोटो आणि घरातलं वातावरण बघून हिंदुस्थानच्या एकात्मतेचं मनोहारी चित्रच जणू मी त्या घरात अनुभवत होतो.

भारतकाकांचा सगळ्यात आवडता पाक्या म्हणजे पाकिस्तान!

"पाक्या आता लिहायला-वाचायला शिकला आहे. 'शाळेत जा' असं मी त्याला नेहमी सांगतो; पण तो माझं ऐकत नाही," अशी लटकी तक्रारही भारतकाकांनी माझ्याकडं केली. जेमतेम दोन ड्रेस, जेमतेम चार भांडी, गरजेपुरतं अंथरूण-पांघरूण, थोडासाच कांदा-लसूण, शिळं अन्न आणि... आणि भरपूर समाधान आणि आनंद असं या घरातलं चित्र. खेड्यात पारधी समाजाची पालं मी पाहिली आहेत. शिकलकऱ्यांचीही पालं मी पाहिली आहेत; पण भारतकाकांचं घर या पालांपेक्षा वेगळं होतं.

मुंबईतलं जे वास्तव संवेदनशील माणसाला विचार करायला भाग पाडतं, त्या वास्तवाचं दर्शन घडवणारं भारतकाकांचं हे घर होतं. मुंबईचे अनेक चेहरे आहेत. भारतकाकांचं हे घर 'मुंबईचा आणखी एक मोहक चेहरा' बनून समोर आलं.

"मैं क्या मदद कर सकता हूँ?"

असं मी निरोप घेताना भारतकाकांना विचारलं.

भारतकाका म्हणाले, "आम्ही फुकटची मदत कुणाची घेत नाही. आम्ही शेवटपर्यंत एकत्र राहावं, आनंदी राहावं, एवढंच फक्त मागणं तुम्ही देवाकडं आमच्यासाठी मागा. बाकी, तशी आमच्या घरात कशाचीही कमतरता नाही!"

आपला भारत कसा आहे, हे कधी पाहायचं असेल, तर भारतकाकांच्या त्या मोडक्या-तोडक्या घरात एकदा जावं लागेल. भारताच्या एकतेचं खरं चित्र तिथं अनुभवता येईल.

वास्तवात, भारताची फाळणी होऊन पाकिस्तानची निर्मिती झाली खरी; पण इथं 'भारत' आणि 'पाकिस्तान' यांचं एकमेकांवरचं प्रेम कुठल्याही बाप-लेकासाठी आदर्शवत् असंच म्हणता येईल.

त्या घरातून मी बाहेर पडलो; पण मनातले प्रश्न कायम होते.

खरं तर आंतरराष्ट्रीय स्तरावर अस्वस्थ करणारे प्रश्न, त्यांतून होणारी जीवितहानी, अनेकांचं होणारं नुकसान यावर तोडगा फक्त प्रेमानंच निघू शकतो. माणसापुढच्या अडचणी प्रेमानंच सोडवता येऊ शकतात. प्रेमानंच दु:ख दूर करता येऊ शकतं. फक्त त्यासाठी पुढाकार घेणारे हात मात्र नि:स्वार्थीपणे पुढं आले पाहिजेत. प्रश्न एका कुटुंबातला असो, अनेक कुटुंबांचा असो किंवा अनेक देशांचा... अडचणींवर, दु:खांवर मार्ग निघतोच निघतो.

आज तुम्हाला मी ज्या नोकरदारवर्गाविषयी सांगणार आहे, त्या वर्गाचं वास्तव खूप वेदनादायी आहे. खोलात शिरल्यावर ही माहिती मला व्यवस्थितरीत्या टिपता आली. पोलिस हा 'शब्द' उच्चारला तरी 'पैसे खाणारे', 'लोकांना त्रास देणारे', 'नेहमी घटना घडल्यानंतर उशिरा येणारे', 'पोलिस ठाण्यात गेलेल्या प्रत्येक माणसाला त्रास देणारे', 'कुणालाही सहकार्य न करणारे' अशा विविध प्रतिमा डोळ्यांपुढं येतात. मात्र, पोलिसांमधला सच्चा माणूस अधोरेखित होण्याचेही विविध प्रसंग येत असतात. असे प्रसंग तुम्ही–आम्ही लक्षात ठेवणं गरजेचं आहे. पोलिसांमधला हा सच्चेपणा आपणही जेव्हा जेव्हा जमेल, तेव्हा तेव्हा आपण अधोरेखित करायला हवा. तसं केलं नाही तर पोलिस दलात भरती होण्यासाठी कुणीही पुढं येणार नाही.

वर्दीतल्या पोलिसांकडं फार सहानुभूतिपूर्वक पाहिलं जात नाही, हे कठोर वास्तव आहे. मी त्यांच्याशी थोडीशी जवळीक केल्यामुळे मला त्यांच्या अंतरंगात उतरता आलं, एवढंच. हाताची पाचही बोटं तरी सारखी असतात का ? मग सगळ्याच पोलिसांना आपण का दोष देतो ? कर्तव्य बजावताना कुठल्या

वर्दीतला उपेक्षित

कुठल्या अडचणींना पोलिसांना सामोरं जावं लागतं, याची कल्पना दोष देणाऱ्या लोकांना कदाचित नसावीच. वरिष्ठांचा आदेश, कायद्याची चौकट, भविष्यात येणाऱ्या अडचणी या सगळ्या चौकटीत काम करता करता त्यांचं आयुष्य पार खंगून गेलेलं असतं. पोलिस खात्यात दहा वर्षं काम केलेल्या एखाद्याला किंवा एखादीला तुम्ही भेटा. 'पोलिसाची नोकरी नको रे बाबा' असंच त्याचं किंवा तिचं मत असेल.

लोकसभा निवडणुकीच्या मतमोजणीच्या निमित्तानं मी हिंगोलीला गेलो होतो. हिंगोली तसा छोटासा जिल्हा. जिल्हा कितीही छोटा असला, तरीही प्रत्येक जिल्ह्याच्या शासकीय चौकटी समानच असतात, ज्या पोलिसांना सातत्यानं सांभाळाव्या लागतात. मतमोजणीचं काम आणि त्यासाठीचा एकूणच बंदोबस्त याबाबतची जबाबदारी पोलिसांवर अधिक दिसत होती. त्यात पुन्हा वरून तळपणारं जीवघेणं उन्ह...

अशा रणरणत्या उन्हात एका खुर्चीत बसल्या होत्या पोलिस कॉन्स्टेबल सविता पाटोळे. खुर्चीही मोडकी-तोडकीच. त्या सात वर्षांपासून पोलिस खात्यात आहेत. जेमतेम पगार आणि त्या पगारावर सासर आणि माहेर अवलंबून... त्यातच नवऱ्याला दारूचं व्यसन... ऑफिसात वरिष्ठांमध्ये असलेला दयेचा अभाव... या सगळ्या वातावरणामुळं सविता अगदी मेटाकुटीला आल्या आहेत.

सविता यांची तिशी उलटली तरी कुणी लग्नाला तयार होत नव्हतं. कारण, पोलिस खात्यातली नोकरी. शेवटी एक घटस्फोटित माणूस लग्नासाठी तयार झाला. मात्र, तोही व्यसनी निघाला.

सविता म्हणाल्या, "गळ्यात धोंडा बांधून विहिरीत उडी मारलेली परवडली; पण पोलिसाची नोकरी नको. माझे वडील रिक्षा चालवायचे. त्यांना मी पोलिसात गेल्याचा फार अभिमान; पण जेव्हा मी एक वर्ष पोलिस म्हणून नोकरी केल्यावर मागं वळून पाहिलं, तर आवडेल असं काहीच आयुष्याच्या ताळेबंदात शिल्लक नव्हतं. मी पोलिस असूनही नवऱ्याचं व्यसन कमी झालं नाही. 'पोलिसाची नोकरी करणाऱ्या बायका चांगल्या नसतात,' अशी समाजाची

धारणाही आम्हा पोलिस असणाऱ्या बायकांच्या कपाळावर कोरलेली असते. घरात सन्मान नाही, ऑफिसमध्ये सन्मान नाही आणि समाजातही सन्मान नाही. मग जगायचं कशासाठी? हातात चार पैसे पडतात, एवढ्यासाठीच का? 'याची आई पोलिस आहे,' असं म्हणत माझ्या मुलाचे शिक्षक त्याच्याशी तुच्छ भावनेनं वागतात. नेहमी शंकेच्या नजरेनं वर्दीतल्या माणसाकडं बघितलं जातं. यापेक्षा आणखी काय दु:ख असू शकतं? दवाखान्यात जन्मलेलं बाळ चोरीला गेल्याच्या घटनेच्या तपासापासून ते माणूस अखेरच्या प्रवासाला स्मशानात जाईपर्यंत सगळ्या ठिकाणी पोलिसांचीच आवश्यकता असते. चांगल्या ठिकाणी पोलिसांना कुणी निमंत्रित करतं का? तसं चांगलं आयुष्य आमच्या वाट्याला येतच नाही.''

पोलिसांच्या अडचणी काय आहेत, हे समजून घेणारा शासनातला कुणी प्रतिनिधी अद्यापपर्यंत पुढं आलेला नाही. अपवाद माजी उपमुख्यमंत्री–गृहमंत्री आर. आर. पाटील यांचा. त्यांनी पोलिसांसाठीच्या वैद्यकीय सुविधांसह अन्य चांगल्या योजना महाराष्ट्रातल्या खाकी वर्दीसाठी राबवल्या. याच्याव्यतिरिक्त पोलिसांसाठी कुठं चांगलं काम झालं आहे, असं ठामपणे सांगता येणं अवघड.

महाराष्ट्रात केवळ दोन ते तीन टक्के पोलिसांनाच घरं असतील. घराच्या नावावर शासनाकडून पैसे मिळतात; पण त्या पैशात तालुक्याच्या ठिकाणीसुद्धा साधं घर भाड्यानं मिळणार नाही.

शासकीय कर्मचाऱ्यांच्या शेकडो संघटना आहेत. त्या संघटनांच्या माध्यमातून ते कर्मचारी आपले प्रश्न सोडवत असतात; पण पोलिसांची अशी कोणतीही संघटना नाही. अ. र. अंतुले हे मुख्यमंत्री असताना अशा काही संघटना होत्या. त्या संघटनांवर कारवाई करत सगळ्या लोकांना घरी पाठवण्यात आलं. त्यानंतर कुठली संघटना उभी करावी आणि त्या संघटनेच्या माध्यमातून पोलिसांचे प्रश्न सोडवावेत, हे मनात आणायचं धाडसही कुणाला झालं नाही. पोलिसांच्या न्यायासाठी 'मॅट' आहे; पण 'मॅट'साठी असलेल्या भानगडी आणि वैयक्तिक विषय सर्वांनाच माहीत आहेत.

याच ठिकाणी मला सीताराम कांबळे भेटले. ते गेल्या २० वर्षांपासून

पोलिसांच्या व्यथांचे दर्शन

पोलिस कॉन्स्टेबल आहेत. ना पगारवाढ, ना बढती अशा परिस्थितीत ते कसाबसा कुटुंबाचा उदरनिर्वाह चालवतात. ते म्हणाले, ''मी एकट्यानं किती माणसांवर अंत्यसंस्कार केले असतील त्याची यादी फार लांबलचक होईल. परवाचाच किस्सा सांगतो. एक माणूस आमच्या पोलिस ठाण्याच्या हद्दीत मरून पडला. तीन दिवस त्याची ओळख पटली नाही. हे तीन दिवस त्याचा मृतदेह आम्ही जवळच्या नातेवाइकासारखा सांभाळला. तीन दिवसांनंतरही काही ठावठिकाणा लागत नाही म्हटल्यावर मी आणि माझ्या सहकाऱ्यांनी त्याच्यावर अंत्यसंस्कार केले. माझे वडील सलग १५ दिवस आजारी होते. सतत येणारे सणवार आणि निवडणुका यामुळे मला तेव्हा रजा मिळाली नाही. नंतर माझ्या बायकोनं मला सांगितलं, 'सीताराम आला काय... सीताराम आला काय?' एवढीच विचारणा वडील त्या १५ दिवसांत करत होते. त्यांच्या शेवटच्या दिवसांत मला त्यांना भेटता आलं नाही. सोळाव्या दिवशी ते गेल्याची बातमी माझ्यापर्यंत आली. अंत्यसंस्कारांच्या वेळीच मला त्यांचं तोंड पाहता आलं. माझ्या थोरल्या मुलाचा जन्म ऐन सणासुदीच्या काळात झाला. या काळात मी ड्युटीवर असल्यानं तब्बल दीड महिन्यानंतर मी त्याला पाहू शकलो.''

पोलिस आणि माणूस यांच्यातलं नातं खूप जिव्हाळ्याच्या जाणिवेतून तयार होणं अपेक्षित होतं; पण तसं होताना दिसत नाही. 'पोलिस खराब आहेत / असतात', असं समाजमाध्यमांतून जनमानसात सतत बिंबवलं गेलं आहे आणि त्यातूनच पोलिसांच्या हातून कळत-नकळत चुकाही घडत असतील.

'आरोपी 'मॅनेज' करतात... 'लोकांकडं सतत शंकेच्या नजरेनं पाहतात...', 'पैसे घेतल्याशिवाय काम करत नाहीत...' अशी पोलिसांविषयी जवळपास

सगळ्यांचीच भावना असते. दहा जणांतला एखादा वाईट असेलही; पण दोष मात्र सगळ्यांनाच दिला जातो.

सीताराम यांच्यासोबत असलेले सतीश जाधव यांनीही एक मार्मिक किस्सा सांगितला. ते म्हणाले, ''अलीकडंच प्राणिसंरक्षण अधिनियम आला आहे. या कायद्यानुसार प्राण्यांचं संरक्षण करणं बंधनकारक आहे. आम्ही एकदा पोलिस ठाण्यात होतो. एका संघटनेचा ठाण्यावर फोन आला. 'गाईंनी भरलेला एक ट्रक शहरातून कत्तलखान्याकडं जाताना दिसत आहे, तो थांबवावा,' असं त्या कार्यकर्त्यांनं फोनवरून सांगितलं. ते कार्यकर्ते एवढ्यावरच थांबले नाहीत. त्यांनी स्वत: तो ट्रक पोलिस ठाण्यात आणला. जे गाई घेऊन जात होते, त्यांच्यावर गुन्हा दाखल झाला. त्यांना शिक्षाही झाली. ते प्रकरण माझ्याकडं असल्यामुळे त्या जनावरांचं आता पुढं काय करायचं, हा प्रश्न माझ्यासमोर उभा राहिला. वेगवेगळ्या प्रकरणांतले मनोरुग्ण मी अनेक वेळा सांभाळले आहेत. आता जनावरंही सांभाळायची वेळ माझ्यावर आली होती. स्वत:च शक्कल लढवून, वरिष्ठांना विश्वासात घेऊन एका शेतकऱ्याकडं मी ती जनावरं पाठवून दिली. महिनाभरात त्या शेतकऱ्याचा दोन-तीन एकर ऊस जनावरांसाठी खलास झाला, तरीही त्या जनावरांचं पुढं काय करायचं, हे मला सांगितलं जात नव्हतं. 'ती सुरक्षित आहेत, त्यांची काळजी घेतली जात आहे,' असं मला कोर्टाला सतत लेखी द्यावं लागायचं. माझ्याकडं विचारणाही व्हायची. मात्र, त्या जनावरांचं पुढं काय करायचं, याचा काही मला ताळमेळ लागला नाही. रस्त्यावर अपघात होऊन जखमी झालेल्या माणसांचं मांस वेचण्यापासून ते चार चार दिवस कुजलेल्या मृतदेहांचं गाठोडं बांधण्यापर्यंतची सगळी कामं मी केली आहेत. कर्तव्य बजावताना मी कधीही मागं-पुढं पाहिलं नाही; पण इतकं प्रामाणिकपणे कर्तव्य बजावून मिळालं काय, या प्रश्नाचं उत्तर मात्र माझ्याकडं अजिबात नाही.''

मतमोजणी केंद्राच्या बाजूला उभं राहून माझे मामा डॉ. अवधूत निरगुडे यांची आणि मामेभाऊ मारुती याची वाट पाहत होतो. हिंगोली शहरापासून मतमोजणीचं ठिकाण हे किमान चार-पाच किलोमीटर अंतरावर असावं.

मामाला येण्यासाठी किमान अर्धा तास लागणार होता. त्या अर्ध्या तासात मी आसपास असणाऱ्या अनेक पोलिसांचं बारकाईनं निरीक्षण केलं.

सीताराम, सविता असे जेवढे पोलिस कर्मचारी मला भेटले, त्यांच्याशी झालेल्या गप्पांमुळे पोलिसांबद्दलचं माझं वेगळं मत झालं होतं. रस्त्याच्या कडेला एक लिंबाचं झाड होतं, तिथं मी थांबलो होतो. उन्ह कडक होतं. पोलिसांना सुरक्षेसाठी ठरावीक ठिकाणं नेमून दिलेली होती; पण उन्हापासून बचावासाठी राहुट्या, छावण्या अशी काही सोय नव्हती. केवळ काटेच असलेल्या बाभळीच्या निष्पर्ण झाडाखाली भर उन्हातच पोलिसांना बसावं लागत होतं. ते पोलिस उन्हानं भाजून निघत होते. अर्धा-पाऊण तास त्यांनी उन्ह सोसलं. सोसवेनासं झालं तेव्हा त्यांनी नामी शक्कल लढवली. सुरुवातीला जवळचा हातरुमाल त्यांनी त्या बाभळीच्या झुडपावर टाकला. पुन्हा तो रुमाल काढून घेण्याचा प्रयत्न केला, तर काट्यांमध्ये अडकून तो अनेक ठिकाणी फाटला. त्यांच्यातला एक पोलिस मांडव घालण्यात तरबेज असावा. बाजूला एका हॉटेलात एक स्वयंपाकी खिचडीच्या तयारीला लागला होता. तो चाकूनं कांदा कापत होता. त्या पोलिसाची नजर त्या चाकूवर गेली. त्यानं स्वयंपाक्याकडून चाकू मागून आणला आणि काही अंतरावर असलेल्या पळसाच्या झाडाच्या फांद्या त्यानं तोडल्या व त्या काटेरी बाभळीवर टाकल्या. त्या फांद्यांमुळे त्या पोलिसांच्या डोक्यावर थोडीशी सावली आली. सगळ्यांचेच चेहरे आनंदले.

पोलिसांचा एकूण चेहरा आणि पोलिस खातं अगदी त्या काटेरी बाभळीप्रमाणे आहे, असा विचार माझ्या मनात तरळून गेला. तो आनंदी फोटो मी माझ्या मोबाईलच्या कॅमेऱ्यात बंदिस्त केला. आता त्या पोलिसांशी काही बोलावं, त्यांच्याकडून काही माहिती घ्यावी, असं मला अजिबात वाटलं नाही. कारण, सावली मिळवण्याचा तो प्रयत्न, त्यातून त्यांना मिळालेला आनंद आणि त्यांच्या डोक्यावर तोकडी का होईना आलेली सावली... या प्रकारानं मला सगळ्या प्रश्नांची उत्तरं दिली होती.

कनिष्ठ पदावरच्या पोलिसांनी उन्हात तळपण्याचं काम करायचं आणि

लाभ वरिष्ठांनी घ्यायचा, हीच रीत पोलिसी पेशात असल्याचं बोललं जातं. निवडणुकीच्या काळात सुपरक्लास वन अधिकाऱ्याला एक पगार अधिक मिळतो आणि उन्हात तळपणाऱ्या पोलिसांना काहीच नाही...

पोलिसांना अख्ख्या व्यवस्थेनं ओलीस धरलं आहे की काय असं वाटावं अशी ही परिस्थिती. या परिस्थितीतही हा नोकरदार वर्ग खिंड लढवत आहे, धारातीर्थी पडत आहे; पण ना कुणाला खंत, ना खेद... हा नोकरदार पोलिसवर्ग समाजाच्या प्रेमापासून वंचित असणाऱ्यांपैकी एक महत्त्वाचा वर्ग.

इंग्लंडच्या 'बॉबीं'पेक्षाही मुंबई पोलिसांना हुशार मानलं जातं. अशा कर्तव्यदक्ष वर्दीवाल्यांचा आदर करणं, त्यांची प्रतिष्ठा जपणं हे आपलंही आद्य कर्तव्य नाही काय... ?

गोवा... डोळ्यांचं पारणं फेडणारं मोहक ठिकाण. या आठवड्यात चार दिवस गोवामुक्कामी होतो. गोव्यातल्या तरुणाईचे; तसेच राजकीय प्रश्न समजून घेताना अनेक नवीन विषय या प्रवासादरम्यान पुढं आले. परतीच्या प्रवासाला निघालो असताना मडगाव स्थानकालगत वेगवेगळ्या वयाच्या चार व्यक्ती एका उघड्या जागेवर झोपलेल्या मला दिसल्या. अंगात नीटनेटके कपडे असलेले हे चौघं असं उघड्यावर का झोपले असावेत, असा प्रश्न पडला.

त्यांच्याजवळ गेलो आणि त्यांच्याशी मराठीतून संवाद साधण्याचा प्रयत्न केला; पण त्यांना ना धड मराठी समजत होतं, ना धड हिंदी. मोडक्या-तोडक्या हिंदीत त्यांच्याशी संवाद साधल्यावर मला कळलं, की ते चौघं मध्य प्रदेशातल्या सातेपूर (जि. खांडवा) या गावचे आहेत.

जितेंद्र गुज्जर (वय ४५), देवीदास गुज्जर (३५), लक्ष्मीनारायण गुज्जर (३०) आणि संजू गुज्जर (२५) अशी त्यांची नावं.

पैसे कमावण्यासाठी ते गोव्याला आले होते. चौघांच्या चार तऱ्हा. चार वेगवेगळे प्रश्न. मात्र, हे प्रश्न सुटू शकतात

तिच्यासाठी सारं काही

ते फक्त पैशानंच, हे या चौघांनी हेरलं आणि पैसे कमावण्यासाठी आपल्या गावाबाहेर पडायचं असं त्यांनी ठरवलं.

ते गोव्यात आले. दिवसभर काम करायचं आणि रात्री ढगांकडं बघत डोळे मिटायचा प्रयत्न करायचा, असा त्यांचा साधासुधा दिनक्रम. ते ढगांकडंसुद्धा दोन कारणांनी बघायचे. एक म्हणजे, पाऊस कधी येतोय यासाठी; जेणेकरून त्यानंतर गावाकडं गेलो, तर हाताला काम मिळू शकेल आणि दुसरं कारण म्हणजे, आकाशाची चादर स्वत:वर पांघरून घेण्यासाठी!

मी त्यांच्याजवळ गेलो आणि त्यांच्याशी बोलायचा प्रयत्न केला. चौघांशीही मनमोकळ्या गप्पा झाल्या. काहीतरी कमावण्याची वृत्ती घेऊन आपलं घर सोडलेली ही माणसं किती स्वप्नं उराशी बाळगून अशी उघड्यावर जगत आहेत, असा विचार मनात येऊन गेला.

जितेंद्र गुज्जरला तीन मुली. थोरली मुलगी याच वर्षी शाळेत जाऊ लागली आहे.

जितेंद्र म्हणाला, ''मध्य प्रदेश जेवढं मागासलेलं आहे, तेवढं शिक्षणाच्या बाबतीत महागडंही आहे. आमच्या संपूर्ण कुटुंबातलं कुणीही शाळेची पायरी आजवर कधी चढलेलं नाही. माझी मुलगी गंगा ही आमच्या कुटुंबातील शाळेत जाणारी पहिलीच मुलगी. गंगा फार हुशार आहे. मला तिला खूप मोठं करायचं आहे, शिकवायचं आहे; पण शाळेची फी मला न परवडणारी आहे. मुलीला तर शिकवायचंय; मग पैसा उभा कसा करायचा? त्यासाठीच मी गोव्यात आलोय. आता चार पैसे कमवीन आणि मुलीच्या शिक्षणासाठी ते पैसे घरी घेऊन जाईन. गोव्यात येऊन मला दोनच महिने झाले आहेत.''

दिवसभर बांधकामावर ओझं वाहण्याचं काम हे चौघंही करतात. त्यातून चौघांना दर दिवशी सहाशे रुपयांची कमाई होते. त्यापैकी शंभरेक रुपये खाण्यासाठी खर्च होतात. रोज ५०० रुपये शिल्लक पडतात.

जितेंद्र म्हणाला, ''रात्री आम्ही उघड्यावर झोपतो, त्यामुळे अधिकचा खर्च काही लागत नाही. बॅगमध्ये कामावर घालून जायचा ड्रेस आणि अंगात रात्री झोपायचा ड्रेस असे आमच्याकडं कपड्यांचे दोनच जोड. चोरांपासून

स्वप्न उराशी बाळगून गोव्याला आले ते चार जण

एकीकडं पैसे सावधपणे मुठीत धरायचे आणि दुसरीकडं रात्री-बेरात्री एकटं असताना जीव मुठीत धरायचा! बऱ्यापैकी पैसे मिळवून आज ना उद्या आम्हाला आमच्या गावी जायचं आहे.''

देवीदास गुज्जरचं तीन वर्षांपूर्वी लग्न झालं. त्याला चार भाऊ. चौघा भावांमधला हा धाकटा. देवीदासला एक मुलगी आहे. डॉक्टरांच्या सांगण्यानुसार, 'त्या लहानग्या मुलीच्या छातीत दोन छोटी छिद्रं असून, तिला वाचवण्यासाठी ऑपरेशन अपरिहार्य आहे.'

देवीदास म्हणाला, ''त्या ऑपरेशनसाठी दोन लाखांचा खर्च आहे. त्या रकमेची जमवाजमव करण्यासाठी मी मित्रांसोबत गोव्याला आलो आहे.''

आईचा आणि मुलीचा फोटो तो जवळ बाळगतो. पाकिटातल्या दोन्ही फोटोंकडं पाहताना तो भाऊक झाला होता. मुलीला वाचवायचं असेल, तर दिवस-रात्र मेहनतीशिवाय देवीदासकडं काही पर्याय नाही.

जितेंद्र आणि देवीदास यांनी त्यांच्या कहाण्या मला सांगितल्या. अन्य दोघांच्या समस्याही मुलींबाबतच्याच होत्या; पण खूपच निराळ्या.

लक्ष्मीनारायणचं लग्न दोन वर्षांपूर्वीच ठरलंय; पण अजून झालेलं नाही! जोपर्यंत लक्ष्मीनारायण स्वत:च्या पायावर उभा राहत नाही, तोपर्यंत लग्न लावून देणार नाही, असं त्याच्या भावी सासऱ्यानं त्याला सांगितलं आहे. लक्ष्मीनारायणच्या होणाऱ्या बायकोचं नाव गीता. पळून जाऊन लग्न करण्याविषयी तिनं लक्ष्मीनारायणला सुचवलं. मात्र, तो त्याच्या तत्त्वावर ठाम आहे. 'सन्मानानं आणि सगळ्यांच्या साक्षीनंच लग्न करीन,' असं त्यानं गीताला सांगितलं आणि सासऱ्याची भूमिका मान्य करून तो स्वत:च्या पायावर उभं राहण्याच्या खटपटीला लागला. तसे प्रयत्न तो सध्या गोव्यात करत आहे.

आता चौथ्याची कहाणी. याचं नाव संजू. हा पंचविशीतला तरुण. गावातल्याच मेनका नावाच्या मुलीवर संजूचं प्रेम. मात्र, दोघांच्या जाती वेगवेगळ्या. याच कारणामुळं मेनकाच्या वडिलांकडं संजू तिला लग्नाची मागणी घालू शकत नव्हता. संजूची अत्यंत गरीब परिस्थिती हेही एक कारण मागणी घालायला कचरण्याचं होतंच. मेनकाचंही संजूवर खूप प्रेम असलं, तरी सगळ्यांच्या विरोधात जाऊन लग्न करावं असं तिला आजघडीला तरी वाटत नाही.

मेनकाला घेऊन संजूला मध्य प्रदेशाची सैर करायची आहे. सगळा मध्य प्रदेश तिला फिरवून दाखवायचा, असं त्याचं स्वप्न आहे. त्यासाठी त्याला पैशांची आवश्यकता आहे, म्हणून तो गोव्याला आलाय!

संजू चांगला खेळाडू आहे, जिल्हा पातळीवरील कबड्डी स्पर्धेत त्याच्या संघानं चांगली कामगिरी बजावली. तो पुढंही असाच खेळला असता; पण त्याला मेनका भेटली आणि त्याच्या कबड्डीची तपश्चर्या भंग पावली! आता मेनकाशी लग्नाचं स्वप्न पूर्ण व्हावं यासाठी संजू गोव्यात काम मिळवून इथल्या कामाशी, स्वत:च्या जगण्याशी स्पर्धा करतोय...

हे चौघंही आपापली हकीकत मला सांगताना आपसांतही बोलत होते. आपसांत बोलण्याची त्यांची भाषा वेगळीच होती. त्या भाषेचं नाव 'नेमाडी' असल्याचं त्यांच्याकडून कळलं.

त्यांच्या गावातल्या वातावरणाविषयीही ते बोलले. सरपंचांनी एका विशिष्ट पक्षाला आग्रहानं करायला लावलेलं मतदान... देवीदासला मंजूर झालेलं घरकुल सरपंचांकडून नाकारलं जाणं... इत्यादी.

आणि सर्वांत महत्त्वाचं म्हणजे, चौघांनाही आपल्या आई-वडिलांची वाटणारी काळजी त्यांच्या बोलण्यातून जाणवत होती.

कुठलंच स्वप्न उराशी न बाळगणारा, आला दिवस आळसात घालवणारा, सगळं काही नशिबावर सोडून मोकळं होणारा तरुणवर्ग ग्रामीण भागात मोठ्या प्रमाणावर आहे, हे मला वेगवेगळ्या ठिकाणच्या भ्रमंतीतून आजवर दिसत आलेलं आहे. अशा तरुणाईच्या तुलनेत हे चारजण मला खूपच वेगळे वाटले, आदर्श वाटले. आपली हलाखीची परिस्थिती बदलण्यासाठी

स्वत:चं राज्य सोडून ते गोव्यासारख्या राज्यात येऊन राहिले आहेत.

जितेंद्र म्हणाला, ''आमच्यातला एकजण रोज रात्री जागा राहतो. मद्यपी मंडळींची संख्या इथं खूप मोठी आहे. दारूडे लोक इतरांना त्रासदायक ठरत असल्याचंही आम्हाला दिसून येतं. गोव्यात आम्ही कमावलेले पैसे अशा लोकांपैकी कुणी लुटले तर आम्ही काय करायचं, ही भीती आमच्या मनात सतत असते. मग अशा परिस्थितीत आमच्यातला एकजण खडा पहारा देण्याचं काम करतो. आमच्यातल्या या 'पहारेकऱ्या'ला आणखी एक गोष्ट करावी लागते व ती म्हणजे, आम्ही झोपतो त्या उघड्यावरच्या ठिकाणी रात्रभर जाळ करून धूर सतत कसा राहील हे पाहणं! डासांना पिटाळून लावण्यासाठी हे करावं लागतं, नाहीतर डासांमुळं झोप लागणं केवळ अशक्य. दोन रात्री असा जाळ करता आला नव्हता, तर त्या दोन रात्री डासांच्या चाव्यांनी आम्ही हैराण होऊन गेलो होतो. डासांनी आम्हाला फोडून काढलं होतं.''

कामावरून लवकर यायचं, जाळासाठी सरपण गोळा करायचं, रेल्वे स्टेशनवर पडलेल्या पाण्याच्या रिकाम्या बाटल्या गोळा करायच्या आणि त्यात रेल्वे स्टेशनवर असलेल्या पाणपोईतून पिण्यासाठी पाणी आणायचं. उगवणाऱ्या प्रत्येक नव्या दिवशी नव्या ऊर्जेनं कामाला लागायचं, हा या चौघांचा नित्यक्रम.

'तुम्ही परत या', असा सांगावा प्रत्येकाच्या घरची मंडळी फोनवरून सातत्यानं धाडत असतात, घरच्यांचं या सांगाव्यामागचं प्रेम लक्षात घेऊनही, या सांगाव्याला या तरुणांच्या लेखी सध्या तरी काही स्थान नाही. त्यांना काबाडकष्ट करून परिस्थितीवर मात करायची आहे... ठरलेलं स्वप्न पूर्ण करायचं आहे.

माझा सहकारी सूरज पाटील माझ्यासोबतच होता. तो वारंवार या चौघांकडं न्याहाळून पाहत होता. ''कसं हे जगणं यांचं?'' असा प्रश्न त्यानं मला विचारला. मी एका शब्दानंही उत्तर न देता त्या चौघांकडं पाहून हसून म्हणालो, ''या चौघांच्या स्वप्नातलं पाखरू एक दिवस जोरदार भरारी घेईल आणि त्या पाखराला दिशा निश्चित सापडेल.''

स्वप्नं उराशी बाळगल्याशिवाय ती पूर्ण होत नाहीत, हे तेवढंच खरं.

या चौघांनी एक उद्देश समोर ठेवला आहे. इतरांच्या दृष्टीनं त्यांच्या धडपडीला किती महत्त्व आहे, या धडपडीचं स्थान काय आहे हे मला सांगता येणार नाही; पण स्वप्नं उराशी बाळगून सतत धडपडणारी ही माणसं मला कलंदर वाटली खरी! त्यांच्या मळलेल्या कपड्यांना इमानदारीचा सुगंध आहे, असं मला वाटून गेलं. आपल्याला काही ध्येयं गाठायची आहेत, त्यासाठी एक क्षणही वाया घालवता कामा नये, असंच त्यांचं जगणं-वागणं आहे, हे मी पाहत होतो. त्यांच्या या जिद्दीला नाव देण्यासाठी मला शब्द सापडले नाहीत.

या चौघांशी मी दोन-अडीच तास तरी गप्पा मारल्या असतील. मुंबईला परतायला मलाही उशीर होत होता. मी त्यांचा निरोप घेतला. परतीच्या प्रवासात त्यांचे विचार कितीतरी वेळ माझ्या मनात येत राहिले...

असाही एक विचार मनात येत राहिला, की या चौघांच्याही स्वप्नांना मूर्तरूप मिळणार का ? त्या स्वप्नांना यशस्वितेची पालवी फुटणार का ?

सकाळी सहाची वेळ असावी. संताचा फोन आला, 'अरे, अजून उठला नाहीस का? काय माणूस आहेस! सकाळी आठपर्यंत पोहचायचं ठरलं होतं ना..!' तिकडून त्याचे प्रश्न सुरूच होते आणि मी कानावर फोन ठेवून 'हं... हं' करीत होतो... त्याचं बोलणं अर्धवट संपवून फोन ठेवला आणि तसंच तोंडावर पुन्हा पांघरूण घेतलं... धुकं पडलेल्या गुलाबी थंडीच्या वातावरणात झोप म्हणजे सर्वोच्च सुख; पण जायला तर पाहिजे, कारण अवघड ठिकाणी जायचं आहे. हे पटकन लक्षात आलं आणि उठलो. अवघ्या पंधरा मिनिटांत लोकल पकडली आणि ठरलेल्या ठिकाणी निघालो.

रविवारचा दिवस होता, तरीही लोकल अगदी फुल्ल! एक मुस्लिम जोडपं आणि त्यांची आठ मुलं. काही तयार झालेली, काही झोपेतच असलेली. मुलं आईचं ऐकत नव्हती, म्हणून त्या बिचारीची चिडचिड वाढली होती. बाप मोबाईलवर व्हिडीओ पाहत बसला होता. ती काही काळ मुलांच्या बापाला, तर काही काळ मुलांना शिव्याशाप घालत होती. तयार होऊन एवढ्या सकाळी या गर्दीत कशाला आले असतील?

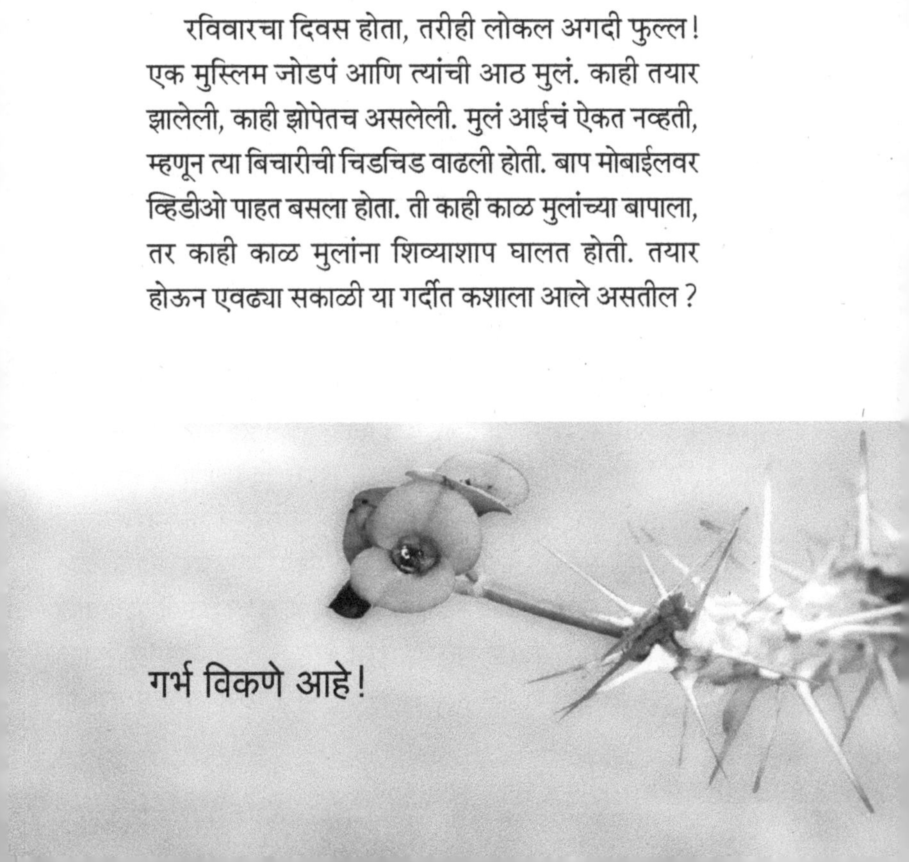

गर्भ विकणे आहे!

सकाळी मुलांच्या तयारीसाठी आई कधी तयार झाली असेल? असे अनेक प्रश्न मला पडले.

मी एकाला हळूच विचारलं, 'इतने सुबह कहाँ जा रहे हो?' मी ज्याला विचारलं, तो जरा बेरकी होता.. त्याने गाण्याच्या सुरात सांगितलं, 'ये साला मैं मामा बन गया.'

बाजूला बसलेल्या पोरी त्याच्याकडं बघून गमतीनं जोरजोरानं हसायला लागल्या. मी मात्र शांतपणे या परिवाराचा वेल मांडवाला कसा गेला हे पाहत होतो. एकीकडे ह्या बाईच्या कमरेवर वर्षभराचं मूल आहे, दुसरीकडे आज तिच्या मुलीला मूल झालं होतं... आज मी ज्या स्टोरीच्या शोधात निघालो होतो, त्या विषयाच्या अगदी उलट हा विषय होता. मुलांच्या आणि त्यांच्या आईच्या बोलण्याचा आवाज, मुलांच्या बापाच्या चायनीज मोबाईलचा मोठा आवाज आणि विचारांची तंद्री यांत सीएसटी कधी आलं कळालंच नाही. आता मुलांची आई शांत झाली होती, कारण तिच्या पतीच्या मोबाईलची बॅटरी संपली होती.

संता स्टेशनच्या बाहेर माझी वाट बघत उभा होता. संता म्हणजे संतोष चव्हाण. मूळचा मराठवाड्यातील जिंतूरचा. आता तो पाच वर्षांपासून पक्का मुंबईकर झालाय. घरी शेतीवाडी, मोठा परिवार. बुरजावर घर, पणजोबांपासून घरी पाटीलकी. त्याच्या परिवाराची एकदम हाय प्रोफाइल. दहावीनंतर संताच्या घरच्यांना कळालं की संता ना पुरुष आहे ना बाई. घरच्यांनी सर्व इलाज केले, पण निराशा पदरी आली. सतत होणारा त्रास. 'छक्का छक्का' असे शब्द ऐकून आत्महत्येपर्यंत तो गेला. दोन वेळा बिकट प्रसंगाला सामोरं जावं लागलं. ज्या दिवशी आईने साथ सोडली, त्याच दिवशी एका मित्राच्या मदतीने संतोषने मुंबई जवळ करीत 'संता'असं नामकरण करून आपल्या नव्या आयुष्याला सुरुवात केली. बाकी सोडा; पण या पाच वर्षांच्या काळात आईने संताला एकही फोन केला नाही. संताने फोन केला तर आम्ही तुझ्यासाठी मेलो आणि तू आमच्यासाठी मेलास, असं खुद्द त्याच्या आईनेच त्याला सांगितलं. मुंबईत तृतीयपंथींच्या एका आंदोलनाचं कव्हरेज करायला मी

गेलो, तेव्हा संताची ओळख झाली. 'तुला चांगली बातमी देते चल' म्हणून तिने मला बातमीचा विषय सांगितला आणि मी थक्क झालो.. संतावर माझा विश्वास होता, कारण याअगोदर तिने असेच अनेक विषय मला सांगून आणि प्रत्यक्ष दाखवून चकित केलंच होतं.

सीएसटीवरून अगदी पंधरा मिनिटांच्या अंतरावर आमची टॅक्सी एका गल्लीत जाऊन थांबली. तेवढ्या सकाळीपण ट्राफिकने आम्हाला सोडलं नव्हतं. टॅक्सीचे पैसे देऊन मागे वळून पाहतो, तर संता गायब. दूरवर नजर टाकली, तर संता एका फूलवाल्या मावशीकडून गजरा घेत होती. आसपासचा परिसर वासनेच्या जणू सागरात बुडाला होता आणि त्या सागराला शुद्ध हवा देण्याचं काम त्या गजऱ्यात माळलेली मोगऱ्याची फुलं करीत होती. नामदेव ढसाळांनी आपल्या 'गोलपिठा'मध्ये मी ज्या ठिकाणी उभा होतो, त्या परिसराचं खूप वास्तववादी वर्णन केलं आहे. एवढ्या सकाळी नजर जाईपर्यंत देहविक्रीचा बाजार दिसत होता. पोटासाठी रस्त्यावर खाणाखुणा आणि लोकांना आपल्या वेगळ्या भाषेत 'या' म्हणणाऱ्या जवळजवळ सर्व महिला ह्या महाराष्ट्रीयन किंवा मराठी नव्हत्याच. त्यांचा पोशाख आणि त्यांचं दिसणं यातही कुठेच महाराष्ट्र दिसत नव्हता. जाता जाता सतावणारे प्रश्न संताला विचारले. तिला पाठ असल्यासारखी तिने उत्तरं दिली. आपण जिकडं चाललो तिकडं काही होणार तर नाही ना ? अशी शंका दोन वेळा मी संताला विचारली; पण तिने हसून 'किती वेडा आहेस' अशा पद्धतीने माझी इशाऱ्यातून समजूत काढली.

जिथे जायचं होतं तिथे पोहोचलो. दारावरची बेल वाजवली. एक महिला बाहेर आली. तिने आमचं स्वागत केलं. आम्हाला आत घेतलं आणि जेव्हा दरवाजा धाडकन् बंद केला, तेव्हा माझे काय हाल झाले असतील, ते विचारू नका. एक आजीबाई पाण्याचा ग्लास घेऊन आली. दुसरी एक महिला चहा घेऊन आली. आमच्याशी बोलायला बाजूला तीन महिलाच बसल्या होत्या. त्या घरात एक तरी पुरुष असेल, याची मी वाट पाहत होतो; पण निघेपर्यंत मला एकही पुरुष दिसला नाही. मनात प्रश्न आला तर पुढे कोणीही असो, आम्ही नाही सोडणार! इथे मात्र मनातला प्रश्न कमी आणि दाराकडे जास्त लक्ष जात होतं. कुणीतरी यावं आणि दरवाजा उघडावा, बाहेर जाऊन जरा मोकळी हवा घ्यावी, असं सारखं वाटत होतं.

संताने तिथे असणाऱ्या महिलांसोबत जोरदार गप्पा सुरू केल्या होत्या. तिने आणलेले सर्व गजरे प्रत्येकीच्या केसांत कधी जाऊन बसले, याचं सोयरसूतक मला नव्हतं. माझ्या बाजूने बसलेल्या आजींच्या गजऱ्याचा पिनकाटा काही केल्या लागेना. शेवटी संता उठली आणि तिने तो पिनकाटा लावून दिला. दहा रुपयांचा गजरा जेवढा आजीबाईच्या पांढऱ्या केसांत खुलला होता, त्यापेक्षा जास्त आनंदाने तिचा चेहरा खुलला होता. बाकी घरातल्या कोणत्याही बाईचं आजीबाईकडे लक्ष नव्हतं. दोन गजरे उरले, ते संताने माझ्या हाताला बांधले. मीही इच्छा नसताना हसण्याचा प्रयत्न करीत होतो. क्षणभर संताचा रागही आला.

संताने बोलायला सुरुवात केली. तेवढ्यात माझं लक्ष फोनकडे गेलं. म्हातारी आजी लगेच म्हणाली, ‘‘तुमचा फोन अगोदर बंद करा.’’ मी लगेच फोन बंद केला. संतानेही आपला फोन बंद केला. आजी बाजूला असलेल्या एका मुलीला बंगाली भाषेत काहीतरी चिडून बोलली. त्या मुलीने आमच्या दोघांजवळचे फोन हातात घेऊन, ते बंद आहेत ना याची खात्री करून घेतली. ज्या तीन बायका आमच्या बाजूला बसल्या होत्या, त्यांतील एकजण सांगत होती, ‘‘असंच एकदा एक जोडपं विचारपूस करायला आलं आणि त्यांनी आमची बोलणी फोनमध्ये रेकॉर्ड केली; आणि बाहेर त्यांनी सगळीकडे

बोंबाबोंब केली. पोलिसांच्या चकरा वाढल्या आणि त्रासपण. तेव्हापासून येथे कुणी आलं की आम्ही त्यांना अगोदर फोन बंद करायला सांगतो.''

कुणीतरी दरवाजा खडखड वाजवत होतं. शाळेच्या ड्रेसमध्ये एक गोंडस मुलगी आत आली आणि तिने संताला मिठी मारली... त्या शाळकरी मुलीची आई सांगत होती, ''संताने हिला शाळेत घातलं म्हणून...'' माझ्या मनातलं भीतीचं काहूर केव्हाच दूर गेलं होतं. मी संताकडे पाहिलं आणि तू किती मोठी आहेस, असं पाणावलेल्या डोळ्यांनी सांगितलं. आपल्यावर जी काही वेळ आली, ती या मुलीवर येऊ नये, यासाठी तिला शाळेत टाकण्याचा संताचा आग्रह होता. संता मुख्य विषय बोलायला लागली. ''यांना मूल हवे आहे.'' त्यांनी माझी चौकशी करायला सुरुवात केली. तुमच्या बायकोला का आणलं नाही, असा त्यांचा शेवटचा प्रश्न... माझी आणि संताची ठरलेली कहाणी अगोदरच तयार होती, त्याप्रमाणे मी पटापटा बोलत होतो. सर्वांनी मिळून माझ्यावर प्रश्नांचा भडिमार केला. त्या प्रश्नांमागे दोनच गोष्टी होत्या. एक पैसा आणि दुसरं स्वत:ची सुरक्षा... त्या सौदा करणाऱ्या तिघी मुद्द्यावर आल्या. ''तुम्हाला मूल हवं असेल, तर अगोदर चार लाख रुपये द्यावे लागतील. आणखी पुन्हा तीन लाख रुपये. बाळ सहा महिन्यांचं होईपर्यंत लागणारा खर्च वेगळा. मुलगा झाला तरी तुमचा आणि मुलगी झाली तरी तुमचीच. ती तुम्हाला न्यावी लागेल. मुलगी झाली की अनेकजण घेऊन जात नाहीत, त्यामुळे येथे सर्व मुलीच आहेत'' असं त्यांनी सांगितलं.

येथे सर्व महिलाच का; आणि पुरुष मुळीच का नाहीत, या प्रश्नाचं उत्तर मला मिळालं होतं. जणू या सगळ्या महिलांनी आम्ही गर्भाशय विकायचा बाजार मांडला आहे, अशी त्यांची चर्चा सुरू होती. पैसे दिल्यावर १० महिने आणि बाळाचं संगोपन सहा महिने, त्यानंतर मूल तुमच्या हाती. शेवटी तुम्ही संताकडून आलात, म्हणून काही पैसे कमी करू, असं त्यांनी सांगितलं. चर्चा जरा गंभीर होत होती. संताने मधेच विषय खोडत 'भूक लगी' असं म्हणत जेवण मागविलं. मस्त तूप टाकलेली गुजराथी चवीची खिचडी आली. आम्हा सर्वांचं जेवण झालं. माझ्यातला पत्रकार मला स्वस्थ बसू देत नव्हता... ज्या

बायका गर्भाशय विकण्याबाबत माझ्यासोबत डील करत होत्या, त्या सर्व अत्यंत हुशार होत्या. माझी चोरी केव्हाही पकडली जाऊ शकते, या भीतीने मी माझा मोर्चा म्हाताऱ्या आजीकडे वळवला आणि तिला बोलतं केलं. वर्षानुवर्षांपासून तिला काहीतरी सांगायचं होतं, या आविर्भावाने ती मनमोकळेपणाने बोलली. ''पूर्वी मुलं विकायचं काम व्यवस्थित चालायचं. आता टेस्ट ट्यूब बेबीसारखे प्रकार पुढे आले, त्यामुळे आम्ही आमच्या किमती वाढवल्या. अनेक लोक सर्व मार्ग बंद झाल्यावर आमच्याकडे येतात आणि मग त्यातही मुलगी झाली, की 'येतो न्यायला' म्हणतात आणि येतच नाहीत. अगोदर दिलेले पैसे तसेच आमच्याकडे राहतात. आमच्या आजूबाजूला आमच्यासारखा व्यवसाय करणारे खूप आहेत. एक काळ असा होता, की लोक खुलेआम यायचे. गर्भाचा सौदा करणारे आताही आहेत; पण दुनिया बदलल्यामुळे आमच्या व्यवसायातही आता खूप बदल झालाय.''

म्हातारी आजी बोलत होती आणि मी ऐकत होतो. बाकीच्यांना आमच्या बोलण्याशी काही देणं-घेणं नव्हतं. फक्त संता अधूनमधून मला डोळ्याने 'मी तुझ्या सोबत आहे' असं सांगत होती. शेवटी आमचं बोलणं झालं. सौदा ठरला आणि आम्ही त्या घरातून बाहेर पडलो. जी भीती या घरात जाताना होती, ती बाहेर आल्यावर जाणवत नव्हती. संता मला असा गर्भाचा व्यवसाय करणाऱ्या घराकडे बोट दाखवत सांगत होती. ''येथेपण तुला गर्भ बोली लावून विकत मिळेल.''

सकाळी दहापासून ते तीन वाजेपर्यंत मी जे काही अनुभवलं, बघितलं होतं, त्याला शब्दांत मांडायला चारशे पानांची कादंबरीही कमी पडेल. पोटचा गोळा विकायची वेळ आईला का येत असावी? हा गुन्हा नाही का? असे अनेक प्रश्न घेऊन मी याच भागातील एका मोठ्या पोलिस अधिकाऱ्याला भेटलो. ते म्हणाले, ''ही दुनिया वेगळी आहे. येथे कायद्यापेक्षा, तत्त्वापेक्षा, लोक काय म्हणतील यापेक्षा भाकरीला आणि त्यापुढे ऐषोआराम याला अधिक महत्त्व आहे.''

आज सकाळपासून मला खूप पात्रं भेटली होती, ज्यांत दहा मुलं घेऊन

जाणारी रेल्वेतली आई, संताची आई, माझ्यासोबत मुलाची डील करणारी आई आणि त्या व्यवहार करणाऱ्या आईची आई... या सगळ्या 'आई' समाजाचं वास्तव दाखवणारे चेहरे आहेत. जिथं भरपूर आहे, तिथं किंमत नाही; जिथं किंमत आहे, तिथं मिळत नाही, असा सगळा मामला. हे सगळं चित्र डोळ्यांत साठवताना मी दगडासारखा झालो होतो. त्या दुनियेतून बाहेर पडलो खरा; पण प्रश्नांचं मोहोळ मनात घर करून गेलं, ते अजून तसंच आहे!

माझं दीपकच्या घरी येणं–जाणं होतंच. त्याची आई गेल्यानंतर मी त्याच्याकडे निघालो, तेव्हा त्याच्या आईच्या कित्येक आठवणी माझ्या मनात दाटून आल्या. त्यांची राजस्थानी टोनमधली लोभस हिंदी भाषा, त्यांनी केलेला स्वयंपाक... असं सगळं काही माझ्या डोळ्यांसमोर तरळू लागलं. एखादी व्यक्ती आपल्यातून गेल्यावर तिची आठवण अधिकच तीव्रतेनं येते... दीपकच्या आईबाबत माझंही तसंच झालं होतं. घराजवळ गेलो तर वाटतही नव्हतं, की घरातला कुणी माणूस गेला असावा. कारण, गावाकडे किंवा कुठंही जर एखादा माणूस गेला असेल, तर घरासमोर माणसांची बरीच गर्दी असते; पण इथं तसं काही नव्हतं. दादरसारख्या गजबजलेल्या वस्तीत प्रत्येकाचं रुटीन आपापल्या रोजच्या वेळेनुसार सुरू होतं. घरात गेल्यावर दीपकनं माझ्याकडे पाहिलं आणि त्याला अश्रू आवरले नाहीत.

मी दीपकच्या आईच्या पार्थिवाजवळ गेलो. दर्शन घेतलं आणि बाजूला झालो. पार्थिवाशेजारी बसून पाच–सहा महिला मोठमोठ्या आवाजात रडत होत्या. त्या महिला, घरातली चार–पाच माणसं आणि मी यांच्याव्यतिरिक्त तिथं अन्य

अश्रूंची फुले

कुणीही नव्हतं. अधूनमधून कुणी तरी यायचं आणि दर्शन घेऊन बाहेर जायचं. त्या महिला एका सुरात आणि सलगपणे रडत होत्या. त्यांचं रडणं थांबत नव्हतं. अंत्यसंस्कारांसाठी पार्थिव घेऊन जाण्यासाठी बोलावलेली गाडी आली. आम्ही चार-पाच जणांनी मिळून पार्थिव गाडीत ठेवलं. 'हे राम, हे राम' असा गजर त्या गाडीत सुरू होता. बाकी सगळा लवाजमा त्या गाडीसोबतच होता. धूप, उदबत्ती, हार, तिरडीपासून सगळं साहित्य त्या गाडीत होतं. एका खासगी संस्थेनं त्या गाडीसह सगळं साहित्य पैसे घेऊन पुरवल्याचं मला समजलं. त्या महिला गाडीपर्यंत आल्या आणि दीपकच्या नातेवाइकांनी त्या महिलांच्या हातात पैसे ठेवले. आम्ही अंत्यसंस्कारासाठी गाडीत बसलो आणि त्या महिला माघारी फिरल्या. आपल्या घरातली एखादी व्यक्ती गेली, तर अशा प्रसंगी आपण आपल्या घरातल्याच माणसांच्या हाती पैसे ठेवत नाही. ही पैसे घेणारी माणसं कुणी तरी बाहेरची आहेत, असं माझ्या लक्षात आलं; पण त्याविषयी दीपकला किंवा त्यांच्या नातेवाइकांना काही विचारण्याची 'ही' वेळ नव्हती. त्या महिला कोण, असा प्रश्न मला नक्की पडला होता. दुसऱ्या दिवशी मी दीपकला फोन करून त्या महिलांविषयी विचारलं. दीपक म्हणाला, "आमच्याकडे कुणी व्यक्ती मरण पावली, की अशा महिलांना बोलावून अंत्यसंस्कार होईपर्यंत त्यांना पार्थिवासमोर बसवून ठेवण्याची प्रथा आहे."

"मला याबाबत जास्त काहीही माहीत नाही," असं म्हणत त्यानं त्या महिलांविषयी अधिक बोलणं टाळलं. दीपकच्या एका नातेवाइकाकडून मी त्या रडणाऱ्या महिलांचा पत्ता मिळवला आणि त्यांच्या घरी पोचलो. मुलुंडमधल्या एका छोट्याशा वस्तीतल्या लहानशा खोलीत त्या सहाही महिला राहत होत्या. परिचिताचा संदर्भ घेऊन मी त्यांना भेटायला गेल्यामुळे त्यांनी मला बोलताना चांगला प्रतिसाद दिला.

या सगळ्यांची प्रमुख होती शर्मिला नावाची महिला. त्या गेल्या १४ वर्षांपासून मुंबईत राहतात. एखादी व्यक्ती मरण पावल्यावर त्यांना निमंत्रण येतं, त्या ठिकाणी या सगळ्या जणी जातात. अशा प्रसंगी कुठं रडायचं काम करावं लागतं,

तर कुठं अंत्यसंस्कार होईपर्यंत सगळी कामं पार पाडावी लागतात.

खोलीत स्टोव्हवर स्वयंपाक चालला होता. कुणी कपडे धूत होती, तर कुणी भाजी निवडत होती. शर्मिला यांनी त्यांच्यासोबतच्या त्या पाचही महिलांची ओळख करून दिली. घरातल्या वातावरणावरून गरिबीचं, दारिद्र्याचं दर्शन घडत होतं; पण त्या गरीब असल्या तरी मनानं श्रीमंत आहेत याचाही मला अनुभव आला. कुणी जेवायचा आग्रह करत होतं, तर कुणी चहा घ्यायचा. सगळ्या महिला 'दादा, दादा' करत माझ्याशी हिंदीतून बोलत होत्या. शर्मिला यांनी त्यांचा गावाकडच्या दिवसांपासून ते मुंबईपर्यंतचा प्रवास सांगितला. उर्वरित पाच जणीही त्यांच्या सांगण्याला होकार भरत होत्या. राजस्थानातल्या रूढी–परंपरा आणि त्यांतून महिलांचं होणारं शोषण, महिलांच्या शिक्षणाकडे होणारं दुर्लक्ष, महिलांच्या जिवावर बसून खाणारा पुरुष, असं खूप धक्कादायक चित्र होतं ते. अतिशय देखण्या आणि स्वभावानं तितक्याच मृदू असलेल्या त्या सगळ्या जणी त्यांच्या मायाळू स्वभावामुळे मला माझ्या कुटुंबातल्याच वाटत होत्या. शर्मिला म्हणाल्या, ''माझी आई झोरा आणि आजी तनेजा हेच काम करायच्या. कुणी व्यक्ती मरण पावली, की तिच्या अंत्यसंस्काराला जाऊन तिथं हजेरी लावायची आणि ठरवून दिलेलं आपलं काम करायचं.''

एखादी व्यक्ती वारली आहे आणि त्या व्यक्तीच्या पार्थिवासमोर रडण्याचं काम आपण करायचं आहे; किंबहुना तो आपला 'जॉब' आहे असं समजून ते काम करायचं आहे... किती धक्कादायक आहे हे! शर्मिला यांच्या आईचा फोटो समोरच ठेवलेला होता. देखणा, टवटवीत, बोलका चेहरा. त्या फोटोसमोर सोन्याच्या दोन कुठल्या तरी वस्तू ठेवलेल्या दिसल्या.

''या कसल्या वस्तू आहेत ?'' मी शर्मिला यांना विचारलं.

त्यांनी माझ्याकडं पाहिलं आणि त्या पाच महिलांकडेही एक नजर टाकली. काहीही न बोलता त्या शांत बसल्या.

जिथं अशा पद्धतीचा शांतपणा असतो, तिथं नक्की काही तरी दडलेलं असतं, हे मला माहीत होतं. त्या वेळी तो विषय तिथंच थांबवत मी त्यांच्या प्रवासाविषयी, त्यांच्या व्यवसायाविषयी, त्यांना मिळणाऱ्या पैशांविषयी चर्चा

करू लागलो. शर्मिला यांच्यासोबत त्यांच्या पाचही मैत्रिणी माझ्याशी बोलताना चांगल्याच खुलल्या होत्या. एकंदर अंदाज घेऊन मी पुन्हा एकदा फोटोसमोरच्या त्या सोन्याच्या वस्तूंविषयी शर्मिला यांना विचारलं.

आता मात्र शर्मिला खुलेपणानं सांगू लागल्या, ''ही कानातली दोन फुलं आहेत. सोन्याची. 'कानातली सोन्याची दोन फुलं मला हवी आहेत,' अशी इच्छा माझ्या आईनं आजीकडं व्यक्त केली होती; पण गरिबीमुळे आजी साधी फुलंही आईला करून देऊ शकली नव्हती. नंतर आईनं तिच्या अख्ख्या हयातीत अशी फुलं घेतली नाहीत. जाण्यापूर्वी तिनं माझ्याकडे ही खंत बोलून दाखवली तेव्हा 'मी ही फुलं तुझ्यासाठी करीन,' असं वचन मी तिला दिलं. दागिने घालण्याची आणि ते घालून मिरवण्याची आमच्याकडे पद्धत आहे. माझ्या आईला या फुलांची आवड कशी निर्माण झाली ते मला माहीत नाही. मी मुंबईत आल्यावर पोटाला चिमटा घेऊन, पै पै जमा करून ती सोन्याची फुलं घेतली. 'पुढच्या वेळी जाऊ तेव्हा ती आईला देऊ', या हिशेबानं मी ती फुलं माझ्याजवळ ठेवली आणि एके दिवशी मला निरोप आला... आई गेल्याचा. दोन दिवसांनंतर मी जाऊ शकले. मला आईचं अखेरचं दर्शनही घडू शकलं नाही. अनेकांच्या मृतदेहांजवळ रडत बसणारी मी... दुःखाचं, सहानुभूतीचं वातावरण निर्माण करणारी मी... माझ्या आईच्याच मृतदेहाजवळ आठवणींचे दोन अश्रूही ढाळू शकले नाही...''

हे सगळं सांगताना शर्मिला यांच्या डोळ्यांत पाणी आलं. त्यांनी अश्रूंना वाट करून दिली. आईच्या आठवणीनं रडताना शर्मिला यांच्यासोबतच्या पाचही जणींचे डोळे डबडबून आले होते. हे अश्रू एरवीसारखे ठरवून आणलेले नव्हते, हे नक्की!

त्यांच्या आईचं स्मृतिस्थळ ज्या ठिकाणी बांधण्यात आलं आहे, त्या ठिकाणी ही सोन्याची फुलं वाहिल्यानंतर तेव्हापासून ते आतापर्यंत त्यांनी ही फुलं या फोटोसमोर ठेवली आहेत.

कष्टाच्या कमाईसंदर्भात आपण जसं म्हणतो, की घामाच्या धारा गाळून मी हे सगळं कमावलं आहे, तसं अश्रूंच्या धारांमधून शर्मिला यांनी ही सोन्याची फुलं कमावली आहेत. ती सोन्याची फुलं नव्हती, तर अश्रूंची फुलं होती! शर्मिला मुंबईत आल्या तेव्हा, म्हणजेच १४ वर्षांपूर्वी रूढी-परंपरा आणि तशी माणसं यामुळे बऱ्यापैकी त्यांचा संसार चालायचा; पण आता हा व्यवसाय किंवा ही प्रथा जवळजवळ बंद पडल्यासारखीच आहे. त्यामुळे शर्मिला आणि त्यांच्या पाचही मैत्रिणींना काही ठिकाणी बोलावलं जातं; पण रडण्याशिवाय अन्य कामंही त्यांना तिथं करायला लावली जात, त्यामुळे या कामासोबतच आता इतरही छोटी-मोठी कामं या सहा जणींना करावी लागतात.

'आमच्यावर उपासमारीची वेळ आलेली आहे' असं एकीकडे सांगत असतानाच, 'अशा दिखाव्याच्या रूढी-परंपरा आता बंद झाल्या पाहिजेत,' असंही शर्मिला यांचं मत आहे.

शर्मिला यांना सहा अपत्यं; पण सध्या एकही जण त्यांच्याजवळ नाही. अन्य पाच जणींनाही चार-पाच अपत्यं आहेत; पण त्यांच्याही जवळ त्यांच्यातलं कुणीच नाही. या सगळ्या जणींचे पती आणि त्यांच्या त्यांच्या घरांतली म्हातारी माणसं अपत्यं सांभाळण्याची जबाबदारी पार पाडतात.

वर्षातून महिनाभर या सगळ्या जणी आपल्या गावी जातात अन् पुन्हा जड पावलांनी मुंबईचा रस्ता धरतात. आपल्या अपत्यांना वर्षभरातून एकदाच भेटायचं, हे कोणत्याही आईच्या दृष्टीनं भावनिकदृष्ट्या किती अवघड काम!

शर्मिला मधूनमधून त्यांचे इतरही अनुभव सांगत होत्या.

त्या म्हणाल्या, ''मुंबईसारख्या ठिकाणी अंत्यसंस्काराला अगदी तुरळक माणसं येतात. उच्चभ्रू सोसायट्यांमध्ये आपल्या आई-वडिलांना खांदा द्यायला मुलं परदेशातून येऊ शकत नाहीत, अशी परिस्थिती अनेकदा अनेक ठिकाणी आढळते. मग त्यांची मुलं बनून आम्हीच सगळं करणारे अशी परिस्थिती

होते. अनेक वेळा तर माणुसकीही आम्हालाच दाखवावी लागते. कुठं पैसा बरा मिळतो, तर कुठं आधी जेवढा ठरलेला असतो, त्याच्यापेक्षाही कमी दिला जातो. दुःख व्यक्त करण्यासाठी ज्यांना बोलावलं आहे, त्यांना ठरल्यानुसार जरा बरे पैसे द्यावेत, हा दृष्टिकोन अनेक ठिकाणी अनुभवाला येतोच असं नाही. उच्चभ्रू सोसायट्यांमधले असे अनुभव घेऊन मन अनेकदा विषण्ण होऊन जातं. एखाद्या गरिबाच्या अंत्ययात्रेच्या वेळचा अनुभव याच्या नेमका उलट असतो.'' शर्मिला म्हणाल्या, ''सगळ्यांचा विरोध पत्करून माझ्या थोरल्या मुलीला मी शिकवलं; पण तीही म्हणते की मी आईचंच काम पुढं नेणार, मुंबईला येणार... मी तिला सांगितलं, 'बाळा, आता हा व्यवसाय पूर्णपणे बंद झालाय. यातून पैसे मिळत नाहीत आता.' यावर मुलीच्या बापाचा मात्र, तिनं मुंबईला जावं, असा आग्रह कायम असतो.'' रूढी-परंपरा आणि त्यातून महिलांचं होणारं शोषण हे आपल्यासाठी नवीन नाही; पण या सगळ्या परंपरांचा प्रवास मात्र नक्कीच धक्कादायक आहे. यातून कुणाला काही तरी मिळतं आणि कुणाचं काही तरी जातं हे तितकंच खरं आहे. अश्रूंतून आलेली फुलं हे तितकंच खरं उदाहरण! शर्मिला यांची मुलगी जर उद्या मुंबईला आली, तर तिच्यावरही अशीच फुलं वाहायची वेळ येऊ नये म्हणजे झालं.

शर्मिला आणि त्यांच्या सहकारी-महिलांना रडण्यासाठी, रूढी-परंपरा पुढं सुरू ठेवण्यासाठी किंवा अन्य कामांसाठी मृत असलेल्या व्यक्तींच्या नातेवाइकांकडून बोलावण्यात येतं हे जरी खरं असलं, तरी त्याही पलीकडचा विचार करता, मायेनं पाठीवरून हात फिरवणारं कुणीतरी आई-बहिणीसारखं असावं म्हणूनही कदाचित त्यांना बोलावलं जात असावं, असं मला त्यांच्या प्रेमळ स्वभावाकडे बघून वाटलं. त्या तरी काय करतील बिचाऱ्या! त्यांच्या वाट्यालाही असंच उसनं प्रेम आलं होतं.

जड मनानं मी त्या जित्या-जागत्या अश्रूंच्या फुलांचा निरोप घेतला आणि नवी मुंबईचा रस्ता धरला...

सध्या माझे 'सकाळ'च्या कामानिमित्ताने राज्यभर फिरणे सुरू आहे. विदर्भानंतर मराठवाड्याचा दौरा सुरू झाला. जेव्हा जेव्हा मी नांदेडला मुक्कामी असतो, तेव्हा हक्काचे घर एकच; माझे मित्र चित्रकार नयन बाराहाते यांचे. मी नयन यांच्याकडे मुक्कामी होतो त्या दिवशी ते नागपूरला गेले होते. रात्री उशिरापर्यंत नांदेडमधील कामे आटोपली आणि घरी आलो. एवढ्या मोठ्या घरात एकट्याला झोप येईना. गॅलरीत येऊन सुनसान रस्त्याकडे टक लावून पाहत होतो. डोक्यात एकदम क्लिक झाले. अरे, हा रस्ता तर आपल्या ओळखीचा आहे! मी ज्या कॉलेजमध्ये शिकलो ते प्रतिभा निकेतन नयन यांच्या घराच्या मागे आहे. घर बंद केले आणि सरळ कॉलेजकडे निघालो. रात्रीचे बारा वाजले होते. कॉलेजच्या बाजूलाच शीख धर्मीयांचे श्रद्धास्थान असणारे बंदाघाट गुरुद्वारा आहे, त्यामुळे हा भाग खूप स्वच्छ आणि रोषणाईने न्हाऊन निघाला होता. कॉलेजमध्ये प्रवेश केला आणि वाटले, आपण सगळीकडे खूप फिरतो; पण या ठिकाणाएवढा आपलेपणा कुठेही वाटला नाही. सतीश गजभारे आणि किशन पवित्रे हे माझे दोन मित्र. त्यांना फोन केले.

एक धागा सुखाचा...

त्या वेळी ते धावत आले. आम्ही तिघेही जुन्या आठवणींत रमलो. कधी चार वाजले कळालेच नाही. आमचा व्हॉट्सॲपचा एक ग्रुप आहे. त्या ग्रुपवर सर्व मित्रांसाठी एक निरोप टाकला. उद्या दुपारी आपल्या कॉलेजमध्ये भेटायचे आहे. सकाळी त्याच ग्रुपवर सर्वांचा निरोप आला, 'आम्ही येणार आहोत...' दुपारी ठरल्याप्रमाणे सर्वजण भेटलो. बऱ्याच वर्षांनंतर जिवलग मित्र भेटले. त्याचे वर्णन कसे आणि काय करावे!

प्रतिभा निकेतन महाविद्यालयात जमलेले सर्व माजी विद्यार्थी.

दिवाळी संपून पंधरा दिवस झाले होते; पण आम्हा सर्वांची खरी दिवाळी आम्ही भेटलो त्या दिवशी झाली. सर्व खुशालीनंतर आपण ज्या कॉलेजमधून घडलो, त्या कॉलेजसाठी आपण काहीतरी करावे, ही भावना सर्वांच्या मनात होती. त्याच दिवशी ती कल्पना पुढे करण्याच्या दृष्टीने कागदावरही आली. त्या कल्पनेचे नाव होते : 'एक धागा सुखाचा – पी. एन. कॉलेज मित्रमंडळ'. आपण आयुष्यात खूप काही मिळवले आहे आणि मिळवणार आहोत. आपण खूप मोठे झालो आहोत. वेळ मिळत नाही, मात्र तरीही आपल्या मनात आपल्या शाळेविषयी, कॉलेजविषयी आणि गावाविषयी काहीतरी केले पाहिजे हा सुप्त विचार नक्कीच असतो. फक्त वाट बघत असतो, हे सगळे करण्याची संधी कधी येईल याची. आमच्यासाठी ही संधी आली होती. आता आमच्या मनात ज्या काही भावना होत्या, त्यांना मूर्तरूप देण्यास सुरुवात झाली. आपल्याला शक्य होईल तेवढा निधी जमा करून कॉलेजमधल्या मागासवर्गीय, बहुजनांच्या मुलामुलींच्या शिक्षणासाठी मदत करायची. त्याला 'उन्नती पुरस्कार' असे नाव देण्यात आले. जमलेल्या सर्व मित्रांतून ज्यांना मदतीची गरज आहे, अशा पाच मित्रांच्या मुलींच्या नावे लकी ड्रॉ काढणे आणि मुलींच्या शिक्षणासाठी,

बांधून दिलेली हीच ती शाळेची इमारत

लग्नासाठी एक ठरावीक रक्कम फिक्स करणे, कॉलेजच्या सर्व मित्रांना घेऊन कॉलेजमधल्या जुन्या आठवणींना उजाळा देत एक पुस्तक संपादित करणे, सर्वांचे आरोग्य, ज्यांना गरज आहे त्यांच्या मुलांना शिक्षणासाठी मदतीचा हात, सर्व सेवानिवृत्त प्राध्यापक-कर्मचारी यांना एकत्रित करायचे आणि त्यांचा सन्मान करायचा. कॉलेजच्या विकासकामांवर काही अजेंडा ठरला. अशा वेगवेगळ्या २०कल्पना पुढे आल्या आणि त्याची डेडलाइन पण ठरली.

आपल्या शाळा-कॉलेजसाठी काहीतरी करण्याच्या दृष्टीने आम्ही सर्वांनी तयार केलेला प्लान जबरदस्त होता. भेटलेल्या सर्व मित्रांना माहिती नव्हते, ते जे काही करीत आहेत, त्यातून एका मोठ्या कार्याची सुरुवात होणार होती. हा तयार केलेला ढाचा मित्रमंडळीच्या कम्युनिकेशनसाठी व्हॉट्सॲप ग्रुपमध्ये टाकला. या ग्रुपवरून त्या ग्रुपवर हा तयार केलेला प्लान अनेक दिवसांपासून फिरत होता. गेले आठ दिवस आणि आताही अधूनमधून अनेकांचे फोन येत होते. आम्ही सगळे मित्र एकत्रित येऊन आमच्या शाळेसाठी, कॉलेजसाठी काहीतरी करणार आहोत. आम्हाला अजून यात काय करता येईल ते सुचवा. आमची बैठक सुरू आहे. मुंबईत माझे मित्र आहेत प्रा. राम भिसे. दुसऱ्या दिवशी त्यांचा फोन आला. तुमचा एक धागा सुखाचा पी. एन. पॅटर्न म्हणून सगळीकडे चर्चेचा विषय आहे. अहो, सगळेच माजी विद्यार्थी आपल्या शाळा-कॉलेजसाठी काहीतरी करूया म्हणून ग्रुप करीत आहेत, मीटिंग घेत आहेत, नियोजन करीत आहेत, असे ते सांगत होते.

प्रा. राजाराम वट्टमवार सर हे पी. एन. कॉलेजचे सेवानिवृत्त प्राध्यापक.

वट्टमवार सर यांनी पी. एन. कॉलेजचे 'विचार विकास' हे जुने ग्रंथालय खूप छान उभे केले आहे. ते पाहण्यासाठी आम्ही यावं, असा आग्रह केला होता. आम्ही सगळे निघालो. जुनी जर्जर झालेली शाळा आणि त्याच अवस्थेमधले विचार विकास वाचनालय, आता या दोघांचे रूपडे अगदी बदलून गेले होते. यामागे खूप मोठी स्टोरी आहे. शाळेच्या प्रवीण नपाते या माजी विद्यार्थ्याने चक्क बारा कोटी रुपये खर्च करून शाळा बांधून दिली आहे. कधीही कुणाला माहिती नाही अशी एक वेगळी स्टोरी वट्टमवार सर यांनी आम्हाला त्या दिवशी सांगितली. ज्या नपाते नावाच्या विद्यार्थ्याने ही मोठी इमारत बांधली, त्याने संस्थेला अगोदर बजावून सांगितले होते, माझ्या कामाची कुठेही प्रसिद्धी झालेली मला आवडणार नाही आणि ते संस्थेने पाळले. पण, या स्टोरीच्या खोलात गेलो तेव्हा कळले, की पठ्ठ्याचे आपल्या शाळेवर जिवापाड प्रेम! आपले शालेय शिक्षण ज्या शाळेत झाले, ज्या शाळेने आपल्या आयुष्याची पायाभरणी केली, त्या शाळेची आपण पायाभरणी करायचीच, हा उद्देश डोळ्यांसमोर ठेवून त्यांनी खूप मोठे काम केले आणि शाळेसाठी सगळ्यांपेक्षा वेगळे काहीतरी केल्याचा नवा इतिहास करून दाखवला. नपाते परदेशात व्यावसायिक आहेत. त्यांना समोर उभे राहून होत असलेले काम पाहता आले नाही. त्यांनी या सर्व कामांची जबाबदारी आपले मित्र कृष्णा सहाय यांच्यावर सोपवली. सहाय सांगत होते, 'आपल्या शाळेप्रति प्रेमभावना व्यक्त करणे हाच उद्देश यामागे आहे'. जन्म दिलेल्या आई-वडिलांना आपल्या कर्तबगार मुलांविषयी अभिमान वाटतो, तसे शाळेचेपण आहे. आई-वडील ज्याप्रमाणे आपल्या मुलांचे कर्तृत्व मिरवत असतात, तसा शाळेतील-कॉलेजमधील शिक्षकांनाही विद्यार्थ्यांविषयी अभिमान असतो. आता मुले या शिक्षकांच्या किती संपर्कात राहतात, त्यावर बरेच अवलंबून असते.

नपाते यांचे शाळेवरील अफाट प्रेम पाहिले आणि आम्ही सारे गार पडलो! नपाते यांनी केवळ शाळेचे काम केले नाही, तर शाळेतील सर्व मित्र एकत्रित कसे येतील यासाठी पुढाकार घेतला. त्यामुळे केवळ शाळेची बाह्यस्थिती सुधारली नाही, तर शाळेच्या चैतन्याचे दिवस बहरले. एकत्रित आलेल्या

आणि खूप मोठे झालेल्या मुलांचा सहवास मिळाल्यावर शिक्षकांचे थोडे आयुष्य वाढलेही असेल.

कॉलेजमध्ये कामाची सुरुवात झाली तेव्हा आम्हाला अभिमानाने भरून आले होते. त्याच संस्थेच्या शाळेत शिकलेल्या विद्यार्थ्याने केलेले काम पाहून आमच्या अभिमानाचा फुगा केव्हाच फुटला होता. आपण जे ठरवले ते करून दाखवू या प्रामाणिक मतावर आम्ही सर्वजण येऊन ठेपलो होतो. कॉलेजमध्ये असताना अत्यंत हुशार असा नावलौकिक असणारे प्राचार्य स. दि. महाजन सर आता या संस्थेचे सर्वेसर्वा आहेत. स. दि. महाजन यांची दुसरी ओळख ते कवयित्री, लेखिका (दिवंगत) कविता महाजन यांचे वडील. कविता याच कॉलेजमध्ये शिकली. ''आपल्या संस्थेला सामाजिकतेची वेगळी परंपरा आहे. प्रवेश घेणारा प्रत्येक विद्यार्थी आपली संस्था म्हणजे आपला परिवार आहे, या भावनेतून शिक्षण झाल्यावरही संस्थेप्रति आपली भावना सतत व्यक्त करीत असतो. आमचा दहावीचा विद्यार्थी प्रवीण हे त्याचे उत्तम उदाहरण आहे. आपल्या शाळेप्रति एवढी उदारता दाखवली असे उदाहरण माझ्या पाहण्यात तर नाही,'' असे महाजन अभिमानाने सांगत होते.

असे विद्यार्थी सगळ्या शाळांना मिळोत, अशी निसर्गाकडे विनंती करण्याची वेळ आज आली आहे. शाळेला अनुदान नाही, वर्गखोल्या नाहीत, शिक्षक नाहीत, सगळे ठीक आहे, तर खासगी शाळेत संस्थाचालक आणि शिक्षक यांच्यात वाद असतो. सरकारी शाळेत नियोजनाचा पत्ता नसतो. ज्या मोठ्या आणि श्रीमंतांच्या शाळा-कॉलेजेस असतात, तिथे शिकणारी मुले फारशी गंभीर नसतात... अशा निराशाजनक चौकटीत आपले शिक्षण क्षेत्र अडकून पडले आहे. याला बाहेर काढण्यासाठी माजी विद्यार्थ्यांची चळवळ चांगली भूमिका पार पाडू शकते. कॉलेजला नॅकला सामोरे जाण्यासाठी माजी विद्यार्थ्यांचे मेळावे घ्यावे लागतात. त्यातून होते काय; तर फक्त जुन्या विद्यार्थ्यांच्या भेटी. बस्स! कॉलेजच्याही मर्यादा असतात आणि विद्यार्थांच्याही; पण यातून 'एक धागा सुखाचा' याप्रमाणे काही ठरवले, तर उत्तम राहील.

माझा भाऊ परमेश्वर काळे नाशिकला इंजिनिअर आहे. त्याला जगण्यातले बारकावे खूप कळतात. परवा सकाळीच त्याचा फोन आला. मला म्हणाला, ''अरे भाऊ, नाशिकला ये. तुला 'ऑफबीट' आयुष्य जगणारी माणसं दाखवायची आहेत.'' नाशिकला पोचलो. आम्ही सकाळी नदीकाठी असलेल्या मंदिरात बसून राहिलो, कुणाची तरी वाट पाहत...

गोदाकाठी असलेल्या नाशिक शहराला प्राचीन इतिहास तर आहेच; पण त्याचबरोबर ही नदी अनेकांच्या पोटापाण्याची व्यवस्थाही शतकानुशतकं करत आली आहे.

सकाळचे नऊ वाजले असतील. आम्ही दोघं ज्या मंदिरात बसलो होतो, तिथं दोन मुलं खांद्यावर एकेक बॅग घेऊन आली. त्यांनी बॅगा नदीच्या काठावर ठेवल्या. कपडे काढले आणि त्या गढूळ पाण्यात ते उतरले. आम्ही त्यांच्याकडं लक्षपूर्वक पाहत होतो. पाण्यात ते काहीतरी शोधत होते. थोड्या वेळानं लक्षात आलं, की चिल्लर-खुर्दा, कपडे, ग्लास, वाटी, नारळाची करवंटी असं बरंच काही एकेक करून बाहेर काढत होते. ते काठावर एका ठिकाणी जमा

करत होते. त्यांनी काढून ठेवलेल्या त्या सामग्रीजवळ, चीजवस्तूंजवळ मी उत्सुकतेनं जाऊन बसलो. तेवढ्यात ते दोघं माझ्या अंगावर आल्यासारखे येत म्हणाले, "हे सगळं आमचं आहे. इथं तुम्ही काय करता...? आम्हाला माहीत आहे तुम्हाला कुणी पाठवलंय ते. त्यांना सांगा, उगाच आमच्याशी पंगा घेऊ नका. महागात पडेल."

मी त्यांना शांत आवाजात म्हणालो, "अहो दादा, मला कुणीही पाठवलेलं नाही. तुम्ही काय करताय हे पाहण्यासाठी मी इथं आलोय."

माझा शांतपणा पाहून त्यांच्या लक्षात आलं की ते समजत होते, तो मी नसून मी दुसराच कुणीतरी आहे ते. आम्ही एकमेकांची ओळख करून घेतली.

ते म्हणाले, "थोडंसं थांबा. आम्ही आणखी एक राउंड पाण्यात मारतो. तोपर्यंत तुम्ही इथून कुठं हलू नका. आम्हाला वेळ लागेल. आमच्या या वस्तू कुणीतरी घेऊन जाईल."

त्यांनी पुन्हा गोदावरीत उड्या मारल्या. पूर्ण गोदावरी पार करत ते पलीकडच्या दिशेला गेले. मला दुरूनही ते सगळं चित्र दिसत होतं. ते कुणाशी तरी काहीतरी बोलत होते, हातवारे करत होते. तिथंही त्यांच्यासारखीच काही मुलं होती. तिथंही चिता पेटलेली दिसत होती. तीही मुलं कदाचित यांच्यासारखंच काहीतरी शोधण्याचं काम करत होती. थैली घेऊन ते दोघे पुन्हा परत यायला निघाले. गोदावरीच्या काठी जिथं रामकुंड आहे, तिथं स्मशानभूमी आहे. त्या ठिकाणी मृतांचे विधी करण्यासाठी येणाऱ्या–जाणाऱ्यांची लगबग दिसत होती. गाडगेमहाराज पुलाजवळ अनेकांच्या येण्या–जाण्याचा ओघ वाढला होता. रामकुंडाजवळ कपिलेश्वराचं मंदिर, शंकराचं मंदिर, गोदावरी मातेचं मंदिर अशी अनेक लोकांची श्रद्धास्थानं असलेली मंदिरं

आहेत. राम, लक्ष्मण आणि सीता अशी ऐतिहासिक कुंडंही इथं जवळजवळ आहेत. बाजूला कुणाला तरी अग्नी दिला जात होता. कुणीतरी मोठ्यानं रडत असल्याचाही आवाज कानी पडत होता. आपल्यातला इगो, आपल्यातला मोठेपणा सारं काही बाजूला ठेवून माणसं कुणाला तरी अखेरचा निरोप द्यायला तिथं जमली होती. प्रत्येकाच्या चेहऱ्यावर 'एक दिवस आपल्यालाही इथंच यावं लागणार... ये दुनियादारी सब झूठ है,' असेच स्मशानवैराग्याचे भाव दिसत होते.

गोदावरीचं वाहतं पाणी आणि जळत असलेली चिता पाहिल्यावर निसर्गाच्या दोन अद्भुत लीला डोळ्यांसमोर येत होत्या. एकीकडं आपलं कुणीतरी गेलं म्हणून स्मशानभूमीत रडणारी दोन मुलं आणि दुसरीकडं आपल्याला आज काही मिळेल की नाही, या चिंतेत खोल पाण्यात जाऊन काहीतरी शोधणारी दोन मुलं... या दोघांपैकी काय अधोरेखित करावं, असा प्रश्न मला पडला होता. पाण्यातून काहीतरी हातात घेऊन ती मुलं आपल्या वस्तूंजवळ, मघाच्या त्या सामग्रीजवळ आली. मी तिथंच बाजूला उभा होतो. माझा भाऊ फोनवर बोलत होता. दोन्ही मुलांच्या अंगाला पाण्यातलं शेवाळ चिकटलेलं होतं. त्यांनी एकमेकांची पाठ पुसली. त्यांनी अंगावरचे भिजलेले तोकडे कपडे बदलून दुसरे कपडे घातले. पाण्यात मिळालेल्या ज्या काही 'चीजवस्तू' होत्या, त्यांची दोघांत वाटणी केली आणि एका छोट्याशा पिशवीत ती भरून ते जाण्याच्या तयारीला लागले. त्यांनी माझ्या भावाकडं बघितलं आणि हसले. त्यांच्या हसण्यावरून जाणवलं, की त्यांची जुनी ओळख आहे.

परमेश्वरनं त्या दोघांनाही माझी ओळख करून दिली. त्यानंतर आमच्या गप्पा सुरू झाल्या. मंदिरात त्यांनी पुस्तकांची पिशवी ठेवलेली होती. त्या ठिकाणी आम्ही गप्पा मारत बसलो. ते दोघं मंदिरात गेले. त्यांनी दर्शन घेतलं. एकाचं नाव श्याम कुलकर्णी आणि दुसऱ्याचं सतीश जोशी. श्याम अकरावीत आहे, तर सतीश बीएच्या प्रथम वर्षात. दोघांचे वडील अंत्यविधीचं काम करतात. वडील जोपर्यंत हयात आहेत, तोपर्यंत या मुलांना अंत्यविधीचं काम करता येणार नव्हतं. कारण, वडिलांचं काम यांनी केलं तर वडिलांनी

काय करावं हा प्रश्न होताच. शिवाय, मृताचे विधी बुजुर्ग व्यक्तीकडून करून घेण्याकडंच मृताच्या नातलगांचा कल असतो. मग हे दोघंही आपल्या वडिलांनी पूर्वी जे काम केलं, तेच काम करण्याची परंपरा पुढं चालवत आहेत. मी त्या दोघांच्या वह्या पाहत होतो. सुंदर हस्ताक्षर, मुद्देसूद मांडणी पाहून ही मुलं अत्यंत अभ्यासू आहेत, हे माझ्या लक्षात आलं.

मी त्यांना विचारलं, "गेल्या वर्षी तुम्हाला किती टक्के मार्क्स मिळाले होते?"

श्याम म्हणाला, "मला दहावीला ९१ टक्के मिळाले होते."

सतीश म्हणाला, "मला बारावीत ८६ टक्के होते."

माझ्या चेहऱ्यावरचे आश्चर्याचे भाव माझ्या भावाच्या लक्षात आले. त्याला काही वाटलं नाही. कारण, त्यानं याअगोदर या दोन्ही मुलांची कहाणी त्यांच्याकडूनच ऐकली होती.

सतीश मला म्हणाला, "दादा, माफ करा. मी तुमच्याशी मघाशी उगाचच चिडून बोललो. कारण, आम्ही हे काम करू नये, अशी धमकी देण्यासाठी आणि आम्हाला त्रास देण्यासाठी अनेक माणसं इथं येत असतात. ही इतर कुणाची तरी 'मक्तेदारी' आहे, असं त्यांचं सांगणं असतं.

आमचं हे वडिलोपार्जित काम आपण करावं, असं अनेकांना वाटत असतं म्हणून हा सगळा आटापिटा चाललेला असतो. यातूनच अनेक वेळा प्रकरणं भांडणापर्यंत गेली आहेत."

सतीशला थांबवत मध्येच म्हणालो, "तुम्ही इथं रोज येता का? हे काम रोज करता का?"

तो म्हणाला, "हो. रोज सकाळी इथं यायचं आणि दुपारी कॉलेजात जायचं. जे काही मिळतं ते विकायचं आणि त्यातून आई-बाबांना मदत करायची. त्यातूनच शिक्षणासाठी लागणाऱ्या पैशांचीही तरतूद करायची. हा नित्य उपक्रम आहे आमचा."

मी विचारलं, "तुमचे आई-बाबा हे काम तुम्हाला करायला लावतात, की तुम्हीच मनानं करता?"

श्याम म्हणाला, "हे काम आम्ही करावं यासाठी आई-बाबांचा आग्रह

असतोच. कारण, पूजाअर्चा करून चार पैसे मिळविणे हा आमचा वडिलोपार्जित व्यवसाय आहे. तो आम्ही शिकला पाहिजे, हा वडिलांचा आग्रह. खूप शिकावं, मोठं व्हावं, यासाठीही ते आग्रही असतात; पण हे काम करून शिक्षण घेताना आमची दमछाक होते. अनेक वेळा सगळं घरातलं काम करूनही खाण्याचे वांधे असतात. त्यामुळे शिकायचं की जगायचं, या दोन प्रश्नांच्या जात्यात आमचा रोजचा दिवस भरडला जातो. कधी कधी दोन-तीन दिवस अंत्यविधीचं कामच नसतं. कुणी मरण पावलं तरच अंत्यविधीचं काम आमच्याकडं येणार ना! मग अशा वेळी खायचं काय, असा प्रश्न पडतो. माणूस मरण पावल्यावरच्या विधीसाठीचे पैसे, अशुभ म्हणून फेकून दिलं जाणारं, वाहत्या धारेत टाकलं जाणारं सगळं सामान हे सारं काही आमच्या रोजच्या आयुष्यासाठी उपयोगी पडतं. मेलेल्या माणसांच्या वस्तू या अशुभ समजल्या जातात. अशा वस्तू आम्ही रोजच्या जीवनात वापरतो. त्या अशुभ कशा, असा प्रश्न अनेक वेळा आम्हाला पडतो. लोक जेवढे श्रीमंत, तेवढं काहीतरी जास्त मिळतं. गरिबांची मात्र अनेक वेळा अंत्यसंस्कार करतानाही दमछाक होते.''

सतीश मध्येच म्हणाला, ''एकदा बसस्टँडवरच्या एका भिकारणीचा नवरा वारला. अंत्यसंस्कारासाठी सगळ्या भिकाऱ्यांनी मिळून पैसे जमवले आणि तरीही चितेसाठी लाकडांची तरतूद होईना. अख्खा दिवस गेला तरीही मदतीला कुणी पुढं येईना. माझ्या वडिलांनी काही लोकांकडून मदत आणली आणि स्वत:चे काही पैसे घालून अंत्यसंस्कार केले. सगळे भिकारी आणि मृत भिकाऱ्याची बायको खूप रडत होती. या सगळ्या भिकाऱ्यांचे रोजचे खायचेही वांधे असतात. असा प्रसंग आपल्या बाबतीत घडेल, असं त्यांना वाटलंच नसावं!''

श्याम आणि सतीश या दोघांचा गोतावळाही खूप मोठा. आम्ही त्यांच्या घरीही जाऊन आलो. छोटी छोटी घरं; पण अत्यंत नक्षीदार! या गोतावळ्यात 'काम तू करायचं की मी करायचं,' यावरूनही अनेकदा भांडणं होतात. त्या भांडणाची झलक 'दशक्रिया' या कादंबरीत वाचायला मिळते. श्याम आणि सतीश यांची घरं एकमेकांना लागूनच. दोघांची पक्की मैत्री. श्यामनं त्याच्या

आईची ओळख करून दिली. आम्ही जेवून जावं, यासाठी त्यांनी खूप आग्रह केला. घरी सगळ्यांबरोबर खूप गप्पा रंगल्या. मृताच्या नातलगांनी पाण्यात फेकून दिलेलं साहित्य आणि पैसे पाण्यातून काढणाऱ्या वेगवेगळ्या टोळ्या रात्रीच कसं काम करतात, याचे अनेक किस्से या दोघांनी आम्हाला सांगितले. ते किस्से ऐकून अण्णा भाऊ साठे यांच्या 'स्मशानातील सोनं' ह्या कथेची आठवण मला झाली.

श्याम आणि सतीश हे दोघं ज्या समाजाचं प्रतिनिधित्व करतात, तो समाज अत्यंत हुशार आणि संपन्न आहे, असं मानलं जातं. तो हुशार आहे; पण संपन्न नाही, याची जाणीव पहिल्यांदाच झाली ती श्याम आणि सतीश यांच्यामुळं. महाराष्ट्रातल्या अनेक स्मशानभूमींमध्ये अंत्यविधी करणाऱ्यांचा अभ्यास केला, त्यांच्या कुटुंबातली माहिती घेतली, त्यांची जीवनशैली जाणून घेतली, तेव्हा श्याम आणि सतीश यांचा अनुभव आणखीच गडद होत गेला.

केवळ अंत्यविधी करणाऱ्यांचीच नव्हे, तर पूजाअर्चा करणाऱ्या पुरोहितांचीही करुणाजनक माहिती पुढं आली. खेडेगावातल्या पुरोहितांची अवस्था तर आणखी वाईट आहे. त्यांची मुलंही मिळेल त्यात समाधान मानून जीवनाचा गाडा हाकत असतात. कोण आहे या परिस्थितीला कारणीभूत ? समाज ? रूढी-परंपरा ? शिक्षणाचा अभाव की आणखी काही... ? हे प्रश्न आणखी किती काळ अनुत्तरित राहतील, माहीत नाही...

नवी मुंबईतल्या खारघरच्या सेक्टर – ३६ चा भाग. 'स्वप्नपूर्ती', 'व्हॅलीशिल्प' असे निवासी प्रकल्प इथं आहेत. या ठिकाणचं वातावरण जणू काही लोणावळ्या–खंडाळ्यासारखंच. रोज सकाळी इथं फिरायला जाण्याची मजा काही औरच. सकाळी माझे मित्र विनोद राऊत यांचा फोन आला, 'चला, निघूया' आणि आम्ही निघालो. सकाळचं धुकं एवढं होतं, की समोरून येणाऱ्याचा चेहरा लवकर ओळखू येत नव्हता. रोजच्या वाटेनं आम्ही निघालो. 'स्वप्नपूर्ती'च्या डाव्या बाजूला तळोजा जेल आहे. तळोजा जेलच्या कमानीला टेकून कुणीतरी पडलं होतं. आम्हाला वाटलं, असाच कुणीतरी व्यसनी माणूस असावा. तरी म्हटलं काय झालंय, नक्की कोण असेल, हे जवळ जाऊन पाहावं. जवळ गेलो आणि पाहतो तर काय; लांब केसांवरून लक्षात आलं, की कुणीतरी बाईमाणूस आहे.

मी त्या बाईला विचारलं, ''तुम्ही कोण आहात? इथं काय करताय? काही अडचण आहे का?''

ती बाई दचकून उठली. तिच्यासोबत सामानाच्या मोठमोठ्या दोन पिशव्या होत्या. गळ्यात चार मणी, मोठं

सुन्या सुन्या मैफलीत...

कुंकू, अंगावर मळलेले कपडे आणि बाजूला पडलेली फाटकी चप्पल.

ती बाई प्रत्युत्तरादाखल म्हणाली, ''काही नाही, असंच झोपले इथं.''

ठिगळाला ठिगळ जोडलेली तिची गोधडी फाटकीच होती. या गोधडीनं थंडीपासून बचाव कशी करत असावी ती... मनात प्रश्न आला.

मी तिला पुन्हा विचारलं, ''अहो, घरच्यांशी काही भांडण झालं आहे का तुमचं ? तुम्ही रस्त्यावर का झोपला आहात अशा ?''

ती थरथरत्या आवाजात म्हणाली, ''ही माझी रोजचीच जागा आहे आणि मी माझ्या मर्जीनं इथं झोपलेय.'' तिचा करारी बाणा पाहून आम्ही तिथून पुढं निघालो. तळोजा जेलच्या एका बाजूनं छोटासा डोंगर आहे. त्या डोंगरावर जाणं हा आमचा नित्यक्रम. आज तो डोंगर चढत असताना त्या बाईचा विषय माझा पाठलाग करत होता.

विनोद मला म्हणाले, ''चल बाबा आता मुकाट्यानं. तुझ्यातला पत्रकार कधीही जागा होतो.''

मुंबईतल्या कॉमन मॅनसारखीच विनोद यांची प्रतिक्रिया होती. कारण, मुंबईत रस्त्यावर कुणी मरून पडलं तरी त्याच्याकडं बघायला कुणाला फुरसत नसते. माझी अस्वस्थता वाढतच चालली होती, हे पाहून विनोद म्हणाले, ''आपण खाली जाऊ आणि पुन्हा त्या बाईला भेटू या.''

आम्ही जाईपर्यंत ती बाई तिथून गायब झाली होती. आम्ही त्या महिलेचा शोध घेत थोडंसं पुढं गेलो. जवळच असलेल्या स्मशानभूमीसमोर चहावाल्याची हातगाडी होती. त्याला विचारलं, ''एक बाई इथून जाताना दिसली का ?''

तो म्हणाला, ''ती वेडी ? ती काय, आत शेकत बसलीय...''

रात्री उशिरा कुणाला तरी अग्नी दिला होता, त्याच्या राखेभोवती असलेल्या उबेनं ती बाई आपली थंडी घालवण्याचा प्रयत्न करत होती. सरणाच्या धगीची ऊब घेताना तिला पाहून माझ्या मनाची घालमेल झाली. आम्ही आतमध्ये आल्याचं पाहताच ती पुन्हा जेलच्या दिशेनं निघाली. एका नीटनेटक्या दगडावर ती बसली. आम्ही तिच्या एकदम मागं. तेव्हा तिनं दचकून आमच्याकडं पाहिलं.

मी पुन्हा तिला विचारलं, ''अहो, तुम्ही पुन्हा इथं का बसलात ?''

आता मात्र तिला आमच्याबद्दल काही तरी शंका यायला लागली. ती म्हणाली, ''तुम्ही का माझ्या मागं मागं येताय ? काय हवंय तुम्हाला ?''

तिचा चढलेला आवाज ऐकून आम्ही जरा दचकलो. चहावाला सांगत होता तशी ती वेडी वगैरे काही वाटली नाही. अतिशय हुशार होती ती आणि स्वाभिमानीही. स्वाभिमान तिच्या डोळ्यांत दिसत होता. तिनं ज्या पद्धतीनं आम्हाला उत्तर दिलं, त्याच सुरात मी तिला म्हणालो, ''हे पाहा, तुम्ही एक बाईमाणूस आहात आणि इतक्या सुनसान ठिकाणी एकट्या बसल्या आहात. काही अडचणीत आहात का, हे विचारण्यासाठी आम्ही तुमच्याकडं आलो आहोत. माणुसकीच्या नात्यानं...'' तिला मदत करण्याच्या हेतूनं आणि चांगुलपणानं आम्ही तिची चौकशी करत आहोत, हे तिच्या आता लक्षात आलं असावं.

ती शांत स्वरात म्हणाली, ''मला कुणाला तरी भेटायचं आहे आणि ज्याला भेटायचं आहे, तो जेलमध्ये आहे.''

मी पुन्हा विचारलं, ''अहो, पण अशा रस्त्यावर का राहताय तुम्ही ? कुण्या नातेवाइकाकडं किंवा हॉटेलमध्ये का नाही उतरलात ?''

त्यावर ती म्हणाली, ''नातेवाइकांकडं किती दिवस राहणार ? गेल्या पाच वर्षांपासून मी या परिसरात आहे. इकडून तिकडं भटकते. 'माझ्या नवऱ्याला मला भेटू द्या' अशी विनंती करते; पण मला कुणीही त्याला भेटू देत नाही.''

''तुमचा नवरा ?'' मी आश्चर्यानं विचारलं.

''हो, माझा नवरा. तो जेलमध्ये आहे. शिक्षा भोगतोय.''

''कसली शिक्षा ?''

आणि मग तिनं आपली कहाणी सांगायला सुरुवात केली.

प्रेम प्रकरणाच्या अनेक

कहाण्या आपण अनेकदा वाचलेल्या असतात, पाहिलेल्या असतात; पण या बाईची कहाणी काही औरच होती.

तिचं नाव आहे संगीता जाधव.

ती मूळची सांगलीची. वडील एसटीत कामाला. आई शिक्षिका. बीएच्या शेवटच्या वर्षाला असताना तिचं संतोष कांबळे नावाच्या मुलावर प्रेम जडलं. जेव्हा हे घरी कळलं, तेव्हा बरीच आरडाओरड झाली. संगीताच्या दोन्ही भावांनी आपल्या मित्रांना घेऊन संतोषला खूप मारहाण केली. त्यानंतर तो अनेक दिवस दवाखान्यात होता. संतोष आणि संगीता या दोघांना जितका विरोध होत गेला, तितकं त्यांचं नातं आणखीच घट्ट होत गेलं. एक दिवस दोघांनीही पळून जाण्याचा निर्णय घेतला आणि दोघंही मुंबईला जाण्याच्या हेतूनं सांगलीच्या बसस्टँडवर आले.

रात्रीची वेळ होती. हे दोघं स्टँडवर येऊन गाडीची वाट पाहत होते. इकडं घरी संगीताच्या आईला कळलं की संगीता घरात नाही. मग सर्वांनी मिळून संतोषचं घर गाठलं. पाहिलं तर संतोषही घरी नव्हता. सांगलीतली बरीचशी ठिकाणं, हॉटेलं त्यांनी पालथी घातली. शेवटी ते बसस्टँडवर आढळले. तेव्हाही संतोषला खूप मार खावा लागला. संगीताचं हे प्रेम प्रकरण बघून घरचे कमालीचे हताश होऊन गेले होते. पोरीनं आपलं नाक कापलं या भावनेतून घरातला प्रत्येक जण तिच्याकडं पाहत होता. हे आता थांबणार नाही, आपण आपलं गाव सोडलं पाहिजे, या भावनेतून संगीताच्या आई-वडिलांनी मुंबई गाठली. मुंबईला संगीताचे काका राहत होते. त्या आधारावर त्यांनी मुंबईला आपलंसं केलं. संतोषही मुंबईला आला. त्यानं संगीताचा शोध घेतला आणि एक दिवस संगीता त्याला भेटलीही. वर्षानंतर झालेली भेट त्या दोघांसाठी आनंददायी ठरली. संगीताची एकदम बदललेली लाइफ स्टाइल तिच्या घरच्यांच्या लक्षात आली आणि त्यामागची कारणं शोधायला त्यांनी सुरुवात केली.

एक दिवस संतोष आणि संगीता एकत्र असल्याचं तिच्या छोट्या भावाला कळलं. छोट्या भावानं मोठ्या भावाला आणि घरच्यांना सांगितलं. संगीताला

आणि संतोषला एकत्रित पकडायचं आणि संपवून टाकायचं म्हणजे ही कटकट कायमची मिटेल, अशा निर्धारानं संगीताचे कुटुंबीय योग्य वेळेची वाट पाहत राहिले. 'मुंबई दर्शन'च्या निमित्तानं संगीताच्या घरचे सगळे एक दिवस बाहेर पडले. आपल्या घरच्यांनी आपल्यासाठी हा 'प्लॅन' केलाय, हे संगीताला माहीत नव्हतं. तासाभरानंतर घरातली सगळी मंडळी परत आली आणि संतोष आणि संगीताला त्यांनी रंगेहाथ पकडलं. आज संगीताच्या घरच्यांच्या हातून संतोष मरणार, हे नक्की होतं. सगळ्यांनी संतोषवर हल्ला केला. तो ओरडायला लागला. सगळी गल्ली जमा झाली. लोकही ओरडायला लागले. संतोष रक्तानं माखलेला होता.

संगीता पुढं सांगू लागली, ''घरचे जेव्हा मला मारायला लागले, तेव्हा संतोष रागानं आणखी लाल झाला. बाजूला असलेली लोखंडी सळी त्यानं मला मारणाऱ्या मोठ्या भावाच्या डोक्यात घातली आणि भाऊ जागेवरच आडवा पडला. संतोष तिथून निसटणार, तेवढ्यात गल्लीतल्या लोकांनी त्याला पकडलं. खूप वेळानंतर पोलिस आले आणि रक्तानं माखलेल्या संतोषला तिथून घेऊन गेले. मग पोलिस स्टेशन, तारखा हे चालत राहिलं. संतोषला दहा वर्षांची शिक्षा झाली. ज्या दिवशी त्याला शिक्षा झाली, त्या दिवशी माझे सगळे नातेवाईक कोर्टात हजर होते. खरं तर या प्रकरणाला जातीय रंग दिल्यामुळे हे प्रकरण आणखी चिघळलं होतं. त्यातून मला धमक्या येत होत्याच. मी सुनावणीच्या दिवशी कोर्टात येऊ नये यासाठी घरच्यांनी खूप आटापिटा केला; पण माझा हट्ट कायम होता. राजनंदिनी पालवे नावाची माझी मैत्रीण होती. तिला मी घरून निघतानाच फोन करून मंगळसूत्र आणायला सांगितलं होतं. संतोषला शिक्षा सुनावल्यावर त्याला तुरुंगात नेताना मी त्याच्या समोर गेले. मंगळसूत्र त्याच्या हातावर ठेवलं आणि ते माझ्या गळ्यात घालण्याची विनंती त्याला केली. माझ्या घरचे आणि इतर नातेवाईक विस्फारलेल्या नजरेनं ते सगळं पाहत होते; पण पोलिसांचा फौजफाटा पाहून समोर यायची कुणाची हिंमत झाली नाही. संतोषनं मंगळसूत्र माझ्या गळ्यात घातलं आणि जमलेल्या सगळ्या पोलिसांनी टाळ्या वाजवल्या.

त्या घटनेला आज पाच वर्षं पूर्ण झाली. ज्या दिवशी संतोषनं माझ्या गळ्यात काळे मणी घातले, त्याच दिवशी तो माझा नवरा झाला होता. नाही तरी मी घरच्यांसाठी मेले होतेच. तेव्हापासून आजपर्यंत अनेक वेळा संतोषची भेटही झाली. काही काम करण्याच्या निमित्तानं तो जेलच्या बाहेर येईल आणि त्याला बघता येईल यासाठी जेलच्या भोवती मी सारखी इकडून तिकडं फिरत असते. कुणी मला पागल म्हणतं, कुणी सायको; तर कुणी वेडी प्रेमिका. मी अनेक वेळा अधिकाऱ्यांनाही भेटले. त्यांना माझी कैफियत सांगितली; पण संतोषला भेटू देण्यासंदर्भात त्यांनी कायदेशीर अडचणी दाखवल्या. आज ना उद्या तो बाहेर येईल, मला भेटेल, या आशेनं मी त्याची वाट पाहत आहे. संगीताचे पाणावलेले डोळे दोघांच्या नात्यातली ओढ दाखवत होते... आपलं बाईपण, एकटेपण, भोवतीचा समाज आणि उघड्यावरती राहावं लागणं या कशाचीही तमा न बाळगता संगीता फक्त संतोषची वाट पाहत होती. ओशोंनी केलेली प्रेमाची व्याख्या मला आठवली : 'प्रेम म्हणजे दोन व्यक्तींमध्ये असंभव असं काही घडून जाणं...'

संगीता संतोषला भेटण्यासाठी आसुसलेली होती. मी जेलच्या अधिकाऱ्यांना भेटलो. त्यांच्या मदतीनं संतोषलाही भेटलो. त्याच्याशी बोललो. दोघांची एकदा भेट घडवून आणली. एकमेकांना पाहून दोघंही खूप रडले. काही प्रसंग असे असतात, की त्यांचं वर्णन करायला शब्द अपुरे पडतात. आम्ही जेलच्या बाहेर आलो. संगीता तिथून निघून गेली. आम्ही दोघं जण मात्र शांतपणे सगळी कहाणी डोळ्यांसमोर आणत होतो. या सगळ्या प्रकरणानं संगीताचं मानसिक संतुलन काहीसं बिघडलं आहे. तिचं मन मात्र अजूनही शाबूत आहे. त्याचं कारण, संतोषभोवती तिची असलेली प्रेमाची गुंफण.

संगीताच्या वाट्याला आलेल्या या 'सुन्या सुन्या मैफली'ला कोण जबाबदार आहे, असा प्रश्न माझ्या मनाला सतावतो. सामाजिक रूढी-परंपरा असतील, तर प्रेमापोटी वेड्या झालेल्या संगीताला ठीकठाक करायला, हा समाज गेला तरी कुठं, हा प्रश्न अखेर अनुत्तरित राहतो!

आमच्या शिवाजीनगर ऑफिसमधलं काम आटोपून सायंकाळी जरा पाय मोकळे करायला बाहेर पडलो. पुण्याचं वातावरण आणि मुंबईच्या वातावरणामध्ये फरक काय असेल, तर पुणे आपलं रुटीन कधी बदलू देत नाही आणि मुंबईचं रुटीन कायम राहूनही मजल दरमजल बदलतच राहतं. पुण्याच्या जगण्यामध्ये कायमचा गोडवा आहे. मुंबईचा गोडवा कायमच राहील याची शाश्वती नसते. काही अंतर चालून गेल्यावर गणपतीचं एक मंदिर दिसलं. मंदिरासमोर गर्दी पाहून वाटलं, की इथे अशी गर्दी रोज असावी. मंदिराच्या समोर खूप मोठी रांग लागली होती. रांगेत उभ्या असलेल्या पहिल्या व्यक्तीपासून प्रसादवाटपाला सुरुवात झाली होती. प्रसादामुळे भक्तांचं पोट तर भरतंच; पण भुकेल्यांचं पोटही भरतं, ही जाणीवही समाधान देऊन गेली. भरपेट प्रसाद होता. प्रसाद कसला, जेवणच ते. माझ्या लक्षात आलं, की हे सगळं जेवण गरिबांसाठी, भिकाऱ्यांसाठी आहे आणि प्रसाद हा आतमध्ये येणाऱ्या भाविकांसाठी ठेवला आहे; पण त्या भिकाऱ्यांच्या रांगेमध्ये मला काही तरणीताठी मुलंही दिसत होती. मोबाईलवर खेळत, चांगल्या क्वॉलिटीचं दप्तर

उपाशीपोटी लढाई

पाठीवरती अडकवलेलं आणि चांगल्या भारीच्या मोबाईलवर खेळत असलेली ही सगळी तरणी मुलं होती.

मला प्रश्न पडला, भिकाऱ्यांच्या रांगेमध्ये ही मुलं का उभी आहेत ? मी या रांगेमध्ये उभा राहिलो. माझ्यासमोर आलेलं गरमगरम अन्न मी फस्त केलं. तोंडाला स्कार्फ बांधलेल्या दोन मुली समोर आल्या. त्यांनी ते अन्न घेतलं आणि दूर जाऊन त्या ते खात होत्या. मी त्यांच्या जवळ गेलो आणि त्यांच्याशी बोलण्याचा प्रयत्न केला. तेवढ्यात त्यांनी तिथून पळ काढायला सुरुवात केली. माझ्या लक्षात येईना, की त्या दोन मुली का पळ काढत होत्या. मागे वळून बघितलं, तर त्यांच्या ओळखीची काही मुलं दर्शनासाठी आली होती, म्हणून त्यांनी तेथून काढता पाय घेतला होता. मी अन्न वाटणाऱ्या व्यक्तीकडे पाहत होतो, तर समोर लांबच लांब रांग वाढत चालली होती. वाढणाऱ्या रांगेमध्ये मुलांची संख्या अधिक होती. त्या रांगेत उभ्या असलेल्या एका मुलाला आणि मुलीला मी गाठलं. त्यांना त्यांची नावं विचारली. त्यांचं गाव विचारलं आणि काय करता, असंही विचारलं. ते माझ्याशी बोललेही.

संजय पाटोळे आणि उमा पाटोळे हे दोघे बहीण–भाऊ. हिंगोली जिल्ह्यामधल्या सेनगावचे. आई–वडील दोघेही मोलमजुरी करणारे. मोठ्या बहिणीच्या लग्नासाठी वडिलांनी असलेली दीड एकर जमीन विकली होती. आता या दोन बहीण–भावंडांसाठी रात्रंदिवस काबाडकष्ट करून ते दोघे जणही महिन्याकाठी काहीतरी पैसे पाठवण्याची तरतूद करायचे. संजय आणि उमा हे दोघे जण पुण्यामध्ये स्पर्धा परीक्षांची तयारी करतात. दिवसभर अभ्यास करायचा आणि रात्री एटीएमसमोर वॉचमनची नोकरी करायची. आई–वडिलांचा येणारा थोडासा पैसा आणि नोकरीमधून येणारा थोडासा पैसा यांतून राहण्याचा खर्च, ग्रंथालयाचा खर्च,

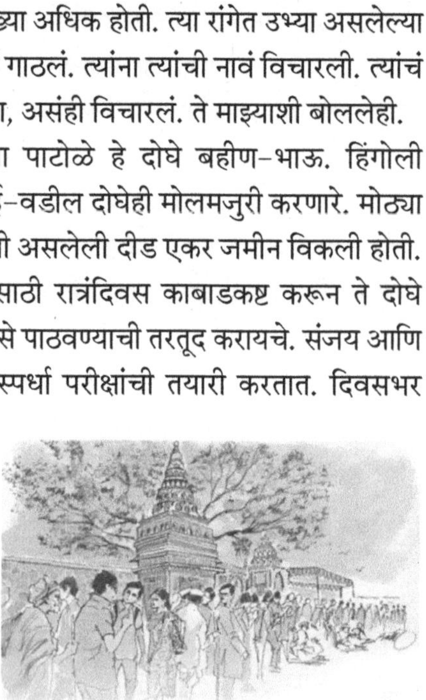

पुस्तकं, खाणं, क्लासची फी, कपडे आणि अधून-मधून घरी ये-जा करण्यासाठी लागणारे पैसे यांची तरतूद करणं, ही तारेवरची कसरत गेल्या तीन वर्षांपासून हे दोघेजणही करतात. अनेक वेळा उपलब्ध पैसे आणि असणाऱ्या गरजा यांचा ताळमेळ लागत नाही. मग पोटाला चिमटा देऊन कुठेतरी मिळालेलं फुकटचं अन्न खायचं आणि दिवस काढायचा, असे दिवस चाललेले असतात.

'मीही मराठवाड्यामधला आहे. तुमच्यासारखं स्ट्रगल मीही केलं आहे', असं म्हणत मी त्यांच्यासोबत हातावर अन्न घेऊन खात खात त्यांच्याशी बोलल्यामुळे ते दोघेजण माझ्याशी मोकळेपणाने बोलत होते. उमा म्हणाली, "गेल्या तीन वर्षापासनं आम्ही घरी गेलो नाही, त्याचं कारण दिवाळीच्या काळामध्ये प्रवासाचं तिकीट तीनपट होऊन जातं. ते आपल्या खिशाला परवडणारं नसतं. गावाकडं दुष्काळी परिस्थितीमुळे आई-बाबांच्या हातांना काम मिळत नाही, त्यामुळे त्यांच्याकडून काहीतरी येईल अशी अपेक्षा नाही." आम्ही बोलत असतानाच मध्येच उमाची मैत्रीण मीनल पाईकराव आली. तिनेही प्रसाद घेतला. मीनलचे वडील वाशिमच्या बसस्टँडमध्ये हमालाचे काम करत होते. वर्षभरापूर्वी एका अपघातात ते वारले. मीनलला स्पर्धा परीक्षा द्यायची होती. तिने आपल्या आईचे दागिने गहाण ठेवून पुणे गाठलं आणि ती तेव्हापासून इथेच आहे. एका सोन्याचांदीच्या दुकानात ती पार्टटाइम काम करते आणि शिकतेही. तिलाही आपल्या पोटाची खळगी भरण्यासाठी जिथं मोफत अन्न मिळतं, तिथं जावंच लागतं.

पुणे हे शिक्षणाचं माहेरघर आहे. इथे महाराष्ट्रातील बहुतांशी जिल्ह्यांतील विद्यार्थी स्पर्धा परीक्षांची तयारी करण्यासाठी येतात. प्रत्येकाला काहीतरी बनायचं आहे, पण काय? तर आयपीएस-आयएएस अधिकारीच! फार कमीजण आहेत, की ज्यांना तहसीलदार किंवा पीएसआय बनायचं आहे. तसंही हे बनणं सहज शक्य आहे का? एकूण सगळा इतिहास पाहिला, तर स्पर्धा परीक्षेला बसणारे आणि त्यातून पास होणारे यांचा ताळमेळ जरा धक्कादायकच आहे. याचा शोध घेत, मी केंद्रीय लोकसेवा आयोगाचे काही अहवाल तपासले. २६ जानेवारी १९५० ते ३१ मार्च १९५१ या कालावधीमध्ये

४२,७२७ जणांनी परीक्षा दिली होती. त्यांमध्ये ३७८३ जणांची 'पात्र' म्हणून शिफारस करण्यात आली होती. त्यानंतर संख्या बऱ्यापैकी वाढत गेली. अलीकडचा ताजा आकडा पाहायचा असेल, तर २०१५-१६ च्या आकडेवारीनुसार ३४,०५,९२७ परीक्षार्थींनी ही परीक्षा दिली. त्यांमधून केवळ ७,०१६ परीक्षार्थी पात्र ठरले. अशी सगळी परिस्थिती आहे.

आपण शहरनिहाय आकडेवारी काढायला गेलो, तर परिस्थिती आणखी बिकट आहे, म्हणजे तीन ते चार टक्के एवढाही रिझल्ट नाही आणि प्रत्येकाला स्पर्धा परीक्षा द्यायची आहे. त्यातून अलीकडे खच्चीकरणही खूप वाढलंय. आत्महत्यांसारख्या वाईट बातम्यापण येत आहेत. ३ जून २०१८ ला केंद्रीय लोकसेवा आयोगाच्या नागरीसेवा पूर्वपरीक्षेला पुण्यात जवळजवळ ३० हजार विद्यार्थी बसणार होते, परंतु १२ हजारांहून अधिक विद्यार्थी या परीक्षेला गैरहजर राहिले. याचं कारण अनेकांची तयारी होऊनही परीक्षेला सामोरं जाण्याची हिंमत होत नव्हती. तेच-तेच अपयश दरवर्षी पदरी पडत होतं. ही ३० हजारांची आकडेवारी एकट्या पुण्याची आहे, हे ऐकून धक्का बसायला नको. मराठवाडा, विदर्भ घ्या, की उत्तर महाराष्ट्र. सगळ्यांना पुण्यामध्ये येऊन परीक्षा द्यायची आहे. त्यातल्या त्यात श्रीमंतांच्या मुलांचं तसं बरं आहे; पण तरीही आयुष्यात काहीतरी करायची उमेदीची असणारी दोन-चार वर्षं परीक्षा देता-देता संपतात आणि मग पुढे काय करायचं, हा प्रश्न निर्माण होतो.

मराठवाडा आणि विदर्भामध्ये शेतीत काम करायला माणूस उरला नाही. शेतीसाठी मजूर मिळत नाहीत, म्हणून आज शंभर एकरांचा शेतकरी परेशान आहे. मुलगा पुण्याला शिकायला गेला, म्हणून गावात रोजमजुरी करणारे आइवडील पुण्यात रोजमजुरी करू लागले. शेतात राबराब दिवसभर अंग मेहनतीची कामं करण्यापेक्षा कुठेही वॉचमन म्हणून काम केलं की चांगला पैसा मिळतो, या धारणेतून खेड्यांतून शहरांमध्ये मोठ्या प्रमाणावर स्थलांतर होत आहे. याला मुलांची स्पर्धा परीक्षेची मानसिकताही बरीचशी कारणीभूत आहे. पश्चिम महाराष्ट्रामधल्या तरुणाईच्या मानसिकतेचा विचार केला, तर मुलं छोट्या छोट्या उद्योगांकडे वळतात, नाहीतर मिळेल ती खासगी किंवा

सरकारी नोकरी करून आपल्या आयुष्याला सुरुवात करतात. तरुणाईच्या लोंढ्यामुळे सदाशिव पेठ, अप्पा बळवंत चौक फुलून गेले आहेत. स्पर्धा परीक्षांचे क्लास घेणाऱ्यांची तर बाराही महिने दिवाळी असते. एमपीएससीच्या क्लाससाठी ५ हजार रुपये फी आणि यूपीएसीच्या क्लाससाठी ७० हजार रुपये मोजावे लागतात. एवढे पैसे मोजूनही क्लासवाल्यांच्या शिकवणीवर भरवसाच नाही. कारण कितीही वर्षं क्लास केला तरी यश नाहीच, असे सांगणाऱ्यांची संख्या कित्येक हजारांमध्ये आहे.

आपले धंदे जोरात चालावेत यासाठी क्लासेसवाल्यांनी अनेक फंडे सुरू केलेत. त्यातला सर्वांत महत्त्वाचा फंडा शंभरामधला जो कोणी एकजण पास होईल, त्याला ग्रामीण भागात घेऊन जायचं आणि छानपणे भाषण ठोकायला लावायचं. मग त्याचं भाषण ऐकून उपस्थित असलेली अनेक मुलं इन्स्पायर होतात आणि स्पर्धा परीक्षांच्या क्लासमध्ये नावं नोंदवतात. या क्लासेसची चांदी सुरू आहे.

ही मुलं आली, क्लासमध्ये प्रवेश घेतला, एवढ्यावरच इथलं अर्थकारण थांबत नाही, तर त्यांचं राहणं, त्यांचं खाणपिणं, त्यांच्या दैनंदिन गरजा यांवर शहराचं अर्थकारण वाढू लागलं आहे. याचा फायदा नेमका होतो कोणाला, हे सांगणं जरा कठीण आहे. बरं, ज्या भागामध्येही मुलं राहतात, तिथंच नेमकं सगळं महाग आहे. केळी १०० रुपये डझन. महाराष्ट्रात सगळ्यात जास्त भाव इथंच. केळी सर्वांत महाग का आहेत, याचा जरासा शोध घेतला, तर लक्षात आलं, की अनेक मुलं सकाळी आणि संध्याकाळी दोन वेळा दोन-दोन केळी खाऊन दिवस काढतात.

उपाशीपोटी लढाई कशी करणार, असा प्रश्न अनेक लढायांमध्ये दाणापाणी जवळ नसलेल्या सैनिकांनाही पडला होता. तोच प्रश्न इथं या मुलांना पुण्यात पडलाय. मग जिथं अन्नदान केलं जातं, तिथं गरिबांच्या आणि भिकाऱ्यांच्या पंगतीमध्ये आपण जाऊन बसायचं, हे आता पुण्यातल्या काही ठरावीक ठिकाणाला ओळखीचं झालंय. या ठिकाणांमध्ये सातारा रोडचा शंकर महाराजांचा मठ, मंडईचा मंडई मठ, दगडू शेठ गणपतीच्या मागे असणारा स्वामींचा

मठ, शिवाजीनगरचं साईबाबांचं मंदिर, गोगावले मठ, नवाकार भैरवनाथ मंदिर हे कसबा पेठेमधलं ठिकाण, सारसबाग जवळील वारकरी समाजाचं मंदिर इ. ठिकाणी अन्नदान करण्याची प्रथा अनेक वर्षांपासून सुरू आहे. काहींचे ठरावीक दिवस आहेत. पुण्यात माझा भाचा सुजित घोरबांड आणि माझ्या मामाची मुलगी शीतल निरगुडे हे दोघेही स्पर्धा परीक्षेची तयारी करत आहेत. या दोघांनाही मी जेव्हा भेटलो, तेव्हा या स्पर्धा परीक्षेला मुलांची किती तयारी असते, किती त्रास सोसत आणि मेहनत करत पुढे जावं लागतं, याचे अनेक दाखले त्यांनी मला दिले. मी त्यांचे सर्व दाखले ऐकून थक्क झालो.

माझे दोन्ही नातेवाईक सधन घरचे, तरीही त्यांच्या मते पुण्यात राहून स्पर्धा परीक्षेची तयारी करणं, ही मोठी तारेवरची कसरत आहे. दुसरीकडे संजय, उमा आणि मीनल यांची प्रत्यक्षात चाललेली कसरतही आपण बघितली. या सर्वांचा आत्मविश्वास कमालीचा आहे. त्यांना यशही येईल; पण आयुष्याच्या बाबतीत या सगळ्यांपैकी कुणीही प्लॅन बी तयार केला नव्हता. स्पर्धा परीक्षेत अपयश आलं आणि पुढे स्वत:च्या पायावर उभं राहायचं ठरलं, तर काय करता येईल, याचं उत्तर मात्र या स्पर्धा परीक्षा देणाऱ्या बहीण-भावांकडे नाही. स्पर्धा परीक्षेच्या बाबतीत सगळ्या महागाईचे पॅरामीटर एवढे वाढते, की त्याच्यावर कुणाचं नियंत्रणच नाही.

सकाळी सकाळी प्रा. डॉ. आशिष उजगरे सर यांचा फोन आला. त्यांनी विचारलं, ''आज तुम्ही येणार आहात ना ? आपलं भेटायचं ठरलंय.''

उजगरे सर विल्सन कॉलेजला उपप्राचार्य आहेत. माझा भाचा रुद्रा विल्सन कॉलेजला शिकतोय. त्याचा प्रगती अहवाल देण्यासाठी त्यांनी मला विल्सन कॉलेजला बोलावलं होतं. विल्सन कॉलेजला सरांकडे गेलो. त्यांच्याशी चर्चा झाली. भाच्याची प्रगती पाहून समाधानही वाटलं. उजगरे सर नाशिकचे, त्यामुळे त्यांना मराठी मुलांविषयी कमालीची आस्था. बोलता बोलता ते म्हणाले, की मराठी मुलांकडे सर्व काही असूनही ते अपयशी कसे काय ठरतात ? ते यशस्वी ठरले पाहिजेत. अमराठी मुलांचं तसं नसतं. त्यांच्याकडे काहीच नसताना ते आपल्या ध्येयापर्यंत पोहोचतात. अहो, अमराठी आणि मराठी सोडा. आमच्याकडे पाच अंध मुलं आहेत. त्यांना पाहिलं की असं वाटतं, जणू यशश्री त्यांच्या पायाची दासी आहे. त्यांच्या कामाचं कौतुक करावं तेवढं कमी आहे. इतकी कमालीची मुलं आहेत ही! त्यांची स्तुती ऐकून माझी त्या मुलांना भेटण्याची उत्सुकता वाढली. मी

राहुलसिंह

उजगरे सरांना म्हणालो, ''सर चला ना, आपण भेटू त्या मुलांना.''

तेही म्हणाले, ''हो, चला भेटूया.''

विल्सन कॉलेज अगदी चौपाटीवरच आहे. रोडच्या अलीकडे आणि रोडच्या पलीकडे अगदी गिरगाव चौपाटीवर कॉलेजच्या मुलांचं वसतिगृह आहे. वसतिगृहाची इमारत १०६ वर्षं जुनी; पण कमालीची कोरीव, देखणी आहे. वसतिगृहाच्या आसपासचं वातावरण अगदी फिल्मी आहे. खिडकीतून खळाळता समुद्र दृष्टीस पडतो. तिकडे पाहिलं की वाटतं समुद्र नाचत, बागडत आपल्याकडे येतोय. दुसऱ्या मजल्यावर रूम नंबर दहामध्ये हे पाच अंध तरुण राहतात. राहुलसिंह हा वाराणसी– उत्तर प्रदेशमधला आहे. आनंदसिंह प्रतापगड उत्तर प्रदेशचा, विशाल देशमाने गुलबर्गा कर्नाटक इथला, समशेगीर शेख दरभंगा–बिहार इथला आणि पाचवा अश्विन वाघमारे हा आपल्या नाशिकचा. हे पाचही विद्यार्थी अगदी मेरिटचे, ९५ टक्क्यांच्या वर मार्क्स असलेले. विल्सन कॉलेजला प्रवेश मिळणं आणि सोबत हॉस्टेलला नंबर लागणं ही तशी साधी गोष्ट नाहीच नाही.

आम्ही रूममध्ये गेलो, तेव्हा पाचही जण कामामध्ये अत्यंत व्यग्र होते. उजगरे सरांनी मुलांना आवाज दिला. त्यांनी सरांचं हसून स्वागत केलं. सरांनी माझी ओळख करून दिली. आम्ही बसलो. माझ्या बाजूला राहुलसिंह बसला होता. कानामध्ये हेडफोन टाकून त्याचं काहीतरी ऐकणं चालू होतं. मी त्याला विचारलं, ''काय ऐकतोयस!''

तो म्हणाला, 'ययाती' कादंबरी ऐकतोय.

मी विचारलं, ''किती झाली आहे ऐकून?''

तो म्हणाला, ''शेवटची दहा पानं राहिली आहेत.''

त्यांच्या रूममध्ये असलेलं चैतन्य मनाला मोहवून टाकणारंच होतं. अत्याधुनिक टेक्नॉलॉजीसोबत त्यांची छान गट्टी झाल्यामुळे त्यांचं आयुष्य

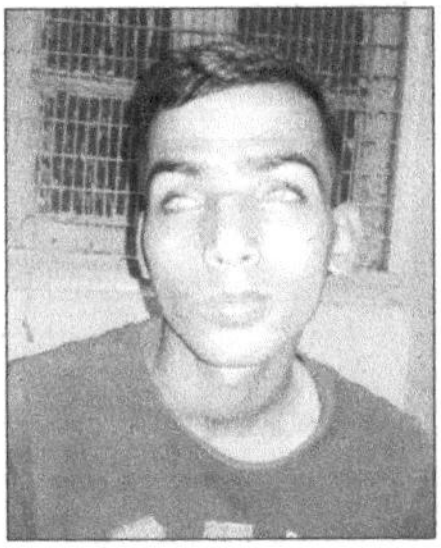

समशेगीर शेख

अजून सुखकर झालं होतं. ते सगळे कलाकारच, अभ्यासात अतिशय हुशार. एकालाही ऐंशी टक्क्यांच्या खाली मार्क्स नाहीत. त्यांना मिळालेली पारितोषिकं, प्रमाणपत्रं, त्यांचे व्हिडीओ, त्यांचे फोटो सारं काही पाहून मी अवाक् झालो. अश्विन गाण्यामध्ये रमलाय. विशाल सगळ्या प्रकारची वाद्यं वाजवतो. समशेगीर हा खेळांमध्ये पटाईत. आनंदला सुरेल गाणं येतं आणि तो खेळांमधला चॅम्पियन आहे. राहुलसिंह याचं पुस्तकी ज्ञान अफाट. त्याने सर्व महापुरुषांची चरित्रं ऐकून समजून घेतलीत. राजकारण हा त्याचा आवडता विषय. लोकसभेच्या आगामी निवडणुकीचा विधानसभेच्या निवडणुकीवर होणारा परिणाम याविषयीचं खूप चांगलं विश्लेषण मला राहुलसिंह याने करून दाखवलं होतं. कोणी पदवीच्या पहिल्या वर्षाला आहे, तर कोणी शेवटच्या. पदवी घेतल्यानंतर काय करायचं, याचं पूर्ण नियोजन या पाचही जणांनी केलेलं आहे. प्रत्येक दिवसाचा डे प्लॅन, महिना संपताना तीस दिवसांमध्ये केलेल्या कामाचा आढावा, सहा महिन्यांत केलेलं काम आणि वर्षाचं झालेलं काम, आपण अवाक् होऊन जाऊ असं सगळं नियोजन! अर्थात, हे सगळं कुठल्याही डोळस माणसाला सुचणारं नाहीच. सगळ्यांचा प्रचंड जनसंपर्क! सगळ्यांना मैत्रिणी आणि मित्रही... पाचही जण आपल्या सरांचे आवडते. त्यांना सगळ्यांची सहानुभूती; ते अंध आहेत म्हणून नाही, तर त्यांची कुशाग्र बुद्धी आणि कामांचं नियोजन हे त्याला कारणीभूत होतं. त्यांच्या जगण्यात अधोरेखित करावी अशी सगळ्यात महत्त्वाची बाब म्हणजे अंध असल्याचं ते कुठेच भांडवल करीत नाहीत.

उजगरे सर सांगत होते, विल्सन कॉलेजच्या प्रत्येक प्रोग्राममध्ये या पाच जणांचा बोलबाला असतो. मी अश्विनच्या खांद्यावर हात टाकला आणि त्याला म्हणालो, "म्हण ना रे एखादं गाणं!"

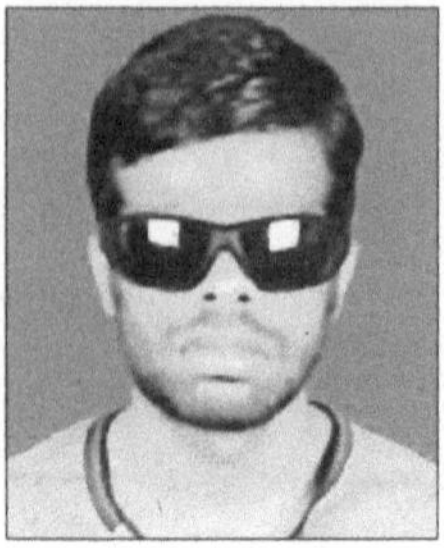

आनंदसिंह

क्षणाचाही विलंब न लावता, 'मायेच्या हळव्या स्पर्शाने फुलते' हे गाणं त्याने म्हणायला सुरुवात केली. गाण्याचं पहिलं कडवं सुरू होताच तृप्त होऊन डोळे कधी मिटले गेले, हे कळलंच नाही. खूप मोठं गाणं काही क्षणांतच संपलं, असं वाटलं. मी अश्विनचा हात हातामध्ये घेतला आणि त्याला म्हणालो, "अरे, परत एकदा म्हण ना प्लीज." त्याच सुरामध्ये त्याने पुन्हा एकदा गाणं सुरू केलं. आमच्या आजूबाजूला असणाऱ्या मुलांना आम्हीही या रूममध्ये आहोत, आम्ही या मुलांसोबत गप्पा मारत बसलोय, ते गाणं गात आहेत, याचं काही देणं-घेणं नव्हतं. इथे प्रवेश घेणारी मुलं जशी गुणवंत होती, तशीच खूप पैसेवाल्यांचीही होती. विशालला स्वत:ची बँक उघडायची आहे, समशेगीरला स्पोर्टसमध्ये आपल्या देशाचं नाव उज्ज्वल करायचं आहे. आनंदसिंहला पत्रकारितेमध्ये आर.जे. म्हणून करिअर करायचं आहे. अश्विनला मोठा गायक व्हायचंय. राहुलसिंहला जिल्हाधिकारी व्हायचंय. प्रत्येकाचं वेगळं स्वप्न. आपली स्वप्नं पूर्ण करण्यासाठी कष्ट आणि मेहनत यांची अतुलनीय जोड त्यांनी दिली आहे.

प्रत्येकाची कौटुंबिक कहाणी अगदी मन हेलावून सोडणारी होती. सगळ्यांच्या घरची परिस्थिती अगदी जेमतेम. हातावर पोट अशी! कुणाला आई नाही, तर कुणाला वडील; कोणाच्या वडिलांची चहाची टपरी आहे, तर कोणाची आई शेतमजूर. केवळ आत्मविश्वास आणि मेहनतीच्या जोरावर आयुष्याला स्टार बनवणाऱ्या या पाचही जणांजवळ काही नसतानाही उद्याच्या भाकरीचीही चिंता त्यांना नाही.

राहुल सांगत होता, "आम्ही नेहमी सायंकाळच्या वेळेला चौपाटीवर जाऊन बसतो. मनसोक्तपणे गातो. जवळ असणारी वाद्यं वाजवून स्वत:च्या कानाला, मनाला तृप्त करण्याचा प्रयत्न करत असतो. वाद्यांचा आवाज, समुद्राच्या लाटांची गाज, आम्ही गातो तो आवाज... या साऱ्यांच्या मिश्रणातून जो स्वर बाहेर येत

अश्विन वाघमारे

होता, त्याची नाळ त्यांच्या जगण्याशी तंतोतंत जुळवून जगणं सुरेल झालं आहे.

अनेक सेवानिवृत्त अधिकारी या सुरेल आवाजाचे दिवाने आहेत. सायंकाळच्या वेळी फिरायला आल्यावर, हा आवाज त्यांच्या कानी पडतो आणि मग सगळ्यांची मैफील जमते. असे कितीतरी दर्दी आमचे मायबाप होऊन समोर आले आहेत. आम्हाला शिकण्यासाठी आणि भाकरीचा प्रश्न सोडवण्यासाठी वेळोवेळी मदत केली आहे.'' या पाचही जणांची गुणवत्ता पाहूनच विल्सन कॉलेजने त्यांना नाममात्र फीसवर प्रवेश दिला. वसतिगृहात प्रवेश घेतानासुद्धा तेच झालं. विल्सन कॉलेजमध्ये ते सर्वांचे लाडके. त्यांनी आपलं मेरिट कधी सोडलं नाही. प्रामाणिकपणा दूर जाऊ दिला नाही. त्यातून सगळं काही चांगलंच होत गेलं. कॉलेजने वेळोवेळी त्यांना मदत केली.

हे पाचही जण पाचवीपासूनचे मित्र. संगतगुण की सोबतगुण म्हणतात ना, तसंच यांच्याबद्दल झालं आहे. हेच एकमेकांचे नातेवाईक आणि हेच एकमेकांचे खरे सोबती.

अश्विन सांगत होता, ''मी जेव्हा आजारी असतो, तेव्हा मला घरच्यांची आठवण येऊ नये, यासाठी राहुल रात्रभर जागून माझी सेवा करत असतो. स्वत: त्रास सहन करून आपल्या सोबतच्या मित्राला प्राणपणाने जपण्यासाठी आम्ही अधिकाधिक प्रयत्न करीत असतो.''

ऐसपैस वाचन, वेगवेगळ्या विषयांवर चर्चा, अनेक कार्यक्रमांना जाऊन एखाद्या विषयाचं सखोल ज्ञान घेणं, छंद जोपासणं आणि सतत मजेत जगणं, यामुळे यांच्या आयुष्याची भट्टी खूप छान जमली होती. नव्या कल्पनेतून या भट्टीला दर दिवशी चार चांद लागतात. अवघ्या मुंबईत हे कधी एकेकट्याने फिरतात; तर कधी पाचही जण कोणाची मदत न घेता फिरतात. मुंबईच्या या टोकापासून त्या टोकापर्यंत जातात. मी सात वर्षांपासून मुंबईत राहतो; पण मला कधीकधी अनोळखी ठिकाणी जाण्यासाठी कोणाचा तरी आधार

विशाल देशमाने

घ्यावाच लागतो. निदान 'गुगलकाका' सोबत असतातच. त्यामुळे त्यांचं आंधळं डोळसपण मनात ठसून बसलं आहे.

सुट्टीच्या दिवसांमध्ये लोकांची पडेल ती कामं करायची, त्यातून चार पैसे हाती पडतील, याची व्यवस्था करायची; नाही तर गावी जाऊन आई-वडिलांच्या कामाला हातभार लावायचा, हे दरवर्षीचं वेळापत्रक ठरलेलं. मरिन ड्राइव्ह आणि गिरगाव चौपाटी या भागात सळसळत्या तरुणाईचे अनेक किस्से ऐकले; पण या दृष्टिहीन तरुणाईचा डोळस प्रवास पहिल्यांदाच नजरेसमोर येत होता, ज्यातून मी कमालीचा सुखावून जात होतो.

महाभारतातील पाच पांडवांप्रमाणे हे गिरगाव चौपाटीवरचे पाच पांडवदेखील आपापल्या क्षेत्रात परिपूर्ण होते. किंबहुना परिपूर्ण होण्याचा ध्यास बाळगून होते, असं म्हटलं तर वावगं ठरणार नाही.

पाचही जणांचा आत्मविश्वास, पांडित्य आणि आकाशाला गवसणी घालू पाहणारी स्वप्नं. काय वर्णन करावं त्यांच्या प्रवासाचं! कोणाचीही एक पैशाची मदत नसतानाही, यांच्या चेहऱ्यावर कसलंही टेन्शन नाही. आश्चर्य म्हणजे, एवढ्या गरिबीतही त्यांचा स्वप्न पूर्ण करण्याचा आलेख काही थांबत नाही. सगळी अनुकूलता असलेली श्रीमंतांची मुलं बऱ्याचदा घडण्यापेक्षा बिघडण्याकडे वळताना दिसतात. पोटापाण्याची कुठलीही चिंता नसलेल्या मुलांना या पाच पांडवांप्रमाणे का जगता येऊ नये ? त्यांची कला, छंद जोपासण्याचा ध्यास, ताठ बाणा यांपैकी काही म्हणजे काही त्यांना अंगीकारता का येऊ नये ? अशा अनेक डोळस आई-बाबांच्या डोळ्यांत अशा प्रश्नांचं काहूर उठलेलं अनेक वेळा अनुभवायला मिळतं. म्हणूनच गिरगाव चौपाटीवरच्या या पाच पांडवांना मनापासून सलाम करावासा वाटतो.

मित्र गिरीश जाधव यांच्या आग्रहास्तव रविवारी नांदेडजवळच्या पासदगावला गेलो. सकाळी गिरीश यांनी बाहेर फिरायला नेलं. फिरता फिरता नेरली गाव कधी आलं कळलंच नाही. एका फुलशेतीत गुलाबाला बहर आला होता. खूप कष्टांनी ही गुलाबाची शेती केलीय, हे जाणवत होतं. त्याच शेतात चेहऱ्यावर सुरकुत्यांचं जाळं असलेले आजी–आजोबा शिवाजी महाराजांचा पोवाडा तल्लीनपणे म्हणत होते. या दोघांनाही हातांची आणि पायांची अर्धी बोटं नव्हती. आम्ही दोघं त्यांच्याजवळ जाईपर्यंत त्यांना कळलंही नाही. आम्ही त्यांच्याजवळ गेलो. त्यांच्याशी बोललो, ‘‘आजी–आजोबा, या वयातही तुम्ही किती काम करता. शेती खूप छान करता. किती शेती आहे तुमची ?’’

आजोबा म्हणाले, ‘‘ही आमची शेती नाही हो. आम्ही इथं काम करतो. पोटाला चार घास मिळावेत यासाठी.’’

गुलाबांनी भरलेली टोपली उचलत आजी म्हणाली, ‘‘तुम्ही कुठले ? आधी तुम्हाला इथं कधी पाहिलं नाही.’’

गिरीश मध्येच म्हणाले, ‘‘अहो, आम्ही बाजूच्या पासदगावचे. फिरत फिरत आलो इकडं. कुणाची शेती

दाटून आलेलं पोरकेपण

आहे ही ?''

आजी बाजूला हात करत म्हणाल्या, '''नेरली कुष्ठधाम' या संस्थेची.''

पुन्हा आजोबांचा आणि माझा संवाद सुरू झाला. बोलत बोलत आम्ही त्यांच्या राहायच्या जागेपर्यंत पोचलो. तीसच्या आसपास जोडपी असतील. सगळे पंचावन्न ते पंच्याऐंशीच्या घरातले. सगळे कामात व्यग्र होते. आम्ही गेलो आणि मध्यभागी असलेल्या ओट्यावर बसलो. जी आजी शेतात गुलाब तोडायचं काम करत होती, त्या आजीनं तीन बोटांत ग्लास पकडून आम्हाला पिण्यासाठी पाणी दिलं.

''चहा घ्या, नाही तर फराळ करा,'' पाठीमागून आजोबांचा आवाज आला.

''काहीही नको,'' असं म्हणून आम्ही एकमेकांच्या तोंडांकडं पाहत होतो. त्यांच्या लक्षात आलं आणि चेहऱ्यावर खिन्नता पसरली. आम्ही कशीबशी त्यांची समजूत काढली. इतक्या सकाळी मला खाण्याची सवय नव्हती. आमच्या मनात तसं काहीच नव्हतं; पण त्यांच्या मनात मात्र नको ते अगदी घट्ट रुतून बसलं होतं. आजी पुन्हा घरात गेल्या आणि चिकू घेऊन आमच्यासमोर बसल्या. आम्ही खाण्यास सुरुवात केली, हे पाहून सुरकुत्या पडलेल्या चेहऱ्यावर आनंदाची लकेर चमकली. आमच्या गप्पा सुरू झाल्या. बघता बघता सर्व वयस्कर मंडळी माझ्या बाजूला येऊन बसली.

नेरली कुष्ठधाम ही गेल्या चाळीस वर्षांपासून सुरू असलेली, कुष्ठरोग्यांवर उपचार करणारी, सेवाभावी लोकांनी एकत्रित येऊन सुरू केलेली संस्था. कुष्ठरोगानं त्रस्त असणारी, हजाराच्या वर जोडपी इथं होती. शिवाय, हजारपेक्षा अधिक रुग्ण इथून बरे होऊन गेले. काही दगावले. काही आजार बरा झाला म्हणून आपल्या घरी गेले. आता या ठिकाणी तीसच्या जवळपास जोडपी आहेत. या सर्व जोडप्यांचे आजार पूर्णपणे कमी झाले आहेत, तरीही नातेवाईक त्यांना घरी नेण्यासाठी तयार नाहीत, ही आजारापेक्षाही इथली सगळ्यात मोठी शोकांतिका आहे. त्यांच्या कुटुंबीयांना वाटतं, की हा आजार आपल्या मुलाबाळांना किंवा आपल्याला होईल... म्हणून ते आपल्या आई-वडिलांना इथंच टाकून गेले आहेत. दिवाळी, दसरा असो वा लग्नकार्य... या आजारातून

बाहेर आलेल्या लोकांना कुठंही प्रवेश नाही. त्यांच्या नातेवाइकांनीही त्यांना अक्षरश: वाळीतच टाकलं आहे. सोन्यासारख्या संसारात हे सहभागी होऊ शकत नाहीत, याचं कारण

कधीकाळी त्यांना एका आजारानं ग्रासलं होतं. त्यातून ते आता पूर्णपणे बाहेर आले आहेत. त्यांचा आजार कमी झाला; पण समाजाच्या मानसिक अनारोग्याचं काय ? आपल्या आई-बाबांना असं वाऱ्यावर सोडणारी मुलं कशी असतील ? रक्ताची नाती इतकी पातळ कशी होत जातात ? आम्ही दोघंही अगदी सुन्न झालो ! काय बोलावं कळेना.

एका जोडप्याचा मुलगा डॉक्टर आहे. डॉक्टरची जर ही मानसिकता, तर बाकीच्यांचं काय ? विचारायलाच नको. एक-दोन कुटुंबं अशी होती, की पतीला आजार असल्यानं पत्नी त्याच्यासोबत राहिली. आपल्या पतीला वाऱ्यावर सोडणार नाही, हा विडाच जणू तिनं उचलला होता. आमच्यासमोर बसलेली सगळी मंडळी नाना तऱ्हेची होती. कोणाला पाय नाही, कोणाला हात नाही. कोणाच्या पायाची; तर कोणाच्या हाताची बोटं झडली होती. कोणाचं नाक दबलेलं, तर कोणाचा चेहरा दबलेला. कोणाला काहीतरी शारीरिक आजार कुष्ठरोगामुळं जडलेले होते. या सर्वांनी आपलं आयुष्य कसंबसं काढलं होतं. आता यांना गरज होती, ती नात्यांच्या ओलाव्याची; पण तो ओलावा काही यांना मिळत नव्हता.

नेरली कुष्ठधामला सरकारच्या माध्यमातून आणि ट्रस्टच्या सहकार्यातून चार पैसे मिळायचे. त्यातून या सगळ्या रुग्णांचा उदरनिर्वाह चालायचा. ज्या दिवशी हा आजार कमी झाला, त्या दिवसापासून सरकारने या कुष्ठरोग्यांच्या नावाने देण्यात येणारं अनुदान बंद करून टाकलं. सरकारने सूचना केल्या,

की 'आता हे कुष्ठरोगी बरे झाले आहेत, त्यांना आपापल्या घरी पाठवा. आपण यांची व्यवस्था करू शकत नाही.' या ज्येष्ठांच्या मनात एक वेगळं पोरकेपण दाटून आलं. नेरली कुष्ठधामच्या संस्थाप्रमुखांनी सगळ्यांच्या घरी निरोपही धाडले; पण तीसच्या आसपास आई–बाबांना त्यांच्या मुलांनी आपल्या घरी नेलंच नाही. मग काही प्रमुख पदाधिकाऱ्यांनी पदरमोड करून या लोकांना दोन वेळचं जेवण मिळेल याची व्यवस्था केली. ज्यांना काम करणं शक्य आहे, त्यांच्या माध्यमातून नेरली कुष्ठधामच्या नावावर असलेल्या काही जमिनीमध्ये त्यांच्या हातून काम करून घ्यायचं. त्या जमिनीमधून मिळालेलं थोडंबहुत उत्पन्न, काही देणगीदारांच्या देणग्या यांतून लोकांच्या उदरनिर्वाहाचा गाडा हाकला जातोय; पण त्यावर फार काही होत नाही. इतक्या माणसांना दैनंदिन जगण्यासाठी खर्च येतोच. तो खर्च कसा भागवायचा, हा प्रश्न सध्या संस्थेचे संचालन करणाऱ्या प्रमुख लोकांसमोर उभा आहे. बाबा आमटे यांनी अशाच बोटं झडलेल्या माणसांच्या माध्यमातून आनंदवन, सोमनाथ इथं नंदनवन फुलवलं. ज्या लोकांना आपल्या माणसांनी टाकलं, त्या लोकांना बाबांनी आपलंसं केलं होतं. आता या लोकांसाठी इथले काही जण बाबा आमटे बनून समोर आले होते...

आम्ही त्या रुग्णांशी समरस झालो, त्यामुळे ते सर्व जण अधिक खुलून आमच्याशी बोलत होते. आम्हाला खाण्यासाठी चिकू घेऊन आलेल्या आजी सांगत होत्या, ''गेल्या तीस वर्षांमध्ये मुलगा दोन वेळा भेटायला आला. त्याचं लग्न कधी झालं, त्याला मुलंबाळं कधी झाली, हे आम्हाला कधीही सांगितलं नाही. गेल्या महिन्यामध्ये सूनबाई आणि दोन नातू भेटायला आले. 'मुलगा का आला नाही,' असं तिला विचारल्यावर सूनबाईनं सांगितलं, 'ते मागच्या महिन्यातच वारले.''

पोटचा गोळा आपल्याला सोडून जातो आणि महिनाभरानंतर कळतं, यापेक्षा आणखी वाईट काय असेल? अशा अनेक वेदना देणाऱ्या वार्ता या सगळ्यांच्या माध्यमातून आमच्या कानांवर पडत होत्या. सगळे नाश्ता करायला बसले. आम्हीही त्यांच्या पंगतीमध्ये बसलो. पोहे आणि याच लोकांनी पिकवलेल्या

बागेतील फळं नाश्त्यासाठी होती. नाश्ता झाला आणि आम्ही आसपासच्या लोकांशी बोलत बसलो. याच लोकांपैकी काही जण शेती करत होते- जी ट्रस्टची होती. आम्ही ती शेती पाहायला गेलो. सोयाबीन, ज्वारी, भाजीपाला यांची ही शेती होती. हाताला बोटं नसलेली आणि तारुण्याचा लवलेशही नसणारी माणसं इतकी छान शेती पिकवत होती, की त्यावर कोणाचा विश्वासही बसणार नाही. नेरली कुष्ठधामपासून एक-दोन किलोमीटर अंतरावर बरीच गावं आहेत; पण त्या गावांतले लोकही या लोकांना आपलं मानत नाहीत.

केवळ शेतीकामच नाही; तर काही वेगवेगळ्या वस्तूसुद्धा हे लोक तिथं बनवत होते. नेरली कुष्ठधामला भेटण्यासाठी आलेले अनेक जण त्या वस्तू खरेदी करतात. अलीकडं तिथं येऊन लहान मुलांचे वाढदिवस, लग्नाचा वाढदिवस साजरा करणाऱ्यांची संख्या वाढली आहे. या निमित्तानं या ज्येष्ठांच्या पोटात चार घास जातात खरे; पण हे चार घास उद्या मिळतील की नाही, याची शाश्वती मात्र त्यांना नाही.

आम्ही सगळ्यांचा निरोप घेऊन परत निघालो. खरं तर पाऊल पुढं पडत नव्हतं. मायबापागत माया करणारी ही म्हातारी माणसं स्वत:चं पोरकेपण विसरून इतरांना जीव लावत होती. त्यांना सोडून जाणं आमच्या जिवावर आलं होतं. दोन-तीन आजीबाईंनी गराडा घातला. कोणी गालावरनं हात फिरवत होतं, कोणी पाठीवरनं हात फिरवत होतं. 'परत ये बाबा भेटायला' असं सांगत होत्या. मन विषण्ण झालं होतं. आई-बाबा, मग ते कुठलेही असोत; आपल्या लेकरांवर जिवापाड प्रेम करतात; पण ते आपल्या लेकरांना का कळू नये, या प्रश्नाचं उत्तर मलाच मिळत नव्हतं.

बाहेर पडतो तोच हर्षद शहा नावाचे सामाजिक कार्यकर्ते समोर आले. त्यांच्यासोबत इतर दोन माणसं होती. त्यांच्या डोक्यावर काही सामान होतं. त्या सामानामध्ये या लोकांसाठी पांघरुणं होती. हर्षद शहा यांच्यासोबत गप्पा सुरू झाल्या. त्यातून बऱ्याच गोष्टी समोर आल्या. हर्षद शहा ज्या पोटतिडकीनं सगळं सांगत होते, त्यातून एक गोष्ट जाणवत होती, की या लोकांना मदत करण्यासाठी हजार हात पुढं आले पाहिजेत. अलीकडं स्वत:च्याच आई-

वडिलांना मदत करण्याची मानसिकता लोकांमध्ये नाही, तिथं दुसऱ्याच्या आई–वडिलांना मदत कशी होईल, हाही प्रश्न आहेच!

नेरलीचं सुन्न करणारं वातावरण पाहिलं आणि आम्ही दोघंही जड अंत:करणानं पासदगावच्या दिशेने निघालो. आपल्याच माणसांपासून तुटून गेलेल्या त्या अश्राप जिवांबाबतचे विचार आम्हाला गलबलून टाकत होते. आपल्या लोकांमध्ये परतणं आता त्यांच्या नशिबात नव्हतं. ही तुटलेपणाची भावना त्यांच्या प्रत्येक सुरकुतीतून डोकावत होती. आम्हां दोघांच्या नजरेसमोरून ते चित्र हलत नव्हतं... किती तरी वेळ आणि किती तरी वेळा!

स्थळ जे. जे. रुग्णालय. वेळ सकाळी सात वाजताची. नेत्रविभाग पटके, धोतर आणि लुगडी परिधान केलेल्या ज्येष्ठ व्यक्तींनी अक्षरश: गजबजून गेलेला. डॉ. तात्याराव लहाने आणि नेत्र विभागाच्या प्रमुख डॉ. रागिणी पारेख यांची रुग्णांना तपासण्यासाठी गडबड चाललेली. माझ्या सासऱ्यांना गेल्या काही दिवसांपासून डोळ्यांचा त्रास होत होता. त्यांना तपासण्यासाठी डॉ. लहाने आणि डॉ. रागिणी यांच्याकडं मी घेऊन आलो होतो. वॉर्ड नंबर चारमध्ये सासरेबुवांची तपासणी सुरू झाली. त्यांची तपासणी सुरू असताना मी बाहेर थांबलो होतो. माझ्या पलीकडल्या बाजूला वॉर्ड नंबर पाचच्या समोर दोन्ही बाजूंनी मुलींची डोळे तपासणीसाठी रांग लागली होती. त्यांच्यासोबत असणाऱ्या माणसांचा पोशाख गावातल्या माणसांचा वाटत होता. त्या रांगेमधल्या सगळ्या मुली या ग्रामीण भागातून आल्याचं माझ्या लक्षात आलं; पण सगळ्या मुलीच कशा काय, असा प्रश्न मला पडला. मी त्या रांगेमध्ये थांबलेल्या एक-दोन मुलींच्या नातेवाइकांची आस्थेनं विचारपूस करायला सुरुवात केली. अनेक जण माझ्या अचानक बोलण्यामुळं

हळद रुसली

गोंधळून गेले होते. काही जण जेवढ्यास तेवढी उत्तरं देत होते, तर काही जणांना इथं आपल्याशी कुणीतरी प्रेमानं बोलतंय, याचं आश्चर्य वाटत होतं.

''काका, तुम्ही कुठून आलात ?'' असं मी एकाला विचारलं.

ते म्हणाले, ''बुलडाण्याहून आलोय.''

''ही कोण, तुमची मुलगी आहे का ?'' माझा प्रश्न.

ते म्हणाले, ''हो.''

मी विचारलं, ''किती दिवसांपासून तपासणीसाठी येत आहात ?''

ते म्हणाले, ''नाही. दुसऱ्यांदाच आलोय.''

''तुमच्या गावात डोळे–तपासणी करता आली नसती का ? मुंबईला इतक्या दूर तपासणीसाठी का आलात ?'' माझी जिज्ञासा.

त्यावर काका म्हणाले, ''खासगी डॉक्टरला दाखवायला आपली ऐपत पाहिजे ना हो ? आपली ऐपत नाही म्हणून मुंबईला आलो, नाही तर कशाला आलो असतो मुंबईला ? गेल्या तीन वर्षांपासून आज यावं, उद्या यावं, असं म्हणता म्हणता, ही वेळ आली. आता मुलीचं लग्न जमत नाही म्हटल्यानंतर उसनंपासनं करून मुंबई गाठावी लागली.''

''लग्न जमत नाही, असं कसं ?'' मी पुन्हा विचारलं.

काका जरा जोर देऊन म्हणाले, ''मुलीत दृष्टिदोष आहे, म्हणून तिला कोणीच करून घेत नाही. सगळे जण नावं ठेवतात.''

त्या काकांचं हे ठसकेबाज आणि मोठ्या आवाजातलं उत्तर ऐकून इतर मुलींसोबत आलेले सर्व नातेवाईक आमच्या तोंडाकडं पाहू लागले. त्यांच्या चेहऱ्यांवरून लक्षात आलं, की जी अडचण या काकांची आहे, तीच अडचण या सगळ्या नातेवाइकांचीसुद्धा आहे. काका आणि मी थोडं बाजूला आलो, तरीही लोकांचे टवकारलेले कान आमचा कानोसा घेतच होते. अतिशय अडचणीमध्ये सापडलेल्या आणि उदास झालेल्या काकांनी आपली कैफियत मांडली. माधव गायकवाड असं त्या काकांचं नाव. रोजमजुरी करायची आणि आलेल्या पैशांत आपल्या कुटुंबाचा उदरनिर्वाह करायचा, हे काकांच्या आयुष्याचं गणित. त्यांची पत्नी यशोदा एका डोळ्यानं अंध आहे. परिणामी काकांच्या

पाचही मुलींना आनुवंशिकतेनं दृष्टिदोष आला असावा, असं काकांचं मत. पाचही मुलींची लग्नं अजून करायची होती. सर्वांत मोठी मुलगी– कावेरी.

तिला दृष्टिदोष होता, त्यातून तिला भिंगाचा चष्मा लागला होता.

"तिला मी मुंबईपर्यंत आणू शकलो नाही, माझी परिस्थिती फार चांगली नव्हती. त्यातच आम्ही चार वर्षं अनेक स्थळं बघितली; पण तिच्यासोबत लग्न करायला कुणीही तयार नव्हतं. मुलगी देखणी होती; पण डोळ्यांत दोष. तिच्या मागच्या तीन बहिणींचीही तिच्यामुळं लग्नं थांबली होती. आम्हाला होणारा त्रास, सतत लोकांचे टोमणे ऐकून ऐकून तिला जगणं नकोसं झालं होतं. आम्ही ज्या राघोजी जाधव यांच्या शेतात काम करायचो, त्याच विहिरीमध्ये तिनं गळ्यात दगड बांधून उडी मारली. दोन दिवसांनी फुगलेला मृतदेह बाहेर आला. माझ्या मुलीच्या मृत्यूला मीच जबाबदार होतो. बाप म्हणून मी योग्य भूमिका घेतली असती, तर तिनं हे पाऊल उचललं नसतं. आता उरलेल्या मुलींनाही डोळ्यांची सारखीच अडचण आहे. कोणाला थोडं दिसतं, तर कोणाला जाड चष्मा लावूनही दिसत नाही. एका खासगी डॉक्टरकडे आम्ही गेलो. त्यांनी सांगितलेला खर्च ऐकून आपल्याला ते या जन्मात शक्य नाही, हे लक्षात आलं. दुसऱ्या एका डॉक्टरनं तुम्ही मुंबईत जा, तुमचं मोफत ऑपरेशन होईल, असा सल्ला दिल्यामुळं आम्ही मुंबई गाठली होती."

...एका दमात माधव गायकवाड यांनी आपली कैफियत सांगितली.

आमच्या गप्पा सुरू असताना काकांची मुलगी अनसूया तिथं आली आणि म्हणाली, "तुम्हाला कोणीतरी माणूस पाहिजेच असतं, घरातली उणीदुणी सांगायला." मी त्या मुलीची समजूत काढत होतो; पण ती काहीही ऐकून घ्यायला तयार नव्हती. आमच्या गप्पा तिनं ऐकल्या होत्या.

''माझ्या बहिणीचा मृत्यू झाला, त्याला कारणीभूत इथल्या तरुणांची मूर्ख मानसिकता आहे. माझी बहीण देखणी असूनही, तिला डोळ्याच्या छोट्याशा कारणासाठी त्यांनी सतत नाकारलं. त्यासोबत माझ्या अशिक्षित बापाची व्यसनाधीनता हेही कारण आहे,'' असं तिनं स्पष्ट शब्दांत सांगितलं. ''बाप जेवढं कमावतो, त्याच्या निम्मं तो दारूत घालवतो. गावातली घाणेरडी दारू प्यायल्यानं आठवड्यातले अर्धे दिवस आजारी असतो, अर्धे दिवस कामावर जातो.'' हे आणि असं बरंच काही अनसूया तिच्या वडिलांच्या समोर सांगत होती. वडील बिचारा अपराध्यासारखा शांतपणे खाली मान घालून बसला होता.

मी अनसूयाला विचारलं, ''तुझं शिक्षण किती झालं आहे?''

ती म्हणाली, ''मुक्त विद्यापीठातून पदवीचं शिक्षण घेते.''

मी म्हणालो, ''पूर्ण वेळ शिक्षण का घेत नाहीस?''

ती माझ्याशी काही न बोलता आपल्या वडिलांकडं बघत होती आणि 'चला, आपला नंबर येईल,' म्हणून तिनं आपल्या वडिलांना नेऊन रांगेत उभं केलं.

रांगेमध्ये आपला नंबर कधी येईल याची वाट पाहत बसलेल्या अनेक मुलींच्या नातेवाइकांशी मी चर्चा केली. त्यातले बहुतांश मुलींचं लग्न होत नाही, म्हणून काळजी व्यक्त करणारे होते. कोणी चार वर्षांपासून, तर कुणी सहा वर्षांपासून लग्नासाठी तयार आहे; पण केवळ डोळ्यांना जाड भिंगाचा चष्मा लागला म्हणून अंगाला लागायची हळद रुसली होती. मराठवाडा, विदर्भ आणि खानदेशमधल्या पट्ट्यातून अशा मुली वारंवार येण्याचं प्रमाण खूप मोठं आहे, असं एक डॉक्टर सांगत होते.

उस्मानाबादवरून आलेले संजय थोरात सांगत होते, ''अहो, दोन्ही डोळे असूनही माझ्या मुलीला सगळ्या लोकांनी अंध ठरवलं. एकुलती एक मुलगी, संपन्न परिवार; पण आज काय करावं हे सुचेना.'' त्यातून त्यांचा रोष होता सरकारी यंत्रणेविषयी. कारण जे. जे. वगळता राज्यात फार कमी ठिकाणी दृष्टिदोषांबाबत ऑपरेशन करणारी सुसज्ज यंत्रणा असेल. त्या बापाचा रोष

होता आपल्या रूपवान मुलीला 'अंध' म्हणून नावं ठेवणाऱ्या समाजाविषयी. जी अनेक मुलं तिला सतत नाकारत होती त्यांच्याविषयी.

दवाखान्यात लोकांशी बोलल्यावर, एक गोष्ट माझ्या लक्षात आली, दृष्टिदोषांबाबत या लोकांमध्ये कमालीचं अज्ञान आहे. दारिद्र्य तर पिढ्यान् पिढ्या त्यांच्या मानगुटीवर बसलेलं आहेच. गेल्या अनेक वर्षांपासून भिंगाचा चष्मा लागणाऱ्यांचं ऑपरेशन करणारे जे.जे.मधले डॉ. शशी कपूर यांना मी भेटलो. त्यांनी अशा रुग्णांचं एकूण प्रमाण सांगून मला धक्काच दिला होता. जे.जे.मधल्या आपल्या दहा वर्षांच्या कारकिर्दीमध्ये डॉ. शशि यांनी अशा मुलींची अठरा हजार ऑपरेशन्स केलेली आहेत. एक मशीन आणि एक माणूस व खूप मोठी रांगच्या रांग, हे चित्र रोज सकाळी जे.जे.च्या नेत्र विभागामध्ये वॉर्ड नंबर पाचच्या पुढं पाहायला मिळतं.

मी डॉ. शशी यांना भेटण्यासाठी आतमध्ये गेलो. माझी ओळख सांगितल्यावर त्यांनी माझं हसून स्वागत केलं. डॉ. शशी म्हणजे जॉली व्यक्तिमत्त्व. एकदम सदाबहार. बाहेर ताटकळत थांबलेले लोक पाहून मीही त्यांचा अधिक वेळ न घेता, थेट विषयाला हात घातला. माझ्या प्रश्नांवर डॉ. शशी सांगत होते, की 'आपल्याकडे अनेक लोकांमध्ये दूरचं न दिसण्याचा दोष असतो. काही जण दवाखान्यापर्यंत येतात, तर काहींना दवाखान्यापर्यंत येणंही शक्य नाही. गोरगरीब, सर्वसामान्य, शेतकऱ्यासाठी पन्नास आणि साठ हजार रुपये खर्च करून हे ऑपरेशन करणं केवळ अशक्य!'

डॉ. शशी यांनी या सगळ्या प्रकरणांत वयात आलेल्या मुली आणि त्यांच्या नातेवाइकांची कशी धांदल उडते, याचे अनेक किस्से मला सांगितले. गेल्या दहा वर्षांपासून अतिशय तुटपुंज्या मानधनावर डॉ. शशी काम करत आहेत. शासकीय उदासीनता, तुटपुंजं मानधन याची पर्वा न करता डॉ. शशी आत्मिक समाधानासाठी इथं काम करतात. त्यांचे वडील डॉ. ओमप्रकाश कपूर हेसुद्धा जे.जे. रुग्णालयात डॉक्टर होते. आता डॉ. शशी आपल्या वडिलांचा वारसा पुढं चालवत आहेत. हमखास निदान होण्याचं केंद्र म्हणून मुंबईच्या जे.जे.कडं अवघा महाराष्ट्र पाहतो, याचं कारण तसा वारसा असणारे

अनेक डॉक्टर जे.जे.मध्ये आहेत. डॉ. लहाने, डॉ. रागिणी, डॉ. कपूर... अशी कितीतरी उदाहरणं सांगता येतील. अनेक आजारांचा कायमस्वरूपी इलाज करण्यासाठी अवघं आयुष्य या लोकांनी पणाला लावलं आहे, तरीही तरुणाईची मानसिकता अजून जागेवर येत नाही. 'एखाद्या मुलीला जाड भिंगाचा चष्मा आहे, त्यामुळं ती मला बायको म्हणून शोभणार नाही,' ही मानसिकताच 'कुरूप' असल्याचं लक्षण आहे. बाह्य सौंदर्याला भुलणाऱ्या पुरुषी मानसिकतेची कीवही येते.

डॉ. शशी यांच्याशी बोलून मी बाहेर आलो आणि विचारात पडलो. बाहेर अनेकांचे चेहरे प्रचंड काळजीनं ग्रस्त दिसले. तरुणाईच्या मानसिकतेविषयी काय बोलावं हे मला सुचेना. ही मानसिकता रोज वाढत चालली आहे, त्यामुळं आजघडीला अनेक मुली आपल्याला हळद कधी लागेल याची वाट पाहत आहेत. ती लागण्याआधी रुसलेल्या या हळदीला तरुणाईची मानसिकताच हसवू शकेल. त्यात किती काळ जाईल, माहीत नाही. बाह्य रूप, डोळे, दिसणं या गोष्टी अजूनही आपल्या समाजात खूप महत्त्वाच्या ठरतात. मला दोस्तोव्हस्कीची 'कारमाझव्ह ब्रदर्स' ही कादंबरी आठवली. त्यात तो म्हणतो, 'ती स्त्री असते यातच तिनं अर्धी लढाई जिंकलेली असते... माझ्या मते जगात कुरूप अशी स्त्रीच नाही... तिच्याकडं पाहण्याची सौंदर्यदृष्टी सापडावी लागते.'

सापडेल तरुणाईला अशी 'दृष्टी' ? रशियन दोस्तोव्हस्की भारतात जन्मला असता, तर त्यानं कदाचित याच्या बरोबर उलटं म्हणजे 'ती स्त्री असते यातच तिनं अर्धी लढाई हरलेली असते' असं लिहिलं असतं का ? माणसाचं आंतरिक सौंदर्यही मोलाचं; पण ते दिसण्यासाठी नजर असावी लागते आणि ही नजर नसणं हा सगळ्यात मोठा दृष्टिदोष, तो कधी सुधारेल ?

यंदा मुंबईतला उन्हाळा कमालीचा तापदायक जाणवतोय. दुपारी बाराची वेळ असावी. फोर्ट इथल्या कार्यालयातून न्यायालयात जाण्यासाठी मी बाहेर पडलो. समोरच्या बाजूला असलेल्या सिग्नलवर एक म्हातारं जोडपं भीक मागताना दिसलं. मुंबईत असणाऱ्या 'व्यावसायिक' भिकाऱ्यांसारखं हे जोडपं अजिबात नव्हतं. दोघंही गोरे, नाकेले, हाता-पायांची बोटं लांबसडक आणि मोठमोठे डोळे... काळजीनं काळे पडलेले. या सगळ्या बाबी पाहणाऱ्याचं लक्ष वेधून घेणाऱ्या होत्या. मागं थकलेले आजोबा, पुढं आजी. आजींच्या हातात आजोबांचा हात. आजोबांच्या हातात एक छोटीशी पिशवी आणि आजींच्या हातात एक गाठोडं. अंगावर जीर्ण झालेले कपडे आणि चेहऱ्यावर कुणी ओळखीचं भेटेल याची चिंता असावी. मी त्यांच्याजवळ जाताच त्यांनी माझ्यापुढं हात पसरला. आजी म्हणाल्या, ''लेका, खाण्यासाठी काहीतरी दे. देव तुझं भलं करील.''

आजींनी हात पुढं करताच मी माझा हात आजींच्या हातावर ठेवला. आजींच्या डोळ्यांत एकदम चमक आली. त्यांचा चेहरा थोडा उजळला. माझा हात त्यांनी घट्ट पकडला.

सिग्नलवरचे 'नटसम्राट'

मागून आजोबा माझ्याकडं आणि आजींकडं पाहत होते. ते पैशापेक्षा प्रेमाच्या स्पर्शाचे जास्त भुकेले असावेत हे त्यांच्या स्पर्शावरून जाणवत होतं.

कदाचित आजींना माझ्यात त्यांचा मुलगा किंवा नातू दिसत असावा. आजींच्या हातावर शंभराची नोट ठेवत मी विचारलं, ''कुठल्या तुम्ही?''

आजी म्हणाल्या, ''आम्ही याच भागात फिरतो, आता वर्ष झालं.''

''या इकडं'' म्हणत मी त्या दोघांना सिग्नलच्या बाजूला असलेल्या एका छोट्याशा हॉटेलात घेऊन गेलो. दोघंही घामाघूम झाले होते.

वेटरनं पाण्याचे ग्लास पुढं ठेवत विचारलं, ''क्या लेना है?''

''थांब थोडं'' असं म्हणत मी त्याच्या घाईला आवर घातला.

म्हटलं, या दोघांना अगोदर खाऊ घालावं आणि मग नंतरच यांच्याशी बोलावं.

''काय घेता?'' असं मी त्या दोघांना विचारलं. त्यावर ''काहीतरी खाऊ, भूक लागली आहे,'' असं आजोबा म्हणाले.

''रात्री आम्ही तसेच उपाशी झोपलो,'' आजी मध्येच म्हणाल्या. दोघांसाठीही जेवणाच्या दोन थाळी मागवल्या. त्यांच्या पोटात खूप भूक होती. समोर ताट होतं. मात्र, खायचं सोडून ते चार म्हातारे डोळे 'मी कोण असेन' याचा अंदाज घेत होते.

आजींनी हात पुढं केला. मला वाटलं घास घेण्यासाठी हात पुढं केला असावा. मात्र, माझ्या गालावर हात फिरवत आजी म्हणाल्या, ''बाळा, कुठला रे तू? म्हाताऱ्या माणसाला जेवू घालतोस. पुण्याचं काम करतोस.''

आजोबाही दोन्ही हात जोडून आजींच्या 'हो'मध्ये 'हो' मिसळत होते. मी त्यांना म्हणालो, ''अगोदर शांतपणे जेवण करा. मग आपण बोलूया.''

त्या दोघांनी जेवायला सुरुवात केली. त्या दोघांचं निम्मं लक्ष माझ्याकडं आणि निम्मं लक्ष जेवणाकडं. माझं मात्र सगळं लक्ष त्यांच्याविषयी सर्व काही जाणून घ्यावं याकडं लागलं होतं. त्यांचं जेवण निवांत चाललं होतं. माझ्या मनात घालमेल सुरू होती. त्यांना कसं बोलतं करावं? काय विचारावं? त्यांना ते आवडेल का? ते खरी माहिती देतील का? असे अनेक प्रश्न मला पडले होते. त्यांचं जेवण झालं. उरलेलं अन्न आजीबाईंनी जवळच्या पिशवीत

बांधून घेतलं. जेवण झाल्यावर दोघंही माझ्या चेहऱ्याकडं टक लावून पाहत होते. मी त्यांना विचारलं,

"राहायला कुठं आहात तुम्ही?"

ते म्हणाले, "मीरा-भाईंदरला एका झोपडपट्टीत राहतो."

"कोण कोण असतं सोबत?"

"आमच्यासारखी बरीचशी मंडळी आहेत."

"कुठलं तुमचं गाव?"

ते म्हणाले, "वाशिम."

"मग मुंबईत कसे आलात?"

दोघंही एकमेकांकडं बघत म्हणाले, "पोट भरायला, जिवंत राहायला. अजून काय!"

"कोण कोण आहे तुमच्या घरी? ते काय करतात? तुम्ही काय करत होतात आणि मुंबईपर्यंत आलात कसे?" असे काही सलग प्रश्न मी त्यांना विचारले.

आजोबा खाली मान घालून शांत बसले होते. मात्र, आजींच्या मनात भावना दाटून आल्याचं त्यांच्या चेहऱ्यावरून दिसत होतं. दुपारी बाराची वेळ, त्यामुळे त्या चिटुकल्या हॉटेलमध्ये आमच्यात व्यत्यय आणणाऱ्यांची संख्या तशी कमीच होती. आजींनी आपली कैफियत सांगायला सुरुवात केली.

दोघांनी सांगितलेली कहाणी शब्दांत उतरवतानाही मला खूप अवघडून गेल्यासारखं वाटतंय. कुणावरही अशी वेळ येऊ नये, असं म्हणण्यापलीकडं आपण काहीही विचार करणार नाही, हेही तेवढंच खरं आहे. हे आजी-आजोबा वाशिम शहरातले. दोघंही शिक्षक. सेवानिवृत्त. चांगल्या कामासाठी शासनाचे पुरस्कारही त्यांना मिळालेले. मुलं जीवनात उभी कशी राहतील, शिकतील कशी, यासाठी दोघांनी अवघं आयुष्य वेचलं. तीच मुलं आपल्या

आई–वडिलांशी कशी वागली ते समोर प्रत्यक्ष दिसत होतं. कोणत्याही आई–वडिलांच्या वाट्याला हे असं येऊ नये, असं म्हणण्याजोगीच एकूण स्थिती होती.

आजोबांचं नाव काशिनाथ काळबांडे आणि आजींचं नाव सत्त्वशीला काळबांडे. या आजी–आजोबांना तीन मुलगे आणि एक मुलगी. संजय, विजय, अजय आणि सुजया अशी त्यांची नावं. चारही मुलं कमावती झाली. चौघांचीही लग्नं झाली. या आजी–आजोबांची जवळची सर्व पुंजी मुलांच्या लग्नासाठी आणि घराच्या बांधकामासाठी खर्च झाली. येणारा पेन्शनचा पैसा मुलांच्या खात्यावर जाऊ लागला. आता यांच्याकडं स्थावर मालमत्ता कुठलीच शिल्लक नव्हती. त्यांनी तीन मुलांसाठी तीनमजली घर बांधून दिलं आणि विश्वास एवढा, की ते घर त्या मुलांच्या नावेही करून दिलं.

मुलीला एका खासगी संस्थेत नोकरी लावण्यासाठी राहिलेली शिल्लक रक्कम देऊन टाकली. सुरुवातीची चार–पाच वर्षं सगळ्यांचं खूप छान चाललं. तिन्ही मुलांना मुलं–बाळं झाली. त्यांचे संसार फुलू लागले. तिन्ही मुलं आणि त्यांच्या बायका कामामध्ये व्यग्र होऊन गेल्या. आपल्या रुटीनमध्ये आणि प्रायव्हसीमध्ये आई–बाबांचं सतत वेगवेगळ्या विषयांवर मत घेणं आता त्यांना नकोसं झालं होतं. मग छोट्या छोट्या गोष्टींवरून वाद वाढायला लागले. बायका–बायकांची भांडणं आजींसंदर्भात टोकाची भूमिका घेऊ लागली. अनेक वेळा मुलीनं येऊन तिन्ही सुनांची समजूत काढायचा प्रयत्न केला; पण त्याचा काही फायदा झाला नाही. कारण, तिन्ही मुलं आपल्या बायकोचा शब्द खाली पडू द्यायचे नाहीत. भांडण झालं तर ते आपल्या बायकोची बाजू घेऊन आई–बाबांशी भांडायचे. समजूत घालायला आलेल्या बहिणीचा अपमान करून तिलाही आल्यापावली या तिघांनी परत पाठवलं... अशी सगळी माहिती आजी–आजोबांच्या बोलण्यातून समजली.

हे सगळं ऐकून मला गलबलून आलं. घरात खूपच वाईट वागणूक मिळू लागल्याचा निरोप आजी–आजोबांनी आपल्या मुलीला पाठवला. चार दिवसांनंतर मुलगी आली. तोपर्यंत आजी–आजोबांना घरातून अन्न देणं बंद करण्यात आलं होतं. आता आई–वडिलांना सोबत घेऊन जाण्याशिवाय मुलीकडं दुसरा

पर्याय नव्हता. आपल्या कष्टातून बांधलेलं घर सोडतानाचा प्रसंग आणि त्यावेळचा नातवांचा आक्रोश हे सगळं आजींकडून ऐकत असताना माझे डोळे भरून येत होते.

मुलं आपल्या बायकोचं ऐकून इतकी स्वार्थी कशी काय होऊ शकतात, असा प्रश्न मला पडला होता. या दोघांनी आपल्या मुलांच्या आणि नातवांच्या आठवणींत मुलीकडं दोन वर्षं कशीबशी काढली. शेवटी, ती आपलीच मुलं आहेत, चुकली तर काय झालं, हीच त्या दोघांची भावना. आजी-आजोबांना आपल्या मुलांपेक्षा नातवांची अधिक माया, काळजी वाटत होती. त्यांचा जीव तुटत होता निरागस लेकरांसाठी. त्या नातवांना काठीगत हाताशी धरून उर्वरित आयुष्य काढायचं त्यांचं स्वप्न केव्हाच भंग पावलं होतं. आजोबांनी सांगितलेल्या अनेक प्रसंगांतून त्यांची नातवंडांविषयीची ओढ जाणवत होती. त्यांची मुलगी सुजया हिला पाच वर्षांपूर्वीच कर्करोग झाल्याचं निदान झालं होतं. त्यातच तिचं निधन झालं. आपल्या बहिणीच्या अंत्यसंस्काराला आलेल्या भावांनी आई-वडिलांची थोडीही विचारपूस केली नाही.

मुलीच्या पश्चात आजी-आजोबा दोघंही जावयाकडं राहू लागले. सात महिन्यांनंतर जावयांनी दुसरं लग्न केलं. दुसरं लग्न होऊन आलेल्या मुलीला पाच महिन्यांतच आजी-आजोबा जड व्हायला लागले. भांडण-तंटे रोज वाढत आहेत, हे पाहून जावयांनी 'तुम्ही तुमच्या मुलांकडं जा', अशी विनंती सासू-सासऱ्यांना केली. आजी-आजोबांपुढं पेच उभा राहिला. आपल्या शहराच्या जवळच असलेल्या एका वृद्धाश्रमात दोघं राहायला गेले. चार-पाच दिवसांनंतर आजी-आजोबांचा थोरला मुलगा तिथं आला आणि त्यानं 'इथं राहून आमचं नाक कापता का,' असं विचारत वाद घालायला सुरुवात केली. हा वाद आणखी वाढू नये, यासाठी वृद्धाश्रमाच्या व्यवस्थापकांनी आजी-आजोबांना बाहेरचा रस्ता दाखवला. आता पुढं काय करायचं, या विचारात आजी-आजोबा पडले.

आपला एक मित्र - त्यालाही त्याच्या मुलांनी असंच बाहेर काढलं होतं- तो आता मुंबईत राहतोय, हे आजोबांना माहीत होतं. त्याच्याशी संपर्क करून

आजी–आजोबांनी मुंबई गाठली. आता मीरा–भाईंदरच्या झोपडपट्टीत छोट्याशा झोपडीत दहा–पंधरा जण एकत्र राहतात. इथल्या झोपडीत राहण्यासाठी एका माणसाला दिवसाकाठी शंभर रुपये मोजावे लागतात. हे आजी–आजोबा दिवसभर भीक मागतात. रात्री आणि सकाळी रेल्वेनं प्रवास करत हे काम सुरूच असतं. चार पैसे मिळवायचे, त्यातून उदरनिर्वाह चालवायचा हे ते वर्षभरापासून करत आहेत. आपण कुठं राहत आहोत आणि काय करत आहोत, याची कल्पना त्यांनी आपल्या मुलांना दिली आहे. कारण, आपली मुलं आज ना उद्या येऊन आपल्याला घेऊन जातील आणि आपल्याला आपल्या नातवांसोबत राहता येईल, असं आजी–आजोबांना आजही वाटतं.

मीरा–भाईंदरमधल्या आणि मुंबईमधल्या अनेक झोपडपट्ट्यांमध्ये, फूटपाथवर असे अनेक म्हातारे 'नटसम्राट'आपल्या मुलांची वाट पाहताना आजही पाहायला मिळतात.

हे सगळं पाहिलं आणि 'नटसम्राट'मधला 'कुणी घर देता का घर ?' हा डायलॉग मला आठवला.

या सगळ्या परिस्थितीत दोष कुणाचा, याचं उत्तर न मिळणारं आहे. भीक मागून जगणाऱ्या अनेक आई–बाबांना एक चिंता सतावत असते व ती म्हणजे, निधनानंतर आपली मुलं आपलं तोंड पाहायला तरी येतील की नाही ?

आपली करुण कहाणी सांगून झाल्यावर आजी–आजोबा तिथून निघून गेले. मी सुन्न होऊन बसून राहिलो. थिजल्यासारखा.

असं का घडत असेल, हा प्रश्न मला सतावत राहिला. पूर्वी असे किस्से युरोपमध्ये गेलेल्या भारतीयांचे ऐकू यायचे... आता ते लोण आपल्या जवळ येऊन पोचलं आहे. 'उसाच्या पोटी काऊस जन्मलं' ही ग्रामीण म्हण अशा वेळी आठवते आणि हे असं घडणं–बिघडणं थांबवणं आपल्या हातात नाही, ही जाणीव खिन्न करून जाते.

महाराष्ट्राचा आणि गोव्याचा दौरा करून मी मध्य प्रदेशात पोचलो. इंदूर, उज्जैन ही त्या राज्यातली शहरं सांस्कृतिक शहरं म्हणून ओळखली जातात. उज्जैनमधील वेगवेगळी मंदिरं आणि त्या मंदिरांच्या अवतीभवती असलेलं सगळं 'कोरीव साम्राज्य' लक्ष वेधून घेतं. महाकालेश्वर, कालभैरव, हरसिद्धिमाता मंदिर... अशी कितीतरी वेगवेगळी मंदिरं या भागात आहेत. विक्रमगडही याच भागात आहे. विक्रमादित्य आणि त्यांच्या नवरत्नांचा दरबार मूर्तींच्या माध्यमातून इथं साकारण्यात आलेला आहे. आसपास खूप कोरीव आणि रेखीव कलाकृती नकाशासह आणि अन्य माहितीसह ठेवण्यात आलेल्या आहेत. जवळच आठव्या शतकापासूनच्या वेगवेगळ्या मूर्तींचं प्रदर्शन एका मोठ्या वस्तुसंग्रहालयात भरवण्यात आलेलं आहे. महादजी शिंदे यांनी केलेलं बांधकाम, क्षिप्रा नदीमध्ये त्या काळी बांधलेलं कुंड, हे राजाच्या दूरदृष्टीची प्रचीती देणारं. मन हरखून टाकणारा हा परिसर आहे. विक्रमादित्याचं सगळं साम्राज्य पाहून मी पायऱ्यांनी खाली उतरत होतो. मध्य प्रदेशात कमालीचा उन्हाळा, त्यामुळे अंगाची लाही लाही होत होती. या गडावर एक

कशी ही प्रेमाची परिभाषा!

छोटंसं झाड होतं आणि त्या झाडाखाली कुणीतरी अंगावर पांघरूण घेऊन झोपल्याचं माझ्या लक्षात आलं. समोर एक कटोरा होता आणि येणारे-जाणारे जमेल तसे पैसे त्या कटोऱ्यात टाकत होते.

एवढ्या उन्हात आपण पाच मिनिटंही राहू शकत नाही; पण हा माणूस झोपू कसा शकतो, असा प्रश्न मला साहजिकच पडला. मी त्या माणसाच्या जवळ गेलो आणि माझ्याजवळची सगळी चिल्लर- आवाज होईल अशा पद्धतीनं- त्या कटोऱ्यात टाकली, जेणेकरून त्याचं माझ्याकडं लक्ष जावं. माझ्या अपेक्षेप्रमाणे, तो माणूस खडबडून जागा झाला आणि उठून बसला. माझ्या हातातली पाण्याची बाटली त्याला देत मी म्हणालो, "एवढ्या उन्हात का झोपलात तुम्ही ?"

तो म्हणाला, "महाकालाची सावली आहे माझ्यावर ! मला कुठं उन्ह लागतंय ?"

अंगावर कमरेखाली छोटंसं वस्त्र, गळ्यात वेगवेगळ्या माळाच माळा, दाढी आणि डोक्यावरचे केस प्रचंड वाढलेले, फक्त एक अंथरूण-पांघरूण, मळकटलेल्या थैलीत थोडंबहुत किरकोळ सामान... असं एकंदरीत चित्र होतं.

मी त्याला विचारलं, "काही खाणार का तुम्ही ?"

तो म्हणाला, "नाही."

त्याला हर प्रकारे बोलतं करण्याचा मी प्रयत्न केला; पण तो बोलत नव्हता. मी त्याला आसपासच्या परिसरातली माहिती विचारली; तसंच त्याच्या कुटुंबीयांची, त्याच्या गावाची माहिती विचारली; पण तो ढिम्मच. काहीच बोलेना...

झाडाखाली असूनसुद्धा उन्ह इतकं लागत होतं, की तिथं बसायची माझी हिंमत होत नव्हती. मी त्या माणसाचा, म्हणजेच वेशावरून साधूबाबा दिसणाऱ्या त्या बाबाचा निरोप घेऊन पुढं जायचं ठरवलं. तितक्यात त्या बाबांनीच मला

स्वत:हून विचारलं, ''कहाँ से आये हो ?''

मी म्हणालो, ''महाराष्ट्र... मुंबई से।''

त्यांनी विचारलं, ''किस लिए आये हो ?''

मी म्हणालो, ''इथल्या ऐतिहासिक गोष्टी बघण्यासाठी आलोय.''

आमच्या थोड्याफार गप्पा झाल्यावर मी त्यांना म्हणालो, ''चला वर, मला मंदिर दाखवा.''

मी त्यांच्याशी वरवर बोलत नव्हतो, हे बाबांच्या लक्षात आलं असावं... त्यांनी आपलं अंथरूण-पांघरूण थैलीत भरलं आणि मला मंदिर दाखवण्यासाठी ते माझ्याबरोबर निघाले.

माझ्यासाठी मंदिर पाहणं हे एक निमित्त होतं. त्या बाबांविषयी जास्तीत जास्त जाणून घेण्यात मला अधिक रस होता. फिरून झाल्यावर आम्ही दोघं एका ठिकाणी बसलो. बाबांच्या गळ्यातल्या वेगवेगळ्या माळांवर माझी सारखी नजर जात होती. त्या माळांचं महत्त्व काय आहे, हेही मी त्यांना विचारलं. मग त्यांच्या खासगी जीवनाविषयी, त्यांच्या प्रवासाविषयी आणि त्यांचं इथं उज्जैनला येणं याविषयीची सर्व हकीकत मी त्यांना विचारली आणि त्यांनीही ती सांगितली.

मला भेटलेले हे साधूबाबा एका कादंबरीचा विषय होते... त्यांचा त्यांच्या गावापासूनच मध्य प्रदेशापर्यंतचा प्रवास आणि त्या प्रवासादरम्यान घडलेल्या घटनांविषयी त्यांनी जे सांगितलं, ते आठवणीतून न जाणारं आहे. हे सगळं सहन करण्याची एक श्रद्धायुक्त ताकद त्यांच्यात असल्याचं जाणवलं. कालभैरव देवावर श्रद्धा ठेवून ते जगतात.

''त्या कालभैरव देवामुळे मला उन्ह लागत नाही... कालभैरवामुळे मला काहीही त्रास होत नाही... कालभैरव देवामुळे मला भविष्याची चिंता नाही...'' असा बाबांचा दृढविश्वास! माझ्यासारख्या पूर्णपणे नास्तिक माणसाला हे काहीच मान्य नव्हतं; पण जे काही आहे, ते वास्तव माझ्यापुढं होतं. उघड्या माणसाला ४५ डिग्रीतही उन्हाचा त्रास होत नाही आणि मला अंगावरच्या कपड्यांचं संरक्षण असूनसुद्धा एकही मिनिट उन्हात थांबायची हिंमत होत नाही, हे कसं ? अशा नाना प्रश्नांनी मी गोंधळून गेलो होतो. मला आपली

महाराज... सदा आठवणींत मग्न असतात.

सगळी करुण कहाणी सांगितल्यावर बाबांनी चिलीम काढली आणि जोरदार धूर बाहेर फेकायला सुरुवात केली.

या बाबांचं संन्यासानंतरचं नाव होतं 'बाबा कालभैरव'. कोणे एकेकाळी शंकरदास म्हणून मथुरेजवळच्या सरई या गावात ते राहत असत. जेमतेम परिस्थिती. आई-वडिलांचं एकुलतं एक अपत्य. शंकरदासचं सातवीपर्यंतचं शिक्षण झालं आणि आई-वडिलांना मदत करत स्वत:ही कुटुंबाला आर्थिक हातभार लावायला त्यानं सुरुवात केली. दहा वर्षं कुटुंबाच्या जडणघडणीच्या प्रवासात कधी निघून गेली हे कळलंच नाही. त्याच्याच गल्लीत असणाऱ्या नंदिता नावाच्या मुलीशी त्याचं लग्न ठरलं. दोन वर्षं उलटली; पण लग्नाचा मुहूर्त काही येईना! कारण, दोन्ही कुटुंबं अत्यंत गरिबीतली. दरम्यान, राजस्थानातल्या एका कुटुंबानं नंदिताला मागणी घातली आणि तिचं एका वयस्कर व्यक्तीशी लग्नही झालं. लग्न ठरल्यापासूनच्या दोन वर्षांच्या काळात शंकर आणि नंदिता यांनी एकमेकांवर खूप प्रेम केलं. मात्र, नंदिताचं अचानकच दुसरीकडं लग्न ठरल्याचं ऐकून शंकरदासला मोठाच धक्का बसला. नंदिताच्या नवऱ्याचं हे तिसरं लग्न होतं. त्याचा राजस्थानात मोठा व्यवसाय होता. अगोदरच्या दोन्ही बायका वारल्यामुळे त्यानं नंदिताच्या वडिलांना मोठी रक्कम देऊन तिच्यासोबत लग्न केलं.

नंदिताचं लग्न झाल्यावर सहा महिने शंकरदासनं कुणाशीही संपर्क ठेवला नाही. त्याच्या आई-वडिलांनी त्याची अनेकदा समजूत काढली; पण त्यानं त्यांनाही प्रतिसाद दिला नाही. तशातच एकदा शंकरदासच्या गावात स्वामी

रंजनबाबा यांचा डेरा आला. तीन दिवस या डेऱ्याच्या कार्यक्रमातून शंकरदासला ईश्वरभक्तीची आवड निर्माण झाली. शेवटच्या दिवशी प्रवचनाचा कार्यक्रम झाल्यावर शंकरदास रंजनबाबांना भेटला आणि 'मला तुमच्यासोबत यायचंय, कालिभक्त म्हणून राहायचंय,' अशी विनंती त्यानं रंजनबाबांना केली.

रंजनबाबा म्हणाले, ''तुझ्या आई–वडिलांना घेऊन ये.''

शंकरदास आई–वडिलांना घेऊन आला. शंकरदासनं रंजनबाबांना केलेली विनंती आई–वडिलांनी ऐकली आणि त्यांना साहजिकच खूप वाईट वाटलं. आपल्याला एकच मुलगा आणि तोही आता या बाबांसोबत गेला तर आपलं काय होणार, असा प्रश्न त्यांना पडला. मात्र, रंजनबाबांनी शंकरदासच्या आई–वडिलांची समजूत काढली. शिवाय, मुलाच्या हट्टापुढं त्यांचं काहीही चाललं नाही. अखेर, शंकरदास आई–वडिलांना सोडून रंजनबाबांच्या डेऱ्यामध्ये सहभागी झाला. रंजनबाबांनी त्याचं नामकरणही करून टाकलं... कालभैरव. देवीच्या नावानं चालणाऱ्या या डेऱ्यात शंकरदासला नाव मिळालं बाबा कालभैरव. डेऱ्यात गेल्यानंतर अन्य जगाशी आणि आई–वडिलांशी अजिबात संपर्क न ठेवता शंकरदासनं कालभैरवाचा वेश धारण करून १० वर्षं काढली. १० वर्षांनंतर त्याच्या लक्षात आलं की डेरा, स्वामी, भक्त यांच्या माध्यमातून जे काही सुरू आहे, त्यातून आपल्याला आत्मिक आनंद काही मिळत नाही. आपला हेतू वेगळा आहे. मग आत्मिक आनंदाच्या शोधात शंकरदास ऊर्फ कालभैरव बाबांनी डेरा सोडून एकट्यानं स्वतंत्र भ्रमणाला सुरुवात केली. खिशात एक पैसाही नसताना

बाबांसोबत माझी चर्चा

केवळ श्रद्धेच्या बळावर बाबांनी देशातल्या प्रमुख तीर्थक्षेत्रांची दोन वर्षं परिक्रमा केली. सगळी देवस्थानं पिंजून काढली. आता उतारवयात कालभैरवबाबांनी उज्जैन शहरच का निवडलंय आणि गेल्या दोन वर्षांपासून ते उज्जैन शहरातच का राहत आहेत, याचंही उत्तर मला मिळालं.

मधल्या काळात नंदिताच्या पतीचा मृत्यू झाला. नंदिताला सहा पुत्र आणि दोन कन्या. सर्वांत धाकटी कन्या उज्जैनमध्ये राहते आणि त्याच मुलीकडं नंदिता राहायला आली आहे. नंदिताच्या पतीचा राजस्थानमधला सगळा व्यवसाय बुडाला. तिच्या पतीचं जे काही होतं ते विकून, कर्जाची परतफेड करून ते संपूर्ण कुटुंब देशातल्या वेगवेगळ्या राज्यांत पोट भरण्यासाठी निघून गेलं. नंदिताच्या सगळ्या मुलांनी लग्नं केली; पण तिला सांभाळायला कुणी तयार नव्हतं. शेवटी ती धाकट्या मुलीकडं राहायला आली.

इकडं कालभैरवबाबा आपल्या आई-वडिलांचा शोध घेत जेव्हा आपल्या गावाला गेले तेव्हा त्यांना कळलं, की आई-वडिलांचं निधन होऊन खूप वर्षं लोटली आहेत. आई-वडिलांच्या, गावाच्या आठवणी कालभैरवबाबांच्या मनातून जाईनात. याच भेटीत ते नंदिताच्याही घरी गेले. नंदिताची सगळी वाईट परिस्थिती नंदिताच्या आईनं बाबांसमोर मांडली. नंदिताचे वडील केव्हाच वारले होते. नंदिताच्या आईनं फोनच्या माध्यमातून बाबांचं आणि नंदिताचं बोलणं घडवून आणलं. कित्येक वर्षांनंतरच्या त्या संवादाबद्दल कालभैरवबाबा भरभरून बोलत होते. तरुणपणी जेवढं प्रेम त्यांचं नंदितावर होतं, तेवढंच प्रेम आजही असल्याचं त्यांच्या बोलण्यावरून जाणवत होतं. 'मी तुला भेटायला येतो', असं नंदिताला सांगत कालभैरवबाबांनी फोन ठेवून दिला आणि उज्जैन गाठलं. ते नंदिताला भेटले. आता नंदिता राहत असलेल्या उज्जैनमध्ये त्यांचं उरलेलं आयुष्य चाललंय.

कालभैरव मंदिरासमोर नंदिताच्या जावयाचं मूर्तींचं दुकान आहे. त्या दुकानात अधूनमधून नंदिताही बसत असते. तिच्या समोरच देवीच्या मंदिराच्या ओट्यावर कालभैरवबाबांनी आपलं 'घर' थाटलंय. लोकांकडून मिळालेल्या दानातून ते आपलं पोट भरत आहेत; पण आपल्या आई-वडिलांसाठी आणि

नंदितासाठी त्यांचं मन अजून अतृप्तच आहे.

देवावर निष्ठा ठेवून मोक्षप्राप्तीसाठी फिरणारे अनेक तरुण महाराज साधू होताना आपण पाहत असतो; पण या चेहऱ्यांमागं कितीतरी वेगळे चेहरे दडलेले असतात. या चेहऱ्यांना आपल्या खासगी गोष्टी इतरांना सांगायच्या असतात. त्यातले बहुतेक चेहरे हे असमाधानी, अतृप्त आणि सतत काहीतरी विसरल्यासारखं वागतात. धर्माच्या माध्यमातून तशी वेशभूषा परिधान करणाऱ्या आणि इतरांसाठी सतत काहीतरी करणाऱ्या लोकांबद्दल मला आदर नक्कीच आहे; पण असेही अनेक जण असतात, जे धड परमार्थाच्याही प्रांतात नसतात आणि प्रेमाच्याही. ते आई–वडिलांजवळही नसतात, की देवा–धर्मातही त्यांचं मन रमत नसतं. अशांविषयी मनात कणव दाटून येते. ज्यांच्या जीवनाचा रस्ता चुकला आहे, असे अनेक बाबा आपण आपल्या अवतीभोवती पाहत असतो. अशा बाबांनी प्रपंच करावा की परमेश्वराला भजावं, यासाठी मार्ग दाखवणारी एकही संस्था आपल्याकडं नाही. कालभैरवबाबांना कदाचित धर्माच्या नावाखाली चालणाऱ्या थोतांडाचा साक्षात्कार झाला असावा, म्हणूनच ते पुन्हा आई–वडिलांकडं गेले असावेत; पण अनेक जण बुवाबाजीचा पाश तोडून आपल्या आई–वडिलांकडंही जाऊ शकत नाहीत, की मोक्षप्राप्तीकडंही! अशा सगळ्यांची केवळ कीव करणं एवढंच आपल्या हाती असतं. त्यांची बुद्धी त्यांनी कशी चालवायची, हा त्यांचा प्रश्न!

मध्य प्रदेशाच्या कुणीही प्रेमात पडावं, असंच तिथलं सौंदर्य आहे. मनमोहक सौंदर्य. उज्जैन, इंदूर आणि ओंकारेश्वर ही त्या राज्यातली तीन सौंदर्याची बेटंच जणू. इतिहासाच्या पाऊलखुणा इथंच अधिक दिसतात. मोठमोठे राजवाडे, सराफा बाजारातलं रात्रीचं खानपान, अहल्याबाई होळकर यांच्या दूरदृष्टीची साक्ष देणारे प्रकल्प... इथला नजारा जगण्यात अधिकचा उत्साह भरतो. उज्जैन, इंदूर करून मी ओंकारेश्वरला आलो. नर्मदा नदीच्या अपार सौंदर्याचं दर्शन इथं ओंकारेश्वरीच घडतं. ध्रुव भट यांनी लिहिलेल्या 'तत्त्वमसि' या कादंबरीतले नर्मदा परिक्रमेचे संदर्भ भारावून टाकणारे आहेत. गरीब आदिवासींकडं केवळ मिठाच्या खड्यावर भूक भागवणारा फकीर काय... वाघाच्या पिलांना सोडून देणारा बितूबंगा काय किंवा सुपेरिया काय... अशी असंख्य व्यक्तिचित्रं या प्रवासात जागोजागी भेटतील असं वाटत होतं... सगळं सोडून भणंग होऊन वेगळ्या अर्थानं समृद्ध करणारी ही परिक्रमा जगण्याचे अन्वयार्थ बदलून टाकणारी अशीच. आज नर्मदेच्या पाण्याकडं आणि तिथल्या अमर्याद निसर्गाकडं पाहून मी अगदी भारावून गेलो. नर्मदेच्या

नर्मदेच्या कुशीत

काळ्याभोर अथांग पाण्याचा थांग कुणालाही लागणार नाही; तशाच इथल्या निसर्गाच्या अद्‌भुत लीलाही शब्दांत न सामावणाऱ्याच...

माझी परिक्रमा सुरू झाली. हाताशी वेळ कमी असल्यानं 'शॉर्टकट परिक्रमा' हा एकच पर्याय माझ्याकडं होता. ओंकारेश्वराच्या भोवती बोटीतून प्रदक्षिणा घालायचा निर्णय मी घेतला. आठ वर्षांचा मुलगा बोट चालवत होता. संतू नेमाणे असं त्याचं नाव. लोकांची ने-आण करण्यासाठीच्या तीन छोट्या छोट्या बोटी या मुलाच्या आहेत, असं त्याच्याशी बोलल्यानंतर कळलं. एका बोटीवर वडील काम करतात, दुसऱ्या बोटीवर भाऊ आणि तिसऱ्या बोटीवर संतू. संतू अत्यंत शांत मुलगा. मी जेवढे प्रश्न विचारीन तेवढ्याच प्रश्नांना तो मोजकीच उत्तरं द्यायचा. एका बाजूला उंच टेकडीवर ओंकारेश्वराचं मंदिर आणि दुसऱ्या बाजूला टेकडीवर असलेलं गाव आणि त्याच्यामधून चाललेली आमची नाव... अत्यंत शांतपणे आमचा जलप्रवास सुरू होता. काही अंतर गेल्यावर दिसलं, की गोदावरीचा आणि नर्मदेचा संगम त्या ठिकाणी झालेला आहे. विशाल पात्र आणि अत्यंत मनमोहक निसर्गसौंदर्य!

नर्मदेवर इतकं भरभरून का लिहिलं गेलं आहे हे आता कळलं.

मी बोटीतून उतरलो आणि जंगलाच्या दिशेनं चालायला लागलो. एका बाजूला नदी आणि दुसऱ्या बाजूला जंगल... भेडाघाट, कान्हाचं जंगल. अफाट सौंदर्य... काही वेळानंतर एक साधूबाबा दिसले. तापमान ४६ डिग्रीइतकं आणि अशा जळत्या उन्हात जवळपास निर्वस्त्रावस्थेतले हे साधूबाबा स्वत:भोवती अग्नी प्रज्वलित करून जप करत बसले होते. कुणीही अवाक्‌ व्हावं असं ते दृश्य.

साधूबाबांना ध्यानमग्नतेतून जागं करावं का? त्यांच्याशी बोलावं का? ते कुठले आहेत, हे त्यांना विचारावं का? हिंमत होईना. ध्यानभंग झाल्यामुळे संतप्त वगैरे झाले तर? पुराणांतल्या काही शापकथा आठवल्या!

मात्र, या साधूबाबांशी नंतर बोलायचंच, अशी खूणगाठ मनाशी बांधली.

संतूला या साधूबाबांविषयी विचारलं; पण त्याला फार काही माहीत नव्हतं. मग मी निघालो. थोडा पुढं गेलो. नर्मदेच्या काठावर काही महिला

दगड वेचत होत्या. गुळगुळीत, छान छान आकारांचे - फाइव्ह स्टार हॉटेलांमध्ये केलेल्या सजावटीतून ज्यांचं दर्शन होतं तसे आकर्षक दगड इथं अवतीभोवती पाहायला मिळत होते. त्यातले अधिक आकर्षक दगड त्या महिला वेचून पिशवीत टाकत होत्या. त्यांच्याशी बोलावं या उद्देशानं मी त्यांच्याजवळ गेलो. आसपास माणसांची अजिबातच चाहूल नाही... अशा निर्मनुष्य वातावरणात त्या महिला निर्भयपणे दगड वेचत होत्या... ते ओझं घेऊन फिरत होत्या.

सानिका आणि राधिका या दोन बहिणी. त्या हे दगड विकून कुटुंबाचा उदरनिर्वाह करतात. इथं येणाऱ्या भक्तांविषयी, वातावरणाविषयी दोघी बहिणी मोकळेपणानं बोलल्या. त्या साधूबाबांविषयीही मी त्या दोघींना विचारलं. त्यांनी सांगितल्यानुसार, सूर्य उगवताना ते साधूबाबा तिथं तपाला सुरुवात करतात आणि सूर्य मावळताना त्यांचं तप थांबतं. हे असं अनेक दिवसांपासून चालत असल्याचीही माहिती त्या दोघींनी दिली. मी पुढं निघालो. साधूबाबांशी बोलण्याची आस माझ्या मनात कायम होती. वेगवेगळे दगड, शिंपले, अधूनमधून वेगवेगळ्या पक्ष्यांची ऐकू येणारी मधुर किलबिल, नर्मदेच्या पाण्यात विहरणारे अनेक जलचर, वेगानं वाहणारा वारा... एक भारावलेलं वातावरण यानिमित्तानं अनुभवायला मिळत होतं. पुढं गेल्यावर पन्नाशीचं एक जोडपं भेटलं. हे पती-पत्नी उत्तर प्रदेशातून आलेले होते. आपल्या मुलासाठी बोललेला नवस पूर्ण करण्यासाठी, नर्मदास्नान करण्यासाठी ते आले होते. स्नानाबरोबरच ते तिथं पूजाही करणार होते. ती पूजा करणारी माणसं, पूजेची तयारी करणारी वेगळी माणसं, असं सगळं वातावरण तिथं पाहायला मिळालं. नर्मदेनं जसं आपलं सौंदर्य कायम ठेवलंय, तसंच तिथल्या लोकांच्या हातांना मोठ्या प्रमाणात कामही दिलंय. इथं येणाऱ्या पर्यटकांची संख्या खूप मोठी असते. जवळजवळ सर्वच पर्यटक दर्शनासाठी, नवस पूर्ण करण्यासाठी, परिक्रमेसाठी येत असतात. इथं केवळ सौंदर्य पाहण्यासाठी येणाऱ्या पर्यटकांची संख्या तुलनेनं फारच कमी असावी.

मी जसजसा पुढं जात होतो तसतशी, रहस्यकथांत भेटतात अशी, अनेक

चारी बाजूंनी अग्नी लावून साधू नदीकिनाऱ्यावर तप करीत बसतात.

पात्रं मला भेटत गेली. झाडावर तप करणारे साधू, एका पायावर तप करणारे साधू, नदीच्या पाण्यामध्ये बसून तप करणारे साधू... असे अनेक साधूबाबा मला या प्रवासादरम्यान दिसले; पण दोन दिवस कुणाशीही बोलता आलं नाही. एके दिवशी एका साधूबाबांशी बोलणं झालं. सच्चिदानंद असं त्यांचं नाव.

तेजस्वी डोळे आणि वागण्या-बोलण्यात कमालीचा उत्साह असलेले हे साधूबाबा सहा वर्षांपासून महादेवाची भक्ती करत नर्मदेच्या काठावर बसलेले आहेत. आपल्या पदरात लोक जेवढं टाकतील तेवढंच खायचं आणि देवाचं नामस्मरण करत बसायचं, ही त्यांची दिनचर्या.

"सध्या ध्यानावस्थेत आणि स्वप्नात भेटणारा देव मला एक ना एक दिवस प्रत्यक्षातही भेटेल अशी माझी श्रद्धा आहे," साधूबाबांनी मला सांगितलं.

हे साधूबाबा कुठले ? इकडं का आले ? अशा प्रश्नांची सविस्तर उत्तरं त्यांनी मला दिली नाहीत. मात्र, 'तुम्हीसुद्धा या मोह-मायेपासून दूर राहा' असं ते मला अधूनमधून सारखं सांगत राहिले.

"मोहमाया म्हणजे काय ?" मी साधूबाबांना विचारलं.

साधूबाबा सांगू लागले, "हा सगळा संसार म्हणजे मोहमाया आहे. माझ्याकडं काय आहे ? तर अंगावरचे हे दोन छोटे छोटे कपडे, एवढीच माझी 'संपत्ती' आहे. मला कुणी नातलग नाहीत, की मित्रही नाहीत. तो 'जगाचा तारणहार' हाच माझ्यासाठी सर्वस्व आहे."

साधूबाबांच्या या बोलण्यावर माझा विश्वास बसत नव्हता; पण त्यांच्या चेहऱ्यावर मधूनच झळकणारं स्मित, त्यांच्या डोळ्यांतलं तेज, त्यांचा मनस्वीपणा, मोकळेपणा या सगळ्यांवरून वाटत होतं, की ते जे काही सांगत

आहेत ते नक्कीच खरं असणार! असो.

"तुम्ही इथं कसे आलात?" असं विचारल्यावर अनेक कारणं त्यांनी मला सांगितली. त्यातलं मूळ कारण सांगताना साधूबाबा म्हणाले, "इथं आल्यावर मोक्ष मिळतो, हे अनेक साधूबाबांकडून मी ऐकलं होतं. वयाच्या चौदाव्या वर्षी मी नर्मदेच्या कुशीत आलो. तेव्हापासून भक्ती, नामस्मरण, जप हेच माझं आयुष्य बनून गेलं आहे."

संथ वाहते नर्मदामाई

याआधी कधी ऐकण्यात न आलेले अनेक अभंग, श्लोक त्यांनी मला ऐकवले. त्यांतून त्यांची ईश्वरभक्ती, ईश्वरप्रेम याविषयीची तीव्रता जाणवत होती. हे साधूबाबा म्हणजे कर्नाटकातल्या एका मोठ्या व्यापाऱ्याचा मुलगा. "आयुष्याचं शेवटचं गणित काय आहे, तर माणूस जसा आला, तसाच तो जाणारही आहे. माणसाला इकडं पाठवलं ते ईश्वरानं आणि तो जाणारही आहे ईश्वराकडंच, तर मग ईश्वराची भक्ती का करायची नाही?" असा सवाल विचारून साधूबाबांनी जीवनाचं तत्त्वज्ञान माझ्यापुढं मांडलं. त्यांच्या ईश्वरभक्तीविषयी जाणून घेण्यात मला तसा रस नव्हता. मला रस होता तो त्यांच्या भूतकाळाविषयी आणि वर्तमानकाळात ते रोज कसं जगत आहेत, हे जाणून घेण्याविषयी... पण त्याविषयी फार काही बोलायला ते तयार नव्हते. चिंतनाशी एकरूप झालेली माणसं फार बोलत नाहीत, याचं हे साधूबाबा म्हणजे उत्तम उदाहरण होतं, असं म्हणता येईल.

काही दिवसांत नर्मदेवर जे काही अनुभवलं, त्याला माझ्या आयुष्यात वेगळं स्थान आहे. सहजासहजी विस्मरणात जातील असे हे अनुभव नसतात. नर्मदेविषयीची कृतज्ञता; तिच्या अथांगतेवर, तिच्या सौंदर्यावर जडलेलं प्रेम

मी तिच्यापुढं नतमस्तक होऊन व्यक्त केलं. तीन महिन्यांच्या परिक्रमेनं माणसाला आयुष्याचा सूर गवसतो, असं पुराणांत लिहिलेलं असल्याचं भक्त सांगतात. मात्र, जी माणसं आयुष्यभर या ना त्या स्वरूपात परिक्रमा करत असतील, त्यांचं आयुष्य या अनुभवातून किती बदलून गेलं असेल, भारावून गेलं असेल, हे काही नव्यानं सांगायला नको. भक्तिभावानं परिक्रमा करणारे आणि पोटाची खळगी भरण्यासाठी नर्मदेच्या तीरावर परिक्रमा करणारे, या दोघांच्या पारड्यात नर्मदा कसं पुण्य टाकते, हे काही सांगता येणार नाही; पण नर्मदेच्या तीरावर असणारं प्रत्येक लेकरू हे माता नर्मदेला आपलं लेकरू वाटत असावं आणि त्याच वात्सल्यातून ती आपल्या लेकरांना कुरवाळत असावी.

नर्मदेच्या भोवती फिरणारी सगळी पात्रं माणसाला मोहित केल्याशिवाय राहत नाहीत. पुराणांत ऐकलेल्या अनेक रहस्यकथांचा साक्षात्कार इथं होऊ लागल्यासारखं भासतं. इथं भेटलेल्या माणसांमध्ये, इथं आलेल्या अनुभवांमध्ये, इथल्या सृष्टीच्या अद्‌भुत सौंदर्यामध्ये मला एक वेगळाच आपलेपणा जाणवत राहिला. या नर्मदा परिक्रमेतून काय मिळालं असं जर कुणी विचारलं, तर मी म्हणेन, की माझ्या अनुभवाला एक ‘धार’ मिळाली आहे! माझ्यातला ‘मी’ जरा परिपक्व झाला आहे असं मला वाटू लागलंय. ज्याप्रमाणे खूप रियाज केला की गाणं चांगलं जमून येतं, त्याचप्रमाणे असं म्हणता येईल, की अशी वेगळी अनुभूती घेतली तर जगणं अधिक चांगलं जमेल!

नर्मदेच्या तीरावर उभं राहून मी तिच्यापुढं नतमस्तक झालो आणि तिचा निरोप घेतला. परिक्रमेच्या माध्यमातून भेटलेली सगळी माणसं आणि त्यांचं निरागस प्रेम मला सतत सोबत करत राहील. या परिक्रमेदरम्यान जी ठिकाणं पाहिली, तिथं विज्ञानाचं, आधुनिकतेचं वारं जराही नसल्यामुळे तिथलं सौंदर्य शेकडो वर्षं अबाधित राहिलेलं आहे. परिक्रमेतून मिळणाऱ्या पुण्यापेक्षा मिळणारी अनुभूती जास्त महत्त्वाची. परिक्रमेवरून नेहमीच्या धावपळीच्या आयुष्यात मी परतलो खरा; पण तिथल्या मधुर आठवणी मनात सतत तरळतच राहतील.

आयुष्यात एकदा तरी संपूर्ण परिक्रमा करायलाच हवी, ही खूणगाठ यानिमित्तानं मनाशी बांधली गेली... अन् या परिक्रमेच्या विचारापासून लवकर मुक्ती मिळणार नाही, ही खूणगाठही...!

उन्हाळ्यात अलिबागला किमान एक-दोन चकरा होतातच. अलिबाग म्हणजे 'गरिबांचा गोवा...'! अलीकडं मुंबईच्या गिरणीतला काळा रंग समुद्राच्या पाण्यावर तवंगांच्या रेषा बनून तांडव करतोय जणू... मात्र, त्या तांडवाकडं लक्ष देण्यासाठी कुणालाच वेळ नाही... असो.

मी ओल्या वाळूवर पावलं उमटवली आणि मुंबईच्या दिशेनं निघालो...

अलिबाग जसा गरिबांचा गोवा आहे, तसाच तो डोंगरी आदिवासी लोकांचा प्रदेशही आहे. आपण जसजसं जंगलात प्रवेशतो, तसतशी रानमेवा विकणाऱ्यांची तोबा गर्दी या भागात पाहायला मिळते. आंबे, चारं, करमुळे, फणस असा नानाविध प्रकारचा रानमेवा रखरखत्या उन्हात रस्त्याच्या कडेला बसून हे लोक विकत असतात...

अंगात हत्तीचं बळ; पण त्या 'हत्ती'ला पुरेसे कपडे नाहीत, अशी बिचाऱ्यांची अवस्था... काहीजण उकडतंय म्हणून उघडे होते, तर काहींना नेसायला कपडेच नसल्यानं ते उघडे होते. झाडांच्या जेमतेम सावलीत बाळाला झोका देणारी एक माउली बाजूलाच होती... एका हातानं झोका

मोळीसाठी पुसलेलं कुंकू

देणं आणि दुसऱ्या हातानं काम करणं सुरू होतं तिचं...

उन्हाळ्याचे दिवस; त्यामुळे उन्ह तापायच्या आधी आपलं काम कसं संपेल याकडं कामगाराचं लक्ष होतं. कार्ले खिंड हे अलिबागकडं जाणारं छोटंसं जंगल. डोंगरावरून एक महिला काठी टेकवत टेकवत, डोक्यावर लाकडांची मोळी घेऊन खाली येताना दिसली. खाली येताना तिचा वारंवार तोल जात होता. ठिगळांची साडी, कोरफट कपाळ आणि डोळ्यांत काळजी एवढंच तिचं वर्णन करावं लागेल. मी गाडी रस्त्याच्या बाजूला लावली. का कुणास ठाऊक; त्या बाईशी बोलावं असं मला वाटलं. मी ज्या ठिकाणी गाडी लावली होती, त्या ठिकाणी दोन महिला हातात काहीतरी सामान घेऊन येताना मला दिसल्या. गाडी उभी करेपर्यंत ती महिला लगबगीनं मुख्य रस्त्यावर आली. तिनं डोक्यावरची लाकडांची मोळी रस्त्यावर ठेवली आणि हातातल्या एका फडक्यानं ती अंगावर तरारून आलेला घाम पुसायला लागली. तिच्या विरुद्ध दिशेनं येणाऱ्या दोन्ही महिला तिला जाऊन भेटल्या. हातातलं भाकऱ्यांचं गाठोडं एकीनं त्या महिलेकडं दिलं. रस्त्याच्या दुसऱ्या कडेला जंगलातून येणारा झरा शांतपणे वाहत होता. त्या तिघी त्या झऱ्याकाठच्या छोट्याशा झाडाखाली जाऊन बसल्या. मी त्यांच्या दिशेनं येतोय, हे त्यांच्या लक्षात आल्यावर त्या सावध झाल्या. त्यांच्याकडं असलेल्या कुऱ्हाडीकडं त्यांची नजर गेली. यांच्याशी बोलायचं तर आहे; मात्र सुरुवात कशी करायची, असा प्रश्न मला पडला. थोड्याशा दुरूनच हाक मारून मी त्यांचं लक्ष वेधून घेतलं आणि 'ही लाकडांची मोळी विकायची आहे का ?' असं त्यांना विचारलं.

त्या तिघी एकमेकींकडं बघत म्हणाल्या, ''होय.''

मला लाकडं घ्यायची नव्हती, हे माझ्या एकूण राहणीमानावरून आणि मी रस्त्याच्या कडेला उभ्या केलेल्या गाडीवरून त्यांच्या लक्षात आलंच असेल. त्या जिथं बसल्या होत्या, त्याच्या बाजूला असलेल्या जांभळाच्या झाडाखाली जाऊन मी जांभळं वेचायला सुरुवात केली. खात खात त्या महिलांना मी विचारलं, ''तुम्ही कोणत्या गावच्या ?''

त्यांनी उत्तरच दिलं नाही. कदाचित त्या घाबरल्या असाव्यात.

मी म्हणालो, "मला तुमच्याशी बोलायचं आहे."

तरीही त्या बोलायला राजी दिसल्या नाहीत. वरून जी महिला लाकडांची मोळी घेऊन आली होती, ती मला थोड्या वेळानं म्हणाली, "काय बोलायचं आहे तुम्हाला ?"

"हेच, की तुम्ही लाकडं कुठून जमा करून आणलीत ? तुम्ही ती लाकडं किती रुपयांना विकता ? तुमच्या घरी कोण कोण आहे ? तुमच्या घरच्यांचा उदरनिर्वाह कसा चालतो ?" मी म्हणालो.

माझी ओळख आणि बोलण्याच्या हावभावांवरून मी कुणीतरी चांगला माणूस आहे, हे त्यांना पटलं असावं. मी त्यांच्या जवळ जाऊन बसलो. 'तुम्ही जेवण कराल का ?' असंही त्यांनी मला विचारलं. खरं तर भाकरी बघून जेवायचा मोह मलाही आवरत नव्हता; पण तीन बायका, तीन भाकरी आणि मी चौथा, हे समीकरण मलाही कुठंतरी खटकत होतं, त्यामुळे 'मला भूक नाही', असं सांगून मी तो मोह आवरला. खूप वेळ गप्पा रंगल्यानंतर त्या तिघी जायला निघाल्या. जी महिला डोक्यावर मोळी घेऊन आली होती, तिनं आपली मोळी तिच्या मुलीकडं सुपूर्द केली आणि ती परत दुसऱ्या महिलेसोबत जंगलाच्या आतल्या भागात लाकडं आणायला निघाली. लाकडं वेचणं किती धोकादायक काम असतं, याची पुसटशी कल्पना गप्पांमधून मला त्या महिलेनं दिली होती.

मी त्या महिलेला विचारलं, "मी तुमच्यासोबत जंगलात आलेलं चालेल का ?"

मी असं विचारणं त्या महिलांना जरा खटकलंच. हा काय वेडाबिडा आहे की काय, असंही त्यांना वाटलं असेल. रखरखत्या उन्हात हा माणूस जंगलात

येण्याचा आग्रह का धरतोय, हे काही त्या महिलेला कळत नव्हतं.

''अहो ताई, येऊ द्या ना! वरच्या भागात जंगल कसं आहे हे मला पाहायचंय... थोडंसं भटकेन आणि परत येईन. मी तुम्हाला विचारतोय यासाठी की मला तुमच्यासोबत यायचं आहे. कारण, मला रस्ता माहीत नाही,'' मी म्हणालो.

'ताई' हा मी उच्चारलेला शब्द ऐकून त्यांच्या जिवात जीव आला असावा.

गाडी एका हॉटेलच्या समोर रस्त्याच्या कडेला उभी केली होतीच. त्या महिलांसोबत मी जंगलभ्रमंतीसाठी निघालो. माझ्यासोबत जी महिला होती, तिचं नाव सावित्री साठे आणि दुसरी महिला होती तिचं नाव रंजना कांबळे. सावित्री चाळिशीतली असेल आणि रंजना पंचविशीतली. सावित्री आणि रंजना दोघीही शेजारी शेजारी. सावित्रीला सात मुली. कुटुंबाच्या उदरनिर्वाहाचं साधन म्हणजे जंगलामधली लाकडं एकत्रित करायची, ती डोक्यावरून गावापर्यंत न्यायची आणि ती विकून कुटुंबाचा उदरनिर्वाह चालवायचा. गेल्या अनेक पिढ्यांपासून हा वाळलेली लाकडं विकण्याचा व्यवसाय सावित्रीच्या घरी चालतो.

आम्ही जंगलाच्या आतल्या भागात शिरलो. घामाच्या धारा काय असतात, याची प्रचीती डोंगर चढताना येऊ लागली. मुख्य डोंगरावर चढेपर्यंत घामानं अंघोळ झाली होती! वेगवेगळ्या प्राण्यांचे आवाज, पक्ष्यांचा किलबिलाट, जंगलामधलं संगीत आता अधिक स्पष्ट आवाजात कानांवर पडत होतं. मी त्या दोन्ही महिलांसोबत सारखं बोलत होतो. 'हा आवाज कशाचा? तो आवाज कशाचा? हे झाडं कशाचं? ते झाड कशाचं?' इत्यादी... आणि माझ्या प्रश्नांची उत्तरं न चुकता त्या देत होत्या. अधूनमधून हरणाचं पाडस, एखादा ससा दिसत होता.

सावित्री तिच्याबाबतीत घडलेल्या अनेक गोष्टी मला खुलवून सांगत होती. मीही तितक्याच बारकाईनं ऐकत होतो. सावित्रीचा नवरा रामा याच भागात पाच वर्षांपूर्वी एका बिबट्याच्या भक्ष्यस्थानी पडला होता. केवळ हाडांचा एक सांगाडा आख्खं जंगल फिरल्यावर तीन दिवसांनंतर सावित्रीला सापडला होता. जंगलाच्या आतल्या भागात गेलेल्यांवर जंगली प्राण्यांचे हल्ले होऊ शकतात हे लक्षात घेऊन, रामा घरातल्या इतर महिलावर्गाला आतल्या

भागात जाऊ न देता स्वत: आतल्या भागात जायचा व गोळा केलेली लाकडं मुख्य रस्त्यापर्यंत आणून ती सावित्रीकडं सुपूर्द करायचा. सावित्री पुढं ती लाकडं घेऊन शहरात जायची. मग रामा पुन्हा लाकडं आणण्यासाठी जंगलात यायचा. जिथं खूप घनदाट झाडी आहे, तिथंच अधिक लाकडं असायची आणि ती लवकर सापडायची. याच घनदाट जंगलाच्या भागात हिंस्र प्राणीही आहेत, ते शिकारीसाठी पुढं यायचे. कितीतरी माणसं या हिंस्र प्राण्यांच्या भक्ष्यस्थानी पडलेली आहेत. ती वेळ एके दिवशी रामावरही आली.

रामा मरण पावल्यानंतर आता सावित्री त्याचं काम करू लागली. मुख्य जंगलातून रस्त्यापर्यंत लाकडं आपल्या मुलीला आणून द्यायची आणि लाकडं आणण्यासाठी परत जंगलात जायचं. सावित्रीच्या तीन मुलींची लग्नं झालेली आहेत. अजून चार मुलींची लग्नं व्हायची आहेत.

एका मुलीचं लग्न रामा हयात असतानाच झालं. दोन मुलींची लग्नं सावित्रीनं गेल्या पाच वर्षांत केली.

''जे प्राणी माणसांवर हल्ले करतात, ते प्राणी आपल्याला दिसतील का आज ?'' असं मी जेव्हा सावित्रीला विचारलं तेव्हा ती म्हणाली, ''प्राण्यांचं माणसांसारखं नसतं. आपण सुरक्षित नाही, अशी भीती त्यांना जेव्हा वाटू लागते, तेव्हाच ते माणसांवर हल्ले करतात. माझा नवरा रामा पट्टीचा शिकारी होता. दिसेल त्या प्राण्याची शिकार तो करायचा. शिकारीसाठी कुणी प्राणी दिसला नाही तर लाकडं वेचायचा. रामा ज्या परिसरात लाकडांसाठी भटकायचा, त्या परिसरात मी गेल्या पाच वर्षांपासून भटकत आहे. मला रोज अनेक प्राणी दिसतात; पण माझ्यावर कुणी हल्ला करत नाही. कदाचित मी त्यांच्या ओळखीची झालेली असेन!'' सावित्री सांगत असलेलं तत्त्वज्ञान जंगलातल्या एकूण वातावरणाकडं बघितल्यावर मलाही पटायला लागलं होतं. त्या दोघींच्या हातात कुऱ्हाडी होत्या आणि माझ्याकडं निरीक्षण करण्याची जोरदार ऊर्मी. त्या दोघीही लाकडं गोळा करण्याच्या कामात दंग झाल्या. मी फोटो काढले... पक्ष्यांचे आवाज ऐकत राहिलो... आंबे, जांभूळ, चारं अशा अस्सल जंगली रानमेव्याचा आनंद घेतला.

'नदीष्ट' ही मनोज बोरगावकर यांची कादंबरी अलीकडं गाजतेय... त्या कादंबरीमधला बराचसा भाग या प्रवासात मी प्रत्यक्ष अनुभवत होतो. इथं वारुळात शिस्तीत जाणाऱ्या मुंग्या मला मुंबईत शिस्तीत बसमध्ये चढणाऱ्या, रांग न तोडणाऱ्या माणसांची आठवण करून देत होत्या. सकाळी दहा वाजल्यापासून ते दुपारी दोन वाजेपर्यंत जंगलातली दिमाखदार सफर सावित्रीच्या अनेक किश्शांनी मजेशीर करून टाकली होती. शिवाय, तिचं दुःख ऐकून माझंही मन जड झालं होतं.

जंगलाचा राजा वाघ की सावित्री नावाची ही वाघीण, असा प्रश्न मला पडला होता. लाकडाच्या एका मोळीसाठी सावित्रीच्या कपाळाचं कुंकू पुसलं गेलं होतं. तिच्या मनात हे दुःख होतं; पण दुःख करून काय होणार? आपल्या मुलींच्या पोटाची खळगी भरणं हा तिच्यासमोरचा मोठा प्रश्न होता. नवरा मेल्यावर चौथ्या दिवशी नवऱ्याच्या कुऱ्हाडीला धार लावून ही वाघीण जंगलाच्या दिशेनं गेली होती. आपण जर लाकडं आणायला गेलो नाही, तर संध्याकाळी चूल पेटणार नाही, हे तिला पक्कं ठाऊक होतं.

दोघींच्याही लाकडांच्या मोळ्या तयार होत्या. दोघींनी मिळून ती लाकडं उचलली. त्या दोघींचं वजन जेमतेम ४० ते ४५ किलो असावं. त्या तुलनेत लाकडांचं वजन बरंच जास्त होतं. आधार म्हणून दोघींनीही हातात काठी घेतली होती आणि त्या दोघींचं बघून मीही हातात काठी घेतली होती. आता मात्र त्या माझ्या कुठल्याच प्रश्नाचं उत्तर देऊ शकणार नाहीत, हे त्यांना बघून माझ्या लक्षात आलं होतं. खाली येताना जास्त वेळ लागणार नव्हता. आम्ही सुरुवातीला ज्या ठिकाणी भेटलो होतो, तिथं तासाभरात येऊन पोचलो. दोघींनीही मोळ्या धाडदिशी रस्त्यावर टाकल्या आणि त्या पाणी प्यायला धावल्या. मलाही खूप तहान लागली होती. मीही त्या झऱ्यामधलं पाणी मनसोक्त प्यायलो. किती गोड आणि थंडगार पाणी! त्या दोघी थोडा वेळ झाडाखाली बसल्या आणि तंबाखू चोळत चोळत मला म्हणाल्या, "कशी वाटली जंगलची सफर?"

दीर्घ श्वास सोडत म्हणालो, "डेंजरच आहे हे सगळं."

सावित्रीच्या डोळ्यांतली काळजी मला दोन्ही अर्थांनी दिसत होती.

जंगलाच्या आतल्या भागात जाऊन लाकडं गोळा करण्याची ही रोजची जोखीम व त्यासंदर्भातली काळजी आणि दुसरं म्हणजे, नवऱ्यासारखाच प्रसंग आपल्यावरही गुदरून त्यात आपलं काही बरं-वाईट झालं, तर आपल्या मुलींचं काय होईल ही चिंता.

त्या दोघींचा निरोप घेऊन मी निघालो खरा; पण सावित्रीनं सांगितलेल्या अनेक घटना माझ्या डोळ्यांसमोर तरळत राहिल्या. तिचं ते खडतर जीवन आणि तिची संघर्षमय कहाणी!

यमाकडून आपला नवरा परत कधीच येणार नाही, हे माहीत असणाऱ्या 'सावित्री' आज अनेक आहेत. त्या खूप ताकदीनं आपल्या नवऱ्याच्या पश्चात काम करत आहेत. समाजाच्या वाईट नजरांकडं दुर्लक्ष करत आपल्या जगण्याचा मार्ग काढत आहेत. कायमच्या निघून गेलेल्या कुटुंबप्रमुखाची उणीव कुटुंबाला त्या भासू देत नाहीत. अशा 'सावित्रीं'कडं एकच ताकद असते व ती म्हणजे, स्वाभिमान आणि हिंमत. अशा हिमतीवर आपलं वेगळं साम्राज्य उभं करणाऱ्या त्या सर्व 'सावित्रीं'ना मानाचा मुजरा...

मुंबईतल्या 'फाउंटन'च्या आमच्या ऑफिसखाली सोमवारी गर्दी अधिकच फुलून गेली होती. सकाळचे ११ वाजले असतील. या ऑफिसला लिफ्ट नाही. जुनी वास्तू असल्यानं पायऱ्या चढूनच वर जावं लागतं आणि आमचं ऑफिस सर्वांत शेवटच्या मजल्यावर. ऑफिसच्या खालच्या बाजूला बहुतकरून वकिलांची छोटी छोटी ऑफिसेस आहेत. एक पंखा, एक टेबल, एक कॉम्प्युटर एवढं सगळं अगदी पाच बाय पाचच्या खोलीत सुरू असतं. एक वकील आणि एक पक्षकार असे दोघं जरी त्या खोलीत बसले, तरी ती खोली 'भरून' गेल्यासारखी वाटते. एवढ्या कोंदट ठिकाणी, एवढ्या मोठ्या पदव्या असलेली ही माणसं दिवस कसा काढत असतील, असा प्रश्न मला नेहमी पडतो. जाता-येताना वकिलांचं एक वाक्य नेहमी कानांवर पडतं, 'काळजी करू नका, निकाल आपल्या मनासारखा लागेल.' वकिलांचं हे वाक्य ऐकून समोर बसलेल्या पिचल्या-गांजलेल्या व्यक्तीला, न्यायालयीन लढाई जिंकल्याचा आनंद – थोडा वेळ का होईना – नक्की मिळत असेल. म्हणजे किती हा आत्मविश्वास! आणि त्याच आत्मविश्वासाच्या आधारे दर तारखेची 'फी'

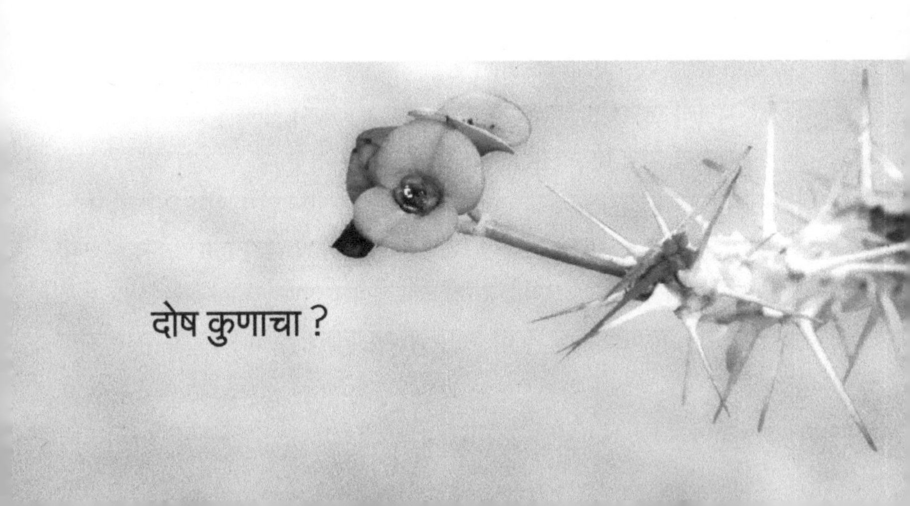

दोष कुणाचा ?

वकिलांसाठी नाही, तर प्रत्येक तारखेला लागणाऱ्या कागदपत्रांसाठीच घेतली जाते. 'वकील बिचारे स्वत:साठी कधी 'फी' मागतच नाहीत काय', असाही प्रश्न ऑफिसच्या पायऱ्या चढताना आणि उतरताना मला नेहमी पडायचा. कोर्टाची पायरी चढताना जसे वादी–प्रतिवादींचे हाल होतात, त्यापेक्षाही जास्त हाल बिचाऱ्या वकिलांचेही पाहायला मिळतात. 'उकडणाऱ्या' चर्चगेटच्या भागात काळा कोट घातल्यावर त्यांना आणखी किती त्रास होत असेल हे सांगायला नकोच. एवढा त्रास सहन करूनही त्यांना नाना प्रकारची बोलणीही खावी लागतात.

एकेक करत मी ऑफिसच्या पायऱ्या वर चढत जात होतो. पहिल्या मजल्यावर एका पायरीवर दोन लहान मुलं – जेमतेम सात वर्षांचा मुलगा आणि आठ वर्षांची मुलगी असेल – बसून एकमेकांच्या गळ्यात पडून रडत होती. खालच्या बाजूनं एक महिला खिडकीतून बाहेर बघत होती आणि वरच्या बाजूला एक माणूस मोबाईलवर खेळत होता. मुलांचं रडत रडत सुरू असलेलं संभाषण मी ऐकत होतो. मुलानं त्या मुलीला विचारलं , "ताई, आता परत मला कधी भेटशील ?"

मुलगी म्हणाली, "बाबा घेऊन आले की भेटेन."

मुलगा परत म्हणाला, " 'तुला भेटायला मी तुझ्या शाळेत येईन,' असं तू मागच्या वेळीही म्हणाली होतीस; पण तू आली नाहीस. सगळ्यांच्या घरचे भेटायला येतात; पण आपल्या घरचं मला कुणीही भेटायला येत नाही. 'मी राखीपौर्णिमेला येईन,' असंही तू म्हणाली होतीस; पण तेव्हाही आली नाहीस."

लहान मुलगा डोळे पुसत आपल्या बहिणीला नाना प्रश्न विचारत होता

आणि ती मुलगीसुद्धा त्या मुलाला रडतच उत्तरं देत होती. मी थोडासा पुढं झालो आणि त्यांना विचारलं, ''काय झालं बाळ? इथं का रडत आहात? कोण आहात तुम्ही?''

मुलीनं भीतभीतच उत्तर दिलं, ''हा माझा भाऊ आहे. आम्ही दोघं बहीण-भाऊ आहोत. आम्ही एकमेकांना भेटतोय, बोलतोय.''

मी मध्येच विचारलं, ''तुमचे आई-वडील कुठं आहेत?''

दोघांनीही आपल्या आई-बाबांकडं बोट दाखवलं. खाली खिडकीतून बाहेर बघणारी ती महिला म्हणजे त्या मुलांची आई आणि वर मोबाईलवर खेळत बसलेला माणूस म्हणजे त्या मुलांचे वडील होते. मी जरा मोठ्या आवाजात त्या मुलांना म्हणालो, ''माझ्या ऑफिसमध्ये चला. तुमच्या आई-वडिलांनाही सोबत घ्या. तिकडं पाणी प्या.''

शेजारच्या छोट्याशा केबिनमध्ये बसलेले ॲडव्होकेट जाधव माझा आवाज ऐकून बाहेर आले आणि म्हणाले, ''धन्यवाद... पण ते इथंच बोलतील तुमच्याशी, त्यांना वर नेता येणार नाही.''

मी म्हणालो, ''ठीक आहे.''

या मुलांच्या आई-वडिलांचं भांडण झालेलं असून, त्या भांडणातून गुंतागुंत होत गेलेली आहे, असं जाधव यांनी मला ओझरतं सांगितलं. जाधव आत गेले. एकूण प्रकरण काय आहे हे माझ्या लक्षात आलं आणि मी वर तिसऱ्या मजल्यावर ऑफिसमध्ये जाऊन बसलो. वर्तमानपत्रांची फाइल हातात घेतली आणि वर्तमानपत्रं चाळायला लागलो; पण वाचण्यात माझं लक्ष लागत नव्हतं. त्या दोन मुलांचे चेहरे माझ्या डोळ्यांसमोरून जात नव्हते. कोर्ट जवळ असल्यानं अशी कितीतरी प्रकरणं रोज पाहायला मिळतात; पण आज पाहिलेल्या प्रकरणामुळे माझं मन फारच हेलावून गेलं होतं. काहीतरी खूप वाईट झालंय अशा भावनेनं मन अगदी निराश होऊन गेलं. टीव्हीचा रिमोट हातात घेतला आणि टीव्ही लावला, त्यातही मन लागेना. जागेवरून उठलो आणि परत खाली यायला लागलो, तर ती मुलं अजून तिथंच बसली होती. जाधव वकिलांचा दरवाजा ठोठावून आत गेलो. वकीलसाहेब काहीतरी

लिहीत बसले होते. ते रोजच्या ओळखीतले असल्यानं मला 'बोला' म्हणत त्यांनी कान माझ्याकडं आणि नजर कागदाकडं ठेवत आपलं लिखाणाचं काम सुरूच ठेवलं. मी म्हणालो, ''वकीलसाहेब, ही मुलं किती लहान आहेत हो...! खूप रडत आहेत. मला त्यांची अवस्था पाहवत नाही.''

जाधव म्हणाले, ''अहो, हे काय एका दिवसाचं आहे का? ते नेहमीचंच झालंय. आम्हाला त्याची सवय झालीय. गेल्या १५ वर्षांच्या प्रॅक्टिसमध्ये बघितलं, अशी किमान १५ तरी प्रकरणं वर्षाकाठी येत असतील. आता पाहा, किती मोठा आकडा आहे हा!''

जाधव हे हाडाचे वकील वाटत होते. त्यांच्याजवळ मोठमोठ्या चार पदव्या होत्या; पण 'भावना' नावाचा काही प्रकार दिसत नव्हता. मी त्यांच्यासमोर वर्तमानपत्र ठेवत म्हणालो, ''ही बातमी वाचली का आज? दोन-चार दिवस फिरत होतो या बातमीसाठी. खूप धक्कादायक प्रकार आहे हा.''

जाधव यांनी हातातलं काम बाजूला ठेवलं आणि वर्तमानपत्र हातात घेतलं. म्हणाले, ''मग! सकाळीच वाचली मी. अहो, अशी खूप प्रकरणं मला माहीत आहेत. तुम्ही मारा ना कधीतरी चक्कर माझ्याकडं.'' मला जाधव यांना थोडंसं खुलवायचं होतं, त्यात मी यशस्वी झालो होतो. ते वेगवेगळ्या विषयांसंदर्भात माझ्याशी बोलू लागले आणि मी ऐकू लागलो.

मी मध्येच म्हणालो, ''बाहेर रडणाऱ्या त्या मुलांचं प्रकरण काय आहे ते मला सांगा ना प्लीज.''

ते दीर्घ श्वास घेत म्हणाले, ''अजून प्रकरण कोर्टात सुरू आहे हो... काय सांगावं? शहाणे मायबाप टोकाची भूमिका घेतात आणि त्यांच्यामुळे अशा लहान मुलांना खूप त्रास होतो.''

हो-नाही करत जाधव यांनी मला त्या लहान मुलांची सगळी कहाणी सांगितली. ती ऐकून माझ्या लक्षात आलं, की शिकली-सवरलेली माणसं सगळ्या बाजूंनी किती अपयशी ठरतात. मग अशा प्रकरणात दोष कुणाचा तरी असतो आणि शिक्षा मात्र अन्य कुणाला तरी भोगावी लागते.

अकोल्याच्या संगीता जाधव यांचा बेळगावच्या सचिन पाटील यांच्याशी

विवाह झाला. दोघंही रत्नागिरीला कामाला होते. सचिन ज्युनिअर कॉलेजात प्राध्यापक आणि संगीता तिथंच एका खासगी शाळेत शिक्षिका होत्या. दोघंही तिथं राहायला शेजारी शेजारी. त्यातून त्यांची मैत्री झाली आणि दोघांनीही लग्न करायचं ठरवलं. तीन वर्षं संसार सुखानं झाला. नंतर भांडण-तंटे, वादावादी वाढत गेली. ही वादावादी कोर्टाच्या दारात कधी येऊन पोचली हे कळलंच नाही. पोलिस, कोर्ट-कचेऱ्या, 'मैं बडा-तू बडा,' 'माझंच खरं' यांत खरं कोण आहे याचा निकाल अनेक वर्षांनंतरही कोर्टानं अजून दिलेला नाही. या दोघांनी विभक्त होण्याचा निर्णय घेतला, तेव्हा त्यांची दोन मुलंही विभक्त होणार होती. एकमेकांचा लळा असलेली ही भावंडं... पण मुलगा आईसोबत आणि मुलगी वडिलांसोबत गेली. दर तारखेच्या वेळी ही मुलं एकमेकांना अशीच भेटतात आणि त्यांना अश्रू अनावर होतात. ती खूप रडतात, अशी माहिती जाधव यांनी मला दिली.

ती मुलं रडत असताना जाधव, ती मुलं आणि त्यांचे आई-वडील या सर्वांकडं मी पाहत होतो. 'आम्हाला काही देणं-घेणं नाही' या भूमिकेत आई-वडील तटस्थ होते. आपली मुलं रडतात, त्यांना एकमेकांचा सहवास हवा आहे, त्यांना सोबत ठेवलं पाहिजे, त्यांना दया दाखवली पाहिजे, अशी कुठलीही माणुसकीची भूमिका आई-वडिलांच्या चेहऱ्यावर दिसत नव्हती. जाधव हे न्यायाच्या भूमिकेत होते. 'ते भांडतात आणि मी त्यांची केस लढवतो. आता जे काही असेल, ते न्यायाधीशांच्या हाती आहे,' अशी भूमिका जाधव यांची होती. मी दोन्ही मुलांच्या शेजारी जाऊन बसलो.

त्यांना विचारलं, "तुम्हाला भूक लागली आहे का ?"

मुलगा शांत होता. मुलगी बोलत होती. ती म्हणाली, "नाही, आम्ही जेवलोय."

मी त्यांच्याजवळ जाऊन बसलोय हे पाहिल्यावर त्यांचे आई-वडील येऊन 'तुम्ही कोण ?' असं म्हणून मला हटकतील असं मला वाटलं होतं; पण तसं काहीही घडलं नाही.

खालच्या बाजूला एक ज्यूस सेंटर होतं. मी खाली गेलो आणि ज्यूसचे दोन ग्लास आणून दोन्ही मुलांसमोर ठेवले. दोघांनीही काही क्षणांतच ते

ग्लास रिकामे केले. मी विचारलं, ''चॉकलेट खाणार का ?'' त्या दोघांनी एकमेकांकडं बघितलं... बोलले काहीच नाहीत. रिकामे ग्लास नेण्यासाठी आलेल्या मुलाला मी चॉकलेट आणायला सांगितलं आणि ते चॉकलेट त्यांना दिलं. त्या दोघांना मी त्यांची नावं विचारली. एवढा वेळ शांत असलेल्या मुलांच्या चेहऱ्यावर आता प्रसन्न भाव उमटले. दोघांनी सांगितल्यानुसार, मुलीचं नाव होतं सायली आणि मुलाचं नाव होतं संकेत. त्या अर्ध्या तासात त्या दोघांशी माझी चांगलीच गट्टी जमली. जगाची कुठलीही ओळख नसणारे हे बहीण-भाऊ एकमेकांच्या प्रेमासाठी खूप आसुसलेले होते. या दोघांनाही आई-वडील नको होते. कारण, या वकिलाच्या सांगण्यानुसार, त्या दोघांच्या आई-वडिलांनी एकमेकांच्या चुली अजून कुणासोबत तरी पेटवल्या होत्या. ती मुलं म्हणजे त्या दोघांसाठी 'नको असलेलं ओझं' होतं, असं वकीलसाहेबांच्या बोलण्यावरून समजलं होतं. दोन्ही भावंडांची आता निरोपाची वेळ आली होती. मुलाला नेण्यासाठी आई आणि मुलीला नेण्यासाठी बाबा आले, तेव्हा त्या भावंडांनी एकमेकांचे हात घट्ट पकडले होते. दोघांनी दोन्हीकडे धरून ओढलं तरी ते दोघं उठत नव्हते.

मी म्हणालो, ''अहो, बोलू द्या थोडा वेळ त्यांना.''

मुलाची आई म्हणाली, ''गाडीची वेळ होत आली आहे. मला उशीर होतोय. मला निघावं लागेल.''

मी विनंती केल्यामुळे ती दहा मिनिटं थांबली. त्या पती-पत्नीशी मी बोललो. मी माझी ओळख सांगितल्यामुळे ते दोघंही माझ्यासमोर जोरजोरानं एकमेकांवर आरोप-प्रत्यारोप करू लागले. 'हा किती वाईट' आणि 'ती किती वाईट' हे पटवून देण्याची त्यांची स्पर्धा चालली होती जणू. इतके मुद्दे त्या दोघांकडंही होते. खरं तर असे आई-वडील कुठल्याही चिमुकल्यांच्या नशिबी येऊ नयेत, असं त्या दोन्ही शिक्षित माणसांचं वर्तन होतं. शेवटी, त्या भावंडांची निरोपाची वेळ आली.

आई-वडील त्या दोघांना ओढत नेत होते...आणि मी ? काहीच न करू शकणारा मी, सगळं माहीत असूनही हतबल झाल्यासारखा बघतच बसलो

होतो. त्या भावंडांचं ते रडणं, एकमेकांना मिठी मारणं आणि एकमेकांचे डोळे पुसणं हे माझ्या डोळ्यांसमोरून जात नव्हतं. ती मुलं जशी खाली उतरली, तसा मीही त्यांच्यासोबत खाली उतरलो. गर्दीच्या ओघात एकीकडं आई आणि मुलगा; तर दुसरीकडं मुलगी आणि वडील जायला निघाले. ती दोन्ही लहान मुलं जाताना खूप लांबपर्यंत एकमेकांकडं पाहत होती आणि अधूनमधून माझ्याकडंही पाहत होती. त्या दोघांना मला काहीतरी सांगायचं होतं आणि मलाही काहीतरी समजून घ्यायचं होतं; पण माहीत नाही, ती वेळ कधी येणार ते. त्या गर्दीत ते दिसेनासे झाले...

नंतर बराच वेळ कुठल्याच कामात माझं मन लागेना. दोन्ही मुलांचे चेहरे माझ्या डोळ्यांपुढून जाईनात. बाजूलाच असलेल्या कोर्टात गेलो. माझा मित्र ॲड. हसन पटेल याला घडलेला सगळा प्रकार सांगितला. तो म्हणाला, ''असे कितीतरी प्रकार रोज माझ्यासमोर दिसतात. न्यायव्यवस्था, समाज आणि एकूण वातावरण हे सगळं पाहून मन बधिर झालंय. इथं कुणाचाच कुणावर विश्वास नसल्यामुळे कदाचित अशी प्रकरणं वाढत असतील.''

'अहं' सिद्ध करण्यासाठी माणसं कोणत्या थराला जातील ते सांगता येत नाही. त्यांचं 'मी'पण सिद्ध करता करता किती जणांना नाहक त्रास भोगावा लागतो, याचा ताळेबंद कधी त्यांनी मांडला नसेल, म्हणून कदाचित ही सगळी प्रकरणं दिवसेंदिवस वाढत चालली असावीत. कोर्टाच्या आवारात सगळी शिकलेलीच माणसं पाहायला मिळतात. कदाचित अडाणी माणसांना माणुसकीचं वलय चिकटलेलं असावं म्हणून ते कोर्टाची पायरी चढायला धजत नसावेत. त्या अडाणी माणसांना भावनाही चांगल्या कळत असाव्यात. आज अनेक 'सायली' आणि 'संकेत' या शिक्षित आणि कळत्या माणसांच्या 'मी'पणाचा बळी ठरत आहेत. लेकरांच्या भावना आपण कधीतरी समजून घ्याव्यात असं या 'संगीतां'ना आणि 'सचिन'ना कधी वाटेल काय माहीत...

औरंगाबादचं विद्यापीठ हे पत्रकारितेच्या आम्हा सगळ्या विद्यार्थ्यांचं माहेरघर. खूप आठवणी आहेत तिथल्या. आयुष्याला कलाटणी देणारं हेच ते ठिकाण. वेगवेगळ्या विषयांमध्ये रुची वाढली ती इथंच. नव्या ताकदीनं आणि नव्या जोमानं खूप काही करण्याची प्रेरणा मनात निर्माण झाली तीही इथंच.

त्या दिवशी मी विद्यापीठाच्या गेटसमोर उभा होतो.

एकीकडं विद्यापीठाची कमान आणि एकीकडं डॉ. बाबासाहेबांचा पुतळा. कमानीतून ये–जा करणारी तरुण मुलं पाहून मलाही माझे जुने दिवस आठवत होते.

वाटलं, आपण कधी ६० वर्षांचे झालो आणि या विद्यापीठाच्या कमानीत प्रवेश केला तरी ते पंचविसाव्या वर्षीचं 'फीलिंग' पुन्हा जागं होईल. या विचारानं मी सुखावून गेलो. तीच माणसं, तेच रस्ते आणि तेच नमस्कार... 'जय भीम' करत आपली खुशाली विचारणारी अनेक माणसं! विद्यापीठाच्या आत प्रवेश केल्यावर जुने मित्र पावलोपावली भेटत होते. कुलगुरूंचं निवासस्थान आणि त्यासमोर असलेली हॉस्टेलमधली ती वर्दळ आता बऱ्यापैकी कमी झालेली दिसते.

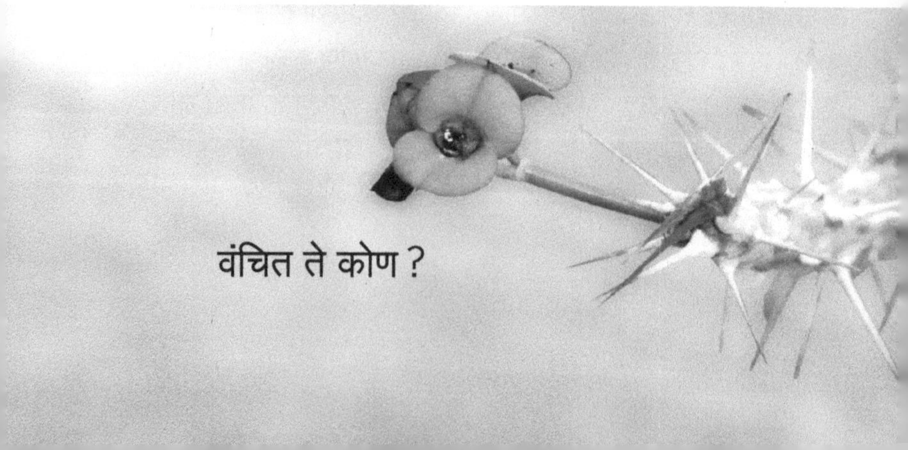

वंचित ते कोण ?

मी जेव्हा विद्यापीठात शिकायला होतो, तेव्हा कुलगुरूंच्या बंगल्यासमोर विद्यार्थ्यांचा मोठा घोळका पाहायला मिळत असे. कारण, समोरच्या बाजूला मुलींचं वसतिगृह होतं. आपण आपल्या मैत्रिणीला खूप वर्षांनंतर भेटायला आलोय, अशा पद्धतीनं रोज तीच ती मुलं आणि त्याच त्या मुली तासन् तास तिथं गप्पा मारताना दिसायच्या. प्रगल्भ वयात प्रेमाच्या आणा-भाका घेऊन उंच भरारी घेतल्याचे अनेक किस्से कुलगुरूंच्या निवासस्थानासमोर घडलेले आहेत. ते ठिकाण, तो परिसर एखाद्या कादंबरीचाच विषय असल्यासारखं मला वाटू लागलं.

मी परिसरात फिरत होतो. मात्र, आपल्या वेळेसारखी मजा आता नाही, असं का कुणास ठाऊक, मला हळूहळू पुढं जाताना वाटत होतं.

चार पावलं गेल्यावर प्रा. सुरेश पुरी सर राहत असलेलं जुनं घर दिसलं.

या घराच्या कितीतरी आठवणी मनात आहेत... भल्या पहाटे सडा टाकून रांगोळी काढणाऱ्या काकू आजही मला डोळ्यांसमोर दिसत होत्या. नेहमी गजबजून गेलेल्या घरासमोर किमान पाच-सहा मोटारसायकली लागलेल्या असायच्या. पुरी सरांच्या हॉलमधली केळ्यांची टोपली अजूनही भरलेली असेल का, असाही एक विचार मनात येऊन गेला. त्या घरात आता दुसरंच कुणी राहतंय हे माहीत असूनही माझं मन त्या घराभोवती भटकत राहिलं.

मी आणि माझे सगळे मित्र ज्या 'कमवा आणि शिका' या योजनेत काम करत होतो, त्या 'कमवा-शिका'मधलं काम करतानाचे सगळे किस्से मला आठवत होते. एका बाजूला मुलं काम करायची आणि दुसऱ्या बाजूला मुली. सकाळी सहा ते आठ यादरम्यान कोळी नावाचा 'कमवा-शिका' चालवणारा माणूस सगळ्यांमध्ये नवी ऊर्जा भरायचा. शिक्षित असलेले हात मातीला लागायचे आणि त्या मातीचा सुगंध आणखीच दरवळायचा. त्या काळी उराशी बाळगलेल्या स्वप्नांमध्ये भरारीचं बळ भरण्याचं काम 'कमवा आणि शिका'नं केलं. आता 'कमवा-शिका'मध्ये ती मजा, ती क्रेझ आहे की नाही ते माहीत नाही; पण वातावरण उत्साही नाही हे तेवढंच खरं. पुढं गेलो... मी ज्या विद्यार्थ्यांच्या वसतिगृहात राहायला होतो, ज्या रूममध्ये मी चार वर्षं घालवली तिथं आलो. या रूमचा परिसर म्हणजे 'एसएफआय'च्या मीटिंग,

'छात्रभारती'चं नियोजन, विद्यापीठातल्या राजकारणाचे अनेक नवीन पैलू यांचं जन्मस्थानच जणू. मी ज्या रूममध्ये राहायचो, तिच्या अलीकडं-पलीकडं सगळे नेते, विद्यार्थी-संघटनांचे प्रमुख राहायचे. मीटिंग मात्र आमच्या रूममध्ये व्हायच्या.

रूमसमोर जाऊन दरवाजा वाजवला. दरवाजा उघडला गेला. मी 'नमस्कार' म्हणालो. समोरच्या मुलानंही प्रतिसाद दिला. मी त्याला माझी ओळख सांगितली. मी का आलो आहे ते सांगितलं. त्यालाही छान वाटलं. एकेकाळी आपण राहत असलेली रूम पुन्हा पाहण्यासाठी कितीतरी वर्षांनंतर कुणीतरी आल्याचं पाहून त्याला अप्रूप वाटलं. त्यानं मला बसायला चटई अंथरली. दरवाजा उघडणाऱ्या मुलाशिवाय अन्य दोन जण त्या रूममध्ये होते. सगळ्यांचा परिचय झाला. लातूरहून संतोष जोशी, उस्मानाबादहून मोहसीन सय्यद आणि जालन्यातून सिद्धार्थ कांबळे... वेगवेगळ्या जिल्ह्यांतून आलेली ही तिन्ही मुलं एकाच विभागात शिकत आहेत. त्यांची खुशाली विचारल्यावर या रूमविषयीच्या माझ्या आठवणी मी त्यांना सांगितल्या. तिन्ही मुलं गंभीर प्रवृत्तीची होती. खूप स्वप्नं उराशी बाळगून होती. त्या स्वप्नांच्या पूर्ततेसाठी आपल्याला पुढं जायचं आहे, या जोमानं ती कामाला लागली होती. रूममध्ये माझ्या वेळी असलेलं पोस्टर आणि सध्या असलेली पोस्टर यांत कमालीची तफावत होती. एका बाजूला देव-देवतांचं, मशिदीचं पोस्टर; तर एका बाजूला डॉ. बाबासाहेबांचं पोस्टर पाहायला मिळालं. त्या तिघांशी चर्चा करत असताना माझा मित्र ॲड. हसन पटेल याचा फोन आला. हसन माझ्याशी बोलत होता आणि मी हसनचं बोलणं ऐकत होतो. हसननं ज्या काही गोष्टी मला सांगितल्या, त्या जरा धक्कादायकच होत्या. हसन उच्च

न्यायालयात वकील आहे. त्याचे वडील पाशा पटेल. त्यांच्याविषयी बाकी काही सांगायला नको... तर, हसनला मुंबईच्या हायकोर्ट परिसरात राहायचंय, त्यासाठी तो गेल्या सहा महिन्यांपासून घर शोधतोय. त्याला घर न मिळण्याचं मुख्य कारण होतं तो मुस्लिम असल्याचं. सेक्युलॅरिझमच्या गप्पा मारणारे आम्ही... जेव्हा प्रत्यक्षात त्या पद्धतीनं जगायची वेळ येते, तेव्हा मात्र जात–धर्म यांच्यातच बुडून गेलेले असतो. बराच वेळ बोलल्यावर हसननं फोन ठेवला आणि रूममधले ते तिघंही 'काय झालं ?' असं मला विचारू लागले. हसनचा सगळा किस्सा मी त्यांना सांगितला. तिघंही माझ्याकडं मोठ्या आशेनं पाहत होते. का कुणास ठाऊक, त्यांचे चेहरेही मला अत्याचारग्रस्त भासले.

त्यातला सय्यद मध्येच म्हणाला, ''दादा, ये जात आदमी का पीछा छोडती ही नही, चाहे वो कितना भी बडा आदमी क्यूं न हो! मी वर्गात असताना जर दहशतवाद्यांचा विषय निघाला, तर इतर विद्यार्थी माझ्याकडं कुत्सित नजरेनं पाहतात. जणू त्या दहशतवाद्यांचा मी सख्खा भाऊ आहे! एकदा तर एक दहशतवादी माझ्या नावाचा निघाला, त्या वेळी माझे मित्र 'तुझं नाव इथंही का?' असं म्हणून माझी टर उडवत होते. काश्मीरमध्ये बॉम्बस्फोट होतो आणि त्याची आग मात्र माझ्या क्लासमध्ये धुमसत राहते. कुठंही जा... माझं नाव ऐकलं तर अनेकांच्या चेहऱ्यावर आनंदाचे भाव नसतात.''

कांबळे मध्येच म्हणाला, ''दलित–सवर्ण हा वादाचा विषय जेव्हा समोर येतो, तेव्हा माझ्या क्लासमधली मुलं माझ्याकडंही शंकेच्या नजरेनं पाहतात. म्हणजे, सगळ्या योजना मीच घेतल्या, सगळे लाभ मलाच मिळतात, माझ्या पूर्वजांवर कुणीतरी अत्याचार केले होते आणि त्याचा सूड आता मी घेतोय, अशा भावनेनं माझ्याकडं पाहिलं जातं. म्हणजे, आता राज्य दलितांचं आहे आणि ते सवर्णांवर अत्याचार करतात आणि त्यांचा मुख्य प्रतिनिधी म्हणून मीच सगळीकडं वावरतोय, हाच भाव अनेक शिक्षित मुलांच्या नजरेत मी अनुभवलाय.''

आता वेळ संतोष जोशीच्या बोलण्याची होती.

जोशी म्हणाला, ''ब्राह्मणांनी अत्याचार केल्याचा विषय अनेक वेळा चवीनं चघळला जातो. त्यातला अत्याचार करणारा ब्राह्मण, इतरांना तुच्छ

लेखणारा ब्राह्मण दुसरा-तिसरा कुणी नसून मीच आहे, अशा भावनेनं माझ्याकडं पाहिलं जातं. मी असताना अशा चर्चा अधिक चवीनं चालतात. वेगवेगळ्या जातींची चार मुलं एकत्र आली, की तिथं मला त्यांच्या स्टाइलनं टार्गेट केलं जातं. आपल्याला शिकवतो तो कोणत्या जातीचा आहे, मेसवाला कोणत्या जातीचा आहे, रोज वेगवेगळ्या कारणांमुळे भेटणारी माणसं, मित्र-मैत्रिणी या कोणत्या जातीच्या आहेत, यावर खूप काही अवलंबून असल्याचं दिसून येतं. याचा अनुभव मला पावलोपावली येतो.''

जाती-धर्मासंदर्भात आलेले अनेक वाईट अनुभव तिघांनीही मला सांगितले. सोईसाठी वापरली जाणारी जात... आपलं काम व्हावं यासाठी पुढं केली जाणारी जात... हे विद्यापीठासारख्या उच्च शिक्षण देणाऱ्यां संस्थेमध्ये किती खोलवर पसरत गेलेलं रसायन आहे, याचे अनेक दाखले जोशी, सय्यद आणि कांबळे यांनी मला सांगितले. हे तिघं एकाच रूममध्ये राहतात. एकमेकांच्या सुख-दुःखांचे तिघंही साक्षीदार आहेत. एकमेकांच्या सुख-दुःखांत सहभागी आहेत. आर्थिक अडचण, आजारपण आणि शैक्षणिक विचारमंथन या सगळ्यात तिघं नेहमी एकत्र असतात; पण या तिघांचं इतकं एकमेकांत मिसळून राहणं, एकमेकांवर जीव ओतून प्रेम करणं बाहेरच्या समाजाला आवडत नाही. दया पवार यांचं 'बलुतं' आणि लक्ष्मण माने यांचं 'उपरा' या दोन्ही आत्मचरित्रांचं कथानक माझ्या डोळ्यांसमोर आलं. गावपातळीवर एक वेळचं जेवण मिळावं यासाठी तासन्तास काबाडकष्ट करणारा तो मजूर... त्यालाही जातीच्या आगीत होरपळून अनेक वेळा संघर्ष करावा लागतो आणि विद्यापीठात सर्वोच्च पदावर असलेल्या उच्चशिक्षित माणसाला, विद्यार्थ्याला जातीच्या संदर्भातली बंधनं, लांच्छनास्पद वागणूक दूर करता करता नाकी नऊ येतात.

नांदेड विद्यापीठात माझे एक आवडते प्राध्यापक होते. तिथल्या मराठा समाजातले अनेक जण 'हा ब्राह्मण आहे' असं म्हणून त्यांचा छळ करायचे. ते प्राध्यापक खूप तत्त्वज्ञानी आणि अभ्यासक होते, म्हणून कदाचित त्यांनी हा छळ सहज पचवला असेल. विद्यापीठपातळीवर चालणाऱ्या जातीच्या घाणेरड्या राजकारणाचे किस्से मी अनेकांकडून नेहमी ऐकायचो. माझ्यासोबत

असलेले हे तिघं आता मला यापेक्षा वेगळं काही सांगत होते, ते काळानुरूप होतं एवढंच. या रूममध्ये असलेले तिघं हे आपल्या इथं नांदणाऱ्या एकतेचं सर्वोच्च उदाहरण असल्याचं मला वाटलं. 'विविधता में एकता' जपण्यासाठी हे तिघं जमेल तसा संघर्ष करत आहेत. हा संघर्ष करताना ते दोन पातळ्यांवर लढत आहेत. एक पातळी आहे ती जातीयतेला खतपाणी घालणाऱ्यांना वेळीच धडा शिकवण्याविषयीची आणि दुसरी पातळी आहे ती आपली तत्त्वं, मूल्यं जपत आपल्या स्वप्नांना उंच आकाशी घेऊन जाण्याची. खरं तर हे त्यांचं वय एकच खिंड लढवण्याचं आहे; पण त्यांना दोन दोन वाटांवरचे खाच–खळगे ओलांडत पुढं जावं लागत आहे. जातीचा इतिहास त्यांचा पिच्छा सोडायला आजही तयार नाही. त्यांच्या भूतकाळामुळे, आडनावामुळे त्यांच्या भविष्यकाळाची गती काळानुसार वाढत नाही.

तिघांचाही निरोप घेऊन मी परतीच्या प्रवासाला लागलो.

''या दादा, आता पुन्हा,'' असं म्हणत त्यांनी मला अलविदा केलं.

'जात' माणसाच्या मनाला किती चिकटून बसली आहे याची अनेक उदाहरणं परतीच्या प्रवासात माझ्या डोळ्यांसमोर येत होती.

जाती–अंताच्या लढाईत माणसाला – मग तो कुठल्याही जातीचा असो – अनेक वेळा गुडघे टेकावे लागतात. जातीनं त्रासून गेलेला तो प्रत्येक जण 'वंचित' म्हणावा लागेल. मग या वंचितांमध्ये मोठी जात आणि छोटी जात असं काहीही नसतं. इथं विजय होतो तो माणसाच्या राक्षसी क्रूर मानसिकतेचा.

आज असे अनेक 'सय्यद', अनेक 'जोशी', अनेक 'कांबळे' या जातीय मानसिकतेचे बळी होत असताना पाहायला मिळतात. उच्चशिक्षित लोकांमध्ये जातीसंदर्भातले बुरसटलेले विचार अधिक आहेत, याचं जास्त वाईट वाटतं. ज्या महामानवाच्या नावानं हे विद्यापीठ आहे, त्याला जाती–जातींमध्ये चाललेलं हे द्वंद्वयुद्ध पाहून नक्कीच दुःख होत असेल. हेच दुःख जर जातीचा बुरखा पांघरून बसलेल्या त्या प्रत्येकाला झालं असतं, तर किती बरं झालं असतं...!

भटकंती ही माझ्या व्यवसायाला पूरक अशी गोष्ट. प्रत्येक गावाचं एक टेक्श्चर असतं अन् माणसांचंही. एकदा हे वाचायची सवय लागली म्हणजे शहरं, माणसं आपसूक उमजायला लागतात, ओळखीची होतात, मनात उतरतात अन् कागदावरही. त्या दिवशी सकाळी सहा वाजता माझी नाशिकची सकाळ पावसाच्या स्वागतानं सुरू झाली. सातपुऱ्यात आमचं 'सकाळ'चं देखणं ऑफिस आहे. त्याच्या बाजूला मी राहायला होतो. तिथून मी नाशिकमधलं भुरळ घालणारं वातावरण डोळ्यांत साठवून पुढं पुढं जात होतो. माझा लहान भाऊ परमेश्वरनं मला पांडव लेण्यांच्या पायथ्याला आपल्या गाडीतून सोडलं आणि तो जॉबसाठी आपल्या वाटेनं परत निघाला. एकेक पायरी चढत वर लेण्यांपर्यंत पोचलो.

अत्यंत मोहक असं इथलं वातावरण. अत्यंत कोरीव, रेखीव काम आणि जबरदस्त कारागिरी या लेण्यांच्या प्रत्येक दगडातून जणू बोलत होती. स्वच्छ आभाळ आणि झाडांच्या दोन फांद्यांमधनं दिसणारं नाशिक आजही माझ्या डोळ्यांसमोरून जात नाही. आपल्या आसपास असणाऱ्या प्रत्येक शहरामध्ये असं वेगळेपण आहेच आहे. फक्त आपण

रडणारे पांडव

ते अनुभवत नाही आणि सौंदर्याच्या दृष्टीनं पाहत नाही, हे खरं आहे. लेण्यांच्या वरच्या बाजूनं खाली ठिबकणाऱ्या पाण्यामुळं लेण्यांचं सौंदर्य अजून खुलून दिसत होतं. प्राचीन काळातल्या लेण्यांच्या कलाकृतीलाही लाजवेल असं 'आय लव्ह यू', आपल्या प्रेयसीचं नाव वगैरे 'कोरीव काम' प्रेमी युगुलांनी तिथं केलं होतं. आपल्या प्रेयसीच्या विरहाचा सगळा राग त्यांनी त्या कोरीव दगडांवर काढून आपणही महान कलाकार आहोत, हे दाखवून दिलं होतं. थोड्या अंतरावर दोन वेगळी जोडपी मला पाहायला मिळाली. एक जोडपं तरुण होतं, ज्यामध्ये मुलगा मुलीचे वेगवेगळ्या पोझमध्ये फोटो काढण्यात दंग होता; तर दुसऱ्या जोडप्यामध्ये एक आजी आपल्या नवऱ्याला 'मला बरोबर येऊ द्या की' म्हणून हाक मारत होती. निसर्गाच्या सान्निध्यात वावरणाऱ्या या दोन जोडप्यांच्या वर्तनातून काळाचा महिमा कसा अजब असतो, हे दिसत होतं. तिथली लेणी, तिथल्या कलाकृती, शासनानं लावलेले वेगवेगळे फलक हे सगळं मी बारकाईनं पाहत होतो, वाचत होतो. फोटो काढण्यासाठी नक्कीच कुणाची तरी मदत घ्यावी, या हेतूनं मी मान बाजूला वळवली. बाजूला पाच मुलं गप्पा मारत बसली होती. त्यांच्यापैकी एकाकडे बघत मी त्याला हाक मारली. "दादा, माझे फोटो आणि व्हिडीओ जरा शूट करता का?"

मी ज्याला हाक मारली होती त्यानं दुसऱ्या मुलाकडं बघत इच्छा नसतानाही माझा मोबाईल हातात घेतला. मी शूटच्या माध्यमातून त्या लेण्यांचं महत्त्व, तरुणांनी इथं कसं यायला पाहिजे वगैरे बोलत होतो. माझं बोलणं संपल्यावर जो शूट करत होता, त्यानं मोबाईल माझ्याकडं परत देत विचारलं, "सर, तुम्ही पत्रकार आहात काय? कुठल्या गावचे तुम्ही?"

मी म्हणालो, "हो, मी मूळचा नांदेडचा; पण आता राहायला मुंबईला आहे." त्याला मी विचारलं, "तुम्ही कुठले?"

तर तो म्हणाला, "मी बीडचा."

मी परत म्हणालो, "अरे, आपण तर मराठवाड्यामधलेच. अहो, मग बीडचं म्हणा ना." तो हसला. बीडच्या भाषेबद्दल मला जाण आहे, हे त्याच्या लक्षात आलं. त्याच्यासोबत असणाऱ्या इतर चार मित्रांची त्यानं ओळख

करून दिली. सचिन जावळे जालन्याचा, विनोद राठोड नांदेडचा, मनोज परब बुलडाण्याचा,

संतोष जायेभाये अकोल्याचा आणि जो माझ्याशी बोलत होता तो दीपक खरात बीडचा. हे पाचही जण मराठवाडा आणि विदर्भ भागातले. साधे कपडे, अत्यंत प्रामाणिक आणि गरिबीतून मिळालेल्या संस्काराची जबरदस्त झलक असलेली ही सगळी मंडळी. आम्ही सगळे जण तिथं बोलत बसलो.

बोलता बोलता मध्येच दीपक म्हणाला, ''आजचं आपलं हे भेटणं इथलं हे शेवटचं असेल, नाही का?'' दीपक असं बोलताना अत्यंत उत्साहानं बोलणारे सगळे जण एकदम शांत चेहऱ्यानं खाली माना घालून उदास होऊन बसले होते. मला काही कळलंच नाही. उत्साहानं बोलणारी मुलं, दीपकच्या या बोलण्यानं अचानक शांत का झाली?

थोड्या वेळानं दीपकनं सगळ्यांची समजूत काढली आणि सगळे जण जरा रिलॅक्स झाले; पण तरीही सर्वांच्या मनावर एक दडपण कायम आहे, हे मला जाणवत होतं. आमच्या गप्पा सुरू झाल्या आणि हळूहळू या दडपणाचं कारणही मला उलगडत गेलं. त्या सर्वांच्या गप्पांमधून आणि चर्चांमधून जे वास्तव समोर आलं, ते फार धक्कादायक होतं. आज आपला देश, आपला महाराष्ट्र कुठल्या परिस्थितीतून जात आहे, याचं सगळं चित्र डोळ्यांसमोरून जात होतं.

सचिन नाशिकमधल्या एका कंपनीमध्ये इंजिनिअर आहे. विनोद आणि मनोज हे दोघं एका कंपनीमध्ये फिटर म्हणून काम करतात. संतोष आणि दीपक दोघं एका कंपनीमध्ये मदतनीस म्हणून काम करतात. एकाचा एक मित्र, दुसऱ्याचा तिसरा मित्र असं होत होत हे पाचही मित्र दोन वर्षांपासून

एकत्र राहतात. पांडव लेण्यांच्या आसपासच ते जिथं काम करतात. त्या कंपन्या आहेत. जिथं हे सगळे काम करतात, तिथून जवळच ते भाड्याच्या खोलीमध्ये राहतात. पाचही जणांना 'या महिनाभरात तुम्हाला काम सोडावं लागेल. कंपनी आता तुम्हाला कामावर ठेवणार नाही,' असं सांगण्यात आलं आहे. बरं, या बदल्यात कंपनी त्यांना काही रक्कम देणार नाही, त्यांना मोबदलाही मिळणार नाही. कंपनीनं फर्मान दिल्याला आज पंधरा दिवस झाले. या पंधरा दिवसांत आपल्याला काम मिळावं यासाठी या पाचही जणांनी अनेक कंपन्यांचे उंबरठे झिजवले; पण सगळीकडं 'भरती बंद', नाही तर 'कंपनी बंद' असे बोर्ड लागलेत. कंपन्या बंद झाल्यामुळं वस्त्याच्या वस्त्या रिकाम्या होऊ लागल्या आहेत. एक कंपनी बंद पडते, तेव्हा त्या कंपनीमध्ये काम करणारा माणूस बेरोजगार होणं एवढंच घडत नाही, तर त्या माणसाभोवती असणारी सगळी मोठी साखळी कोलमडून पडते. कंपनीच्या परिसरात भाड्यानं मिळणारी घरं, किराणा दुकानं, भाड्यानं आणि विकत मिळणाऱ्या वस्तू आणि त्या वस्तूंभोवतीचं सगळं अर्थकारण कोलमडून पडतं. मी त्या दिवशी दिवसभर नाशिकमध्ये कोलमडलेल्या या अर्थशास्त्राचा अभ्यास करत होतो. तेव्हा माझ्यासमोर जे भयाण वास्तव आलं, ते आज मला कागदावर उतरवण्याची हिंमत होत नाही.

मंदीच्या लाटेत नाशिकमध्ये या आठ महिन्यांत अनेकांच्या नोकरीवर गंडांतर आलं आहे. कंपन्यांचं नुकसान किती कोटी रुपयांत होतंय, हे तर सांगायला नको. सरकारी ध्येयधोरणं, नोटाबंदी, जीएसटी, या सगळ्यांशी या नोकरकपातीचा आणि कंपनी बंदचा कुठं ना कुठं तरी संबंध जोडला गेला आहे. मला यातलं अर्थकारण फारसं कळत नाही; पण या मंदीमुळं कुणाची तरी चूल पेटणं बंद झालं आहे, एवढं मात्र कळतं.

सचिन मला सांगत होता, ''दोन महिन्यांवर माझं लग्न येऊन ठेपलं होतं. मी इंजिनिअर आहे. मोठ्या शहरात राहतो, चांगल्या कंपनीमध्ये काम करतो, याची खात्री केल्यावर माझ्या लग्नाचं फिक्स झालं होतं; पण आता मी नोकरी करणार नाही, गावी परत येणार आहे, गावाकडल्या एकरभर शेतीवर मी

उदरनिर्वाह करणार आहे, हे कळल्यावर मुलीनं मला लग्नासाठी नकार दिला. आता गावाकडं जायचं, तर कुठल्या तोंडानं जायचं आणि गावी जायचं नाही तर कुठं जायचं ? हा प्रश्न मला भेडसावतोय.''

सचिनच्या डोळ्यांमध्ये मला केवळ काळजी दिसत नव्हती, तर खूप मोठा आकांत घेऊन आलेला काळ दिसत होता. त्या काळाचं रूप एखाद्या अक्राळविक्राळ राक्षसासारखं मला दिसत होतं.

विनोद राठोडच्या घरी सहा माणसांचं कुटुंब. आई–वडील आणि तीन बहिणी. एक बारावीला शिकते आणि दुसरीचं लग्न ठरलंय. या सगळ्यांच्या लग्नाची आणि उपजीविकेची जबाबदारी विनोदवर. पोटाला चिमटा द्यायचा आणि कुटुंबासाठी सगळ्या प्रकारच्या तडजोडी करायच्या. आपली सगळी स्वप्नं बाजूला ठेवून आधी बहिणींचा विचार करायचा. आता मात्र अवघड झालं आहे. आजवर सगळं काठावरती कसंतरी जमून येत असे. आता या मंदीनं काठांनाही जागा ठेवली नाही. महिनाभरापूर्वीच बहिणीच्या लग्नासाठी हुंड्याचे चाळीस हजार रुपये नवऱ्या मुलाकडं द्यायचे होते; पण आता हाताला काम नसल्यामुळं हे पैसे द्यायचे कुठून, असा प्रश्न सचिनसह त्याच्या आई–वडिलांना पडला होता. 'तुम्ही दिलेला शब्द आणि वेळ पाळली नाही,' असं म्हणत मुलाकडच्यांनी विनोदच्या आई–वडिलांशी बोलणंही बंद केलं होतं. म्हणजे तसं लग्न मोडल्यातच जमा होतं, असं विनोद सांगत होता. त्याला त्याच्या लग्नाच्या दोन्ही बहिणींची काळजी वाटत होती.

दीपकसमोर एक मोठा प्रश्न होता. दीपकची आई नाशिकमध्ये एका वृद्धाश्रमात असते. दीपक काही कामानिमित्त आपल्या मित्रांसोबत नाशिकला आला. त्यानंतर महिनाभरात त्याचे वडील गेले, त्यामुळं आईला सोबत घेऊन येण्याशिवाय त्याच्याकडे पर्याय नव्हता आणि दुसरा पर्याय तो एकटा राहू शकत नव्हता. आता आईला घेऊन जायचं कुठं आणि खायचं काय, असा प्रश्न दीपकनंच मला विचारला होता. दीपक, सचिन आणि विनोदची समजूत मी काढत होतो. संतोष आणि मनोज हे दोघंही विवाहित. या वर्षी ते आपल्या कुटुंबाला नाशिक इथं घेऊन येऊन एकत्र राहण्याचं नियोजन करत

होते; पण त्यांच्या या स्वप्नावरही पाणी पडलं होतं. या पाचही जणांच्या राहत असलेल्या खोलीपासून अगदी जवळ असलेली पांडवलेणी. याच ठिकाणी हे पाचही जण रोज सकाळी सात वाजता भेटायचे म्हणजे भेटायचेच. आजची ही त्यांची शेवटची भेट होती, म्हणून रोज गडबडीनं निघणारी पावलं आज मात्र या लेण्यांजवळून हलत नव्हती. त्यांच्याकडचे सर्व पर्याय आता संपले होते. पाचही जण भावनाविवश झाले, तेव्हा त्यांची समजूत काढताना मीही हतबल होऊन गेलो. दोन वर्षं सतत हसत–खेळत राहणारे हे पाच पांडव, पांडव लेण्यांच्या परिसरात रममाण झाले होते. रोज हसत राहणाऱ्या या पांडवांवर आज मात्र अश्रूभरल्या नयनांनी एकमेकांना 'अलविदा' म्हणायची वेळ आली होती. आज रडणाऱ्या पांडवांच्या अश्रूंना जबाबदार आहे तरी कोण, असा प्रश्न माझ्या मनाला कुरतडत होता.

केवळ पांडव लेण्यांच्या सान्निध्यात वाढणाऱ्या या पांडवांच्याच डोळ्यांत अश्रू नाहीत, तर मंदीच्या आगीत होरपळून निघणाऱ्या प्रत्येकावरच आज रडण्याची वेळ आली आहे. जड पावलांनी ते पाचही जण माझ्यासमोरून निघून गेले; पण कालपर्यंत या पांडवांच्या हसण्याला प्रफुल्लित करणाऱ्या त्या लेण्यांवरून माझे पाय खाली उतरण्यासाठी धजत नव्हते. खाली पाहिलं, तर पांडवांच्या डोळ्यांतील अश्रू मला दिसत होते आणि वर पाहिलं, तर कालचं त्यांचं हसरेपण माझ्यासमोर येत होतं. मी जड पावलांनी शहराकडे चालत राहिलो. जणू त्यांच्या गळ्यात दाटून आलेले कढ माझ्या पायातल्या बेड्याच बनल्या होत्या. शहरात आलो, तेव्हा सुरुवातीला पावसाची ओल सोबत होती, अन् आता ही ओल... पण दोन्हीत केवढं अंतर होतं नाही?

अहमदनगरला सकाळी कोणत्या भागात फिरायला जायचं हे मी आदल्या दिवशीच ठरवलं होतं. त्याप्रमाणे सकाळी साडेपाच वाजता निघालो. नगरमध्ये पावसाची रिमझिम सुरू झाली होती. चाँदबिबीच्या मकबऱ्याच्या दिशेनं निघालो. जिथनं चाँदबिबीचा माळ चढायला सुरुवात होते, त्या पायथ्याला गाडी लावली आणि पायी-पायी मी त्या मकबऱ्याकडे निघालो. थोडंसं वर गेल्यावर मागं वळून बघितलं, तर स्पष्टपणे नगर शहराचा देखणा चेहरा दिसत होता. अर्धा-पाऊण तास पायपीट केल्यावर मला कोरीव मकबरा दिसला. पुरातन शिल्पं आणि त्यांची कोरीव शैली मनाला भुरळ घालत होती. चाँदबिबीच्या मकबऱ्याला दोन मजले आहेत. सगळीकडून छान दिसणारं सौंदर्य अधिक आकर्षक वाटत होतं. एका बाजूला काही छोटी-छोटी गावं दिसत होती आणि दुसऱ्या बाजूला नगर शहराचा काही भाग दिसत होता. सुसाट वाहणारा वारा चाँदबिबीच्या मकबऱ्याच्या त्या मोठ्या खिडक्यांमधनं आत शिरत होता. सोबत पाण्याचे फवारेही अंगाला चिंब करण्याच्या उद्देशानं चिकटत होते. शांतपणे सगळा परिसर फिरून पाहिला.

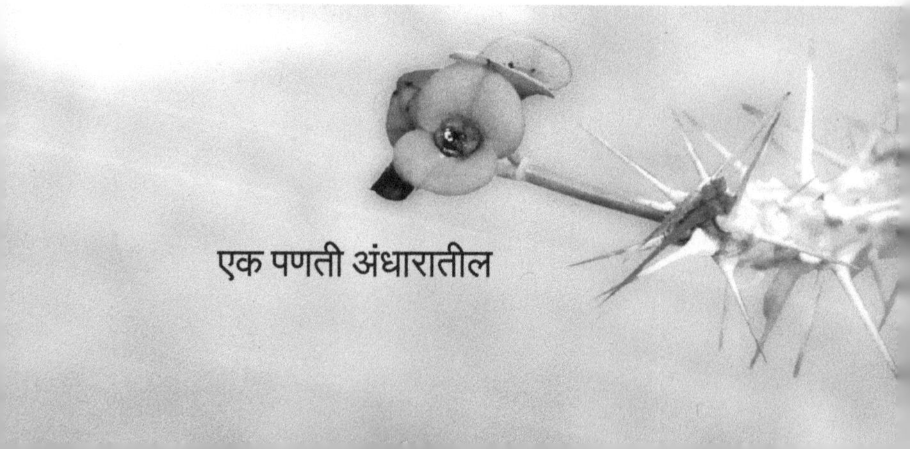

तिथले बारकावे टिपले. मकबऱ्याच्या बाहेर सकाळी सकाळी एक आजी पांढऱ्याशुभ्र छत्रीखाली मक्याची कणसं विकण्यासाठी बसली होती. एका बाजूला टोपल्यामध्ये भरलेली कणसं आणि दुसऱ्या बाजूला कोळशांनी भरलेली एक थैली आणि थोडंसं पुढच्या बाजूला कणसं भाजण्यासाठी तिनं पेटवलेली चूल. घणघण करणारा भाता.

दूर असतानाच तिनं मला हटकलं, ''बाबा, खाणार का मक्याचं कणीस? आजच तोडून आणली आहेत. ताजी आहेत. कवळी आहेत. खाऊन तर बघ; चवीला लई छान आहेत. मसाला आणि लिंबू टाकला तर अजून लई मजा येईल.''

मला मक्याच्या कणसाचं महत्त्व समजावून सांगणारी आजी मार्केटिंगमध्ये उतरली असती, तर तिचा पहिला नंबर आला असता, असा विचार मनात आला. मार्केटिंगमध्ये ती पास झाली होती. इच्छा नसतानाही तिच्या बोलण्यामुळं माझ्या जिभेला कणीस खायची 'आस' लागली होती.

मी म्हणालो, ''द्या एक.''

ती पुन्हा म्हणाली, ''एक घेतलं तर पंधरा रुपयांना आणि दोन घेतली तर पंचवीस रुपयांना.''

एका हातानं तिनं भाता सुरू केला आणि दुसऱ्या हातानं ती कणसं भाजत होती. जेमतेम अर्धं कणीस भाजून झालं असेल, तिच्या प्लास्टिकच्या पिशवीमधून फोनचा आवाज ऐकू आला. बोटभर मोबाईल तिथली सगळी शांतता भंग होईल, अशा आवाजामध्ये वाजत होता. भात्यावरचा हात काढून आजीनं पिशवीत घातला. पिशवी चाचपडून मोबाईल बाहेर काढला. एका हातानं ती कणीस फिरवत होती आणि दुसऱ्या हातानं मोबाईल कानाला लावून बोलत होती. तिचं बोलणं सुरू झालं.

फोनवरती ती म्हणत होती, ''बाबा, या महिन्यात तरी पैसं पाठव. लई आडचण चालली रं...'' असं बोलून पलीकडून बोलणाऱ्या माणसाचं आजी खूप वेळ कानाला मोबाईल लावून ऐकत होती. ''बरं, ठीक आहे बाबा'' म्हणत आजीनं पाण्यानं मोबाईल भिजेल म्हणून त्याच काळजीनं झटकन्

pिशवीत ठेवला. बोलण्याचं कौशल्य, नम्रपणा, धाडसीपणा आणि काळजी असे कितीतरी पैलू त्या साठी ओलांडलेल्या आजीचे मला दिसत होते. अत्यंत उत्साहात आणि सुरुवातीला हसून स्वागत करणारी आजी फोन आल्यावर मात्र काळजीच्या सुरात बोलत होती. ते मला जाणवत होतं. आजीला काहीतरी झालंय, त्यामुळं ती निराश झाली, हे माझ्या लक्षात आलं. आजी दुसरं कणीस भाजायला घेत होती, त्याच वेळी मी तिला विचारलं, ''आजी, कोणाचा फोन होता?''

ती म्हणाली, ''लेकाचा. पुण्यात काम करतो, त्याचा फोन होता.''

''किती मुलं आहेत तुम्हाला?''

''दोन मुलगे आणि पाच मुली.''

मी कणसाचा एक घास खात होतो आणि आजीला प्रश्न विचारत होतो. कणीस संपेपर्यंत मी दोन-तीन प्रश्न आजीला विचारले असतील. त्यांचं सविस्तर उत्तर आजी देत होती. आजीचं सध्याचं वर्तमान आणि भूतकाळ हे सारं काही माझ्या भ्रमंतीच्या नजरेला नवीन नव्हतं. नवं होतं ते आजीचं गरीबाऊ पात्र आणि त्या पात्रातील सिंहाचं काळीज.

पारू जाधव ही चाँदबिबी का मकबरा इथं जवळच असलेल्या एका वाडीत राहणारी महिला. रोज सकाळी सहा वाजता चाँदबिबीच्या मकबऱ्यासमोर यायचं, तिथं सकाळी दोन तास कणसं विकण्यासाठी छोटंसं दुकान लावायचं, पुन्हा आपल्या घरी जायचं. मग दिवसभर लोकांच्या शेतावर काबाडकष्ट करायचे आणि संसाराचा गाडा हाकायचा... घरातलं सगळं काम आवरायचं आणि पुन्हा सकाळी चाँदबिबीचा मकबरा, हे सगळं रूटीन गेल्या अनेक

वर्षांपासून चालू होतं. आजी सांगत होती आणि मी ऐकत होतो. पारूआजीला पाच मुली आणि दोन मुलगे. पाचही मुलींची लग्नं करण्यामध्ये आयुष्याचा सोनेरी काळ निघून गेला. म्हातारपणातली काठी अधिक बळकट व्हावी, त्यासाठी पारूआजीनं आपल्या रामजी आणि शिवाजी या दोन्ही मुलांना शिकवलं. रामजी एका संस्थेमध्ये नोकरीला होता. संस्थाचालक आणि रामजीमध्ये काही बिनसलं आणि त्यात रामजीनं आत्महत्या केली. पारूचा दुसरा मुलगा शिवाजी पुण्यामध्ये कॉंट्रॅक्टरच्या हाताखाली काम करत होता; पण अचानकपणे बांधकाम बंद पडल्यानं गेल्या दोन महिन्यांपासून वणवण फिरण्याशिवाय शिवाजीकडं पर्याय नव्हता.

बऱ्यापैकी कणसं संपलेली होती. माणसांचा ओघही कमी झाला होता, हे लक्षात आल्यावर आजीबाईनं आपलं दुकान आवरून ठेवायला सुरुवात केली. आता पाऊस थांबला होता; पण माझ्या डोक्यातले विचार 'आता पुढं काय?' असे झाले होते. माझ्या हातातली दोन्ही कणसं खाऊन झाली होती; मात्र आजीचं बोलणं काही संपत नव्हतं. 'आत्महत्या केलेला आपला शिक्षक मुलगा किती गुणी होता, ज्ञानेश्वराचं रूपच होता तो' असं वारंवार ती मला सांगत होती. चाँदबिबीच्या मकबऱ्यापासून माझी गाडी जिथं लावली होती, त्याच्या अर्ध्या रस्त्यापर्यंत मी आजीशी बोलत, गप्पा करत निघालो. जड असलेला आजीचा भाता मी आग्रह करून माझ्या हातामध्ये घेतला. दररोज डोक्यावर आणि हातात ओझं घेऊन ही महिला हा माळ चढत कसा असेल? एवढ्या सकाळी हिला भीती वाटत नसेल का? असे कितीतरी पांढरपेशे प्रश्न माझ्या मनाला पडत होते.

आजीचा घरी जाण्याचा रस्ता आला आणि आजी थांबली. म्हणाली, "बाबा! जाते रे मी आता इथून. दे माझा भाता." आपल्या डोक्यावरचं ओझं खाली ठेवत तिनं आपले दोन्ही हात माझ्या गालावर फिरवले आणि आपल्या गालावर नेऊन कडकड बोटं मोडली. मी जिथं उभा होतो, तिथून आजीनं तिचं गाव मला लांब हात करून दाखवलं. आम्ही टेकडीवरूनच सारं दृश्य पाहत होतो. इतक्या सुंदर आणि देखण्या गावावर सकाळच्या धुक्यानं चादर

पांघरली होती. एकीकडं माझी गाडी दिसत होती आणि दुसरीकडं आजीचं गाव. दोन्हीमध्ये साधारणत: दोन किलोमीटरचं अंतर असावं. आजीनं थैली हातामध्ये घेतली आणि ती वाटेला निघाली. मी आजीला म्हणालो, ''आजी, इथं चहा कुठं मिळेल ?''

आजी म्हणाली, ''तुम्हाला शहरातच जावं लागेल. अलीकडं कुठं चहाचं दुकान नाही.''

मी म्हणालो, ''तुमच्या गावात चहा मिळेल का ?''

आजी म्हणाली, ''मिळेल ना; पण तुम्हाला उलटं जावं लागेल.''

मी म्हणालो, ''चालेल. मला सकाळी चहा पिण्याची सवय आहे. नाही तर माझं डोकं दुखतं. दिवसभर काम होत नाही माझ्याकडून.''

तिचं पुन्हा उत्तर आलं, म्हणाली, ''कशी रे बाबा तुम्ही शिकलेली पोरं ? कशाचंबी यसन लावून घेता.'' त्यानंतर आजी पुढं आणि मी मागं निघालो. जड असलेल्या भात्याची थैली मी पुन्हा हातात घेतली. मी घरापर्यंत तिला साथ देणारा सोबती भेटलो होतो. माहीत नाही, तिला अलीकडच्या काळात अशी मनमोकळी साथ मिळाली होती की नाही! पारूआजीनं आपल्या आईच्या आठवणी जाग्या केल्या. ती किती कामाची होती, तिनं खूप कष्ट सहन केले. आपल्या मुली किती कामाच्या आहेत, हे पण ती सांगत होती. जन्मल्यापासून ते आतापर्यंतचा तिचा सगळा प्रवास त्या नावेसारखा वाटत होता, जिला छिद्र पडलेलं आहे; पण काहीतरी युक्ती करून ते छिद्र झाकण्याचं काम तात्पुरतं का होईना झालंय, असंच काहीसं.

आम्ही गावात गेलो. छोट्याशा मंदिराच्या पारावर पांढरं शुभ्र वस्त्र घालून आजोबा बसला होता. त्यानं पारूआजीला पाहिलं आणि बिडीचा एक झुरका ओढत आपल्या तंद्रीमध्ये थोडासा तो रमला. पुन्हा पारूआजीच्या बाजूला त्यानं पाहिलं. पारूची पिशवी मी घेतल्यासारखं त्याला वाटलं. हातात असलेली बिडी त्यानं ताबडतोब विझवली, तो पटकन् खाली आला आणि माझ्या हातातली थैली त्यानं घेतली. मला क्षणभर काही कळेचना. पारूआजीनं हलक्या स्वरात पतीची ओळख करून दिली.

''नमस्कार...'' मी म्हणालो; पण त्यानं मला नमस्कार केला नाही. पारूआजीला म्हणालो, ''कुठं मिळेल चहाचं हॉटेल इथं ?''

त्यावर आपल्या पतीकडं बघत पारूआजी म्हणाली, ''अरे बाबा, तू माझं ओझं उचलून इथपर्यंत आलास. मी तुला एक कप चहाही पाजू शकत नाही का ? चल माझ्या घरी.''

पारूआजी जेव्हा 'माझ्या घरी चल' म्हणाली, तेव्हा मी त्या दिवसाची मोठी लढाई जिंकली होती. डोळे वटारून ताठ मानेनं चालणाऱ्या पारूआजीनं पुन्हा आपल्या पतीकडं पाहिलंही नाही. पारूआजीनं मला घरी बोलावलं, हे तिच्या पतीला आवडलं नव्हतं. मघाशी माझ्याशी बोलताना पारूआजीनं एका ओळीत आपल्या पतीचं कौतुक केलं होतं. आपला पती ग्रामपंचायतीचा सदस्य आहे, एवढंच ते कौतुक. त्यावर पारूआजीला म्हणालो होतो, ''तुमचा नवरा तुम्हाला मदत करत नाही का ? काही काम करत नाही का ?''

त्यावर पारूआजी म्हणाली होती, ''तो काम करत नाही, कुटुंबाला पोसत नाही, याचं मला काहीही वाटत नाही; पण तो बाकी बायकांच्या नवऱ्यांसारखं मला दारू पिऊन मारत नाही. घरी असलेला मालटाल बाहेर विकत नाही. चोरी करून हातामध्ये बेड्या अडकवून घेत नाही. येवढ्यामध्येच मी खूश आहे.''

पारूआजीचं घर आलं. दोन छोटी-छोटी मुलं 'आजी आली, आजी आली' म्हणत पळत आली. आपल्या डोक्यावरचं ओझं खाली टेकवत पायातलं पायताण काढण्याच्या अगोदर पारूआजीनं त्या दोन्ही मुलांना आपल्या काळजाला घट्ट चिकटून घेतलं. छोट्याशा घरात एक तोडका-मोडका पलंग होता, त्यावर कोणीतरी झोपलं होतं. पारूआजीनं मला बसण्यासाठी एक चटई टाकली. मी बसायच्या अगोदर तिचा नवरा चटईवर बसला. पारूआजीनं चुलीवर पातेलं ठेवलं. तितक्यात मी हाक मारली, ''आजी मी चहा पीत नाही, थोडंसं दूध ठेवा.'' तेव्हा मात्र पारूआजीला शॉक बसला. ती माझ्याकडं बघत होती. मी तिच्याकडं बघत होतो. पारूआजीच्या नवऱ्याच्या बिडीचा धूर आणि चुलीतला धूर या दोन्हीचा संगम झाल्यामुळं अंथरुणात झोपलेली एक महिला खडबडून जागी झाली. मी समोर बसल्याचं पाहून तिनं

काळजीनं आपला पदर सावरला. कपाळावर कुंकू नाही आणि हातात बांगड्यांचा पत्ता नाही. आयुष्याच्या काळजीनं काळवंडलेल्या त्या महिलेकडं बघत पारूआजी म्हणाली, ''ही माझी मोठी सून. खूप कामाची आहे. चार दिवसांपूर्वी हिला बरं नव्हतं, तवाही ती कामाला गेली. त्यानंतर दोन दिसांत खूप आजारी पडली.''

आजीला माहीत होतं, की आपल्या घरात असं काही बोललेलं आपल्या नवऱ्याला आवडत नाही. तिनं दिलेलं दूध माझ्यासाठी मायेचा एनर्जेटिक प्याला होता. पारूआजीच्या त्या सगळ्या प्रवासामध्ये ती इतक्या उत्साहानं कशी तग धरून आहे, हे परमेश्वरालाच माहीत. तिनं काम केलं, तरच घरातली चूल पेटते आणि ही रोज पेटणारी चूल ती नित्यनेमानं पेटवतेच. तिच्या आईकडून घेतलेला वारसा तिनं चालवला. आता तिनं चालवलेला तोच वारसा तिची विधवा सून पुढं चालवते.

मी पारूआजीला अलविदा करत एकटाच रस्त्यानं निघालो. चार-दोन पावलं पुढं चाललो असेन; एक रिक्षावाला माझ्या पाठीमागं आला आणि म्हणाला, ''चला, तुम्हाला पायथ्याला सोडायला सांगितलंय मला पारूमावशीनं.''

वळून पाहिलं, तर पारूमावशी अजून दारात थांबली होती. मी त्या गावातून एक अशी ऊर्जा घेऊन निघालो होतो, ज्या ऊर्जेतून मला कधीही नैराश्य येणार नव्हतं. ही ऊर्जा पारूआजीच्या सहवासातून मला मिळाली होती. माझ्या गाडीपाशी रिक्षावाल्यानं रिक्षा थांबवली. खिशात हात घालून रिक्षावाल्याला पैसे देत होतो, तेवढ्यात रिक्षावाला म्हणाला, ''पारूमावशीनं सांगितलंय, तुमच्याकडून पैसे घेऊ नका म्हणून.''

एवढं बोलून रिक्षावाला सुसाट पुढं निघून गेला. का कुणास ठाऊक, माझं मन जड झालं होतं. गाडी स्टार्ट केल्याकेल्या सुरू झालेली गाणी बंद केली आणि शांतपणे मी जिथं थांबलो त्या रस्त्यानं निघालो.

महिला किती सहन करतात आणि सगळं पेलून नेण्याची ताकद त्यांच्यात किती मोठ्या प्रमाणात असते! समोर आलेलं दु:ख झाकून ठेवायचं आणि नव्या आशेनं पुढं चालायचं, हे त्यांचं शेड्यूल दर दिवशी उगवणाऱ्या

सूर्याप्रमाणे आहे. अशा कितीतरी पारूबाई आज रोज जळत असतील; त्या जळण्यामधनं त्यांच्या अंधारलेल्या कुटुंबाला उजेड देण्याचं काम त्या करतात. प्रत्येक आजीमध्ये, आईमध्ये, बहिणीमध्ये, मैत्रिणीमध्ये, प्रेयसीमध्ये, पत्नीमध्ये एक पारूबाई दडलेली असते. आपण तिच्याकडं कुठल्या दृष्टिकोनातून पाहतो, हे महत्त्वाचं!

माझा मित्र जय याचा सकाळी फोन आला.

तो म्हणाला, ''काय जमाना आलाय पाहा! आपले आई-वडील वारल्यानंतरही मुलांना त्यांचं तोंड पाहण्याची इच्छा नसते. अरे, माझ्या समोरच्या घरात जे काही घडलं, ते पाहून, असं होऊ शकतं यावर विश्वासच बसत नाही.''

अंधेरीत जयच्या घराच्या समोर पंच्याण्णव वर्षं पार केलेलं एक जोडपं राहत होतं. तीन महिन्यांपूर्वी त्या जोडप्यातल्या आजीबाई – त्यांचं नाव सविता महाजन- वारल्या. एकट्या आजोबांनी त्यांचे अंत्यसंस्कार केले. सोबतीला त्यांचे थकलेले चार मित्र होते.

मी त्याला म्हणालो, ''मी तुझ्याकडे परवा येतो. आपण बोलू या विषयावर.''

ठरलेल्या दिवशी मी अंधेरीला निघालो. मी जयच्या घरी पोचलो. जयनं सगळी हकीकत सांगितली. जयच्या घरासमोर असलेला भला मोठा बंगला. त्या बंगल्याभोवती असलेली बाग आणि त्या बागेत सुकलेल्या झाडांना पाणी घालणारी ती व्यक्ती... हे सगळं चित्र माझ्या नजरेसमोर होतं.

मी जयला म्हणालो, ''चल, आपण जाऊन त्यांना भेटू.

संस्कार ते अंत्यसंस्कार

त्यांच्याशी चर्चा करू आणि नेमकं झालंय तरी काय हे जाणून घेऊ.''

आम्ही त्या बंगल्याच्या गेटजवळ गेलो. बेल वाजवली. माळीबाबा – सुदामकाका त्यांचं नाव – मोठ्या आशेनं धावतपळत आले. ते अन्य कुणाची तरी वाट पाहत असावेत.

अपेक्षित व्यक्ती आलेली नाही हे पाहून त्यांचा चेहरा पडला, हे आम्हाला जाणवलं.

सुदामकाकांनी विचारलं, ''कोण हवं आहे तुम्हाला ?''

''काका आहेत का घरात ?'' आम्ही विचारलं.

रडवेल्या आवाजात ते म्हणाले, ''काका आता या दुनियेत नाहीत. हे तुम्हाला माहीत नाही का ?''

मी विचारलं, ''कधी झालं हे ?''

जय माझ्याकडे पाहू लागला. आम्हा दोघांना सगळं माहीत असूनही आम्ही उगाचंच, करायची म्हणून चौकशी करतोय हे सुदामकाकांच्या लक्षात आलं.

बागेच्या मधोमध एका झाडाभोवती गोल ओटा होता. त्या ओट्यावर बसून आम्ही सुदामकाकांशी बोलत होतो. आमचं बोलणं सुरू असतानाच सुदामकाकांना फोन आला. आम्ही कोण आहोत, कुठून आलो आहोत वगैरे चौकशी त्या फोनवरच्या व्यक्तीनं त्यांच्याकडं मोठ्या आवाजात केल्याचं कळलं.

घरात कुणीच नसताना आम्ही आलो असल्याचं फोनवर बोलणाऱ्या त्या पलीकडच्या व्यक्तीला कसं कळलं असावं हे आम्हाला समजेना.

सुरूच असलेला तो फोन सुदामकाकांनी माझ्याकडे दिला. पलीकडची व्यक्ती इंग्लिशमधून माझ्याशी बोलू लागली.

''व्हॉट इज युअर नेम ? काय काम काढलंत ? तुम्ही कोण आहात ? तुमच्याकडे काही कागदपत्रं आहेत का ? आई–बाबांसंदर्भात काही महत्त्वाचं तुम्हाला बोलायचं आहे का ?'' असे एकामागून एक प्रश्न मला त्या व्यक्तीनं विचारले.

''एका कार्यक्रमात आमची भेट झाली होती आणि ते गेल्याचं मला कळलं म्हणून मी त्यांच्या कुटुंबीयांना भेटायला आलो आहे,'' असं मी त्या व्यक्तीला सांगितलं आणि आमचं बोलणं अखेर संपलं.

फोन ठेवल्यावर सुदामकाका सांगू लागले, ''आमच्या साहेबांचा हा थोरला मुलगा सचिन. हा अमेरिकेत असतो. दुसऱ्याचं नाव आहे संजय. तो डॉक्टर आहे आणि मुलगी सुप्रिया हीसुद्धा डॉक्टर आहे. तिन्ही मुलं अमेरिकेतच राहतात. तीन महिन्यांपूर्वी त्यांची आई वारली आणि आता चार दिवसांपूर्वी वडीलही गेले. घरात कोण येतंय, कोण जातंय, मी काय करतोय हे सगळं ते त्या कॅमेऱ्यामधून तिकडून बघत असतात. नवीन कुणी माणूस घरी आला, की ते तिकडून लगेच मला फोन करून विचारतात. तुम्ही जा लवकर''

असं म्हणत सुदामकाका आम्हाला घालवून देऊ बघत होते. मी त्यांना विश्वासात घेतलं आणि बोलतं करण्याचा प्रयत्न केला. काय सांगावं आणि काय सांगू नये अशी त्यांची अवस्था झाली होती. आम्ही सगळं ऐकलं आणि सुन्न झालो.

तितक्यात आतून कुणीतरी विचारलं, ''सुदामकाका, कोण आलं आहे बाहेर ?'' ती पंचविशीच्या आसपासची तरुणी होती.

दोन दिवसांपूर्वी जे आजोबा वारले – त्यांचं नाव संतोष महाजन – त्यांची ही नात होती. सायली तिचं नाव. तिनं आमची विचारपूस केली आणि ती आतमध्ये निघून गेली.

सुदामकाकांना आम्ही विचारलं, ''तुम्ही इथं कधीपासून आहात ?''

ते म्हणाले, ''माझा जन्मच या महाजन कुटुंबातला आहे. हे कुटुंब मूळचं रत्नागिरीचं. घरी मोठी वडिलोपार्जित संपत्ती. संतोषसाहेब नोकरीला लागल्यावर मुंबईत आले; पण त्यांचं कुटुंब, आई–वडील रत्नागिरीलाच होते. माझे आई–वडील रत्नागिरीला महाजन कुटुंबाकडे काम करायचे. संतोषसाहेब

मुंबईला स्थायिक झाले, त्या वेळी माझ्या आई–वडिलांनी मला आणि माझ्या बायकोला इकडे पाठवलं. घर बांधल्यानंतर पाचेक वर्षांनी साहेब निवृत्त झाले. एकेक करत साहेबांची तिन्ही मुलं परदेशात गेली. चार वर्षांनी त्यांचं कधीतरी आई–वडिलांना भेटणं होत असे. आई–वडील तिकडं भेटायला गेले तर ते त्यांच्याशी फारसं बोलत नसत. आपली मुलं आनंदानं जगत आहेत तर त्यांना त्यांच्या पद्धतीनं जगू द्यावं, अशी समंजस भूमिका आई–वडिलांनी घेतली. जसजसे दिवस जात होते, तसतशी या दोघांची प्रकृती खराब होत चालली होती. आपल्या आई–वडिलांच्या प्रकृतीची विचारपूस करायला तिन्ही मुलांना कधी वेळ नसे.''

जय मध्येच म्हणाला, ''चल ना यार... जाऊ या आपण... उगाच काहीतरी व्हायचं.''

मी म्हणालो, ''काहीही होणार नाही. थांब थोडा वेळ.''

मी पुन्हा सुदामकाकांशी बोलू लागलो; पण जयचं मन तिथं लागेना.

तो सतत त्या कॅमेऱ्याकडे बघत होता.

सुदामकाका म्हणाले, ''त्या कॅमेऱ्यातून नुसती चित्रं दिसतात. आवाज येत नाही. मघाशी माझ्याशी बोलून ज्या आतमध्ये गेल्या ना, त्या सायलीताईंनी मला हे सांगितलं आहे.''

सुदामकाका आमच्याशी एवढ्या बेधडकपणे कसे बोलू शकत होते त्याचा उलगडा झाला.

सुदामकाका सांगू लागले, ''तिन्ही भावंडांची आई तीन महिन्यांपूर्वी वारल्यावर तिघांनाही ती माहिती देण्यात आली. त्यावर 'आता गेलीच आहे तर अंत्यसंस्कार करून टाका,' असा तिघांचाही निरोप आला. महिनाभरात वडीलही वारले. तो निरोप भावंडांना देण्यात आला. त्यावर 'जसे आईचे अंत्यसंस्कार केले, तसेच वडिलांचेही करून टाका, आम्हाला यायला वेळ नाही,' असं भावंडांनी सांगितलं.''

आपले वडील किंवा आई जाते तेव्हा शेवटचं तोंड पाहायलाही मुलांना यावंसं वाटत नाही... ?

'अश्रूंची फुलं' हा लेख प्रसिद्ध झाला तेव्हा 'आमच्याभोवती असे अनेक प्रसंग घडतात' असं सांगणाऱ्यांची संख्या कमी नव्हती. असे प्रसंग क्वचितच घडत असावेत, असं आपलं मला वाटत होतं.

मी गावाकडे गेल्यावर आई आजही म्हणते, 'आपल्या मातीला (अंत्यसंस्कार) माणसं किती येतात यावरून आपली उंची कळते.' कदाचित ते खरंही असेल; पण जिथं आपल्या पोटची मुलं आई-वडिलांच्या मातीला येत नाहीत, त्यांचं अंत्यदर्शन घेत नाहीत, तिथं त्या आई-वडिलांशी संबंधित असणाऱ्या इतर लोकांना काय वाटत असेल, याची कल्पनाही करवत नाही.

बागेतल्या एका झुडुप-वेलीकडं बोट दाखवत सुदामकाका म्हणाले, "बाईसाहेबांना ही रातराणी फार आवडायची, त्यांनीच ती लावली आहे. निगुतीनं मोठी केली आहे. सकाळी आम्ही उठायच्या अगोदर बाईसाहेब रातराणीला पाणी घालायच्या. फुलांचा सडा बाईसाहेब वेचत आहेत, असा भास होतो कधी कधी."

महाजन आजी-आजोबांच्या अशा अनेक आठवणी सुदामकाकांनी सांगितल्या.

सायलीचा आजी-आजोबांवर खूप जीव. आपल्या आई-वडिलांचा विरोध पत्करून ती आजोबांचं अंतिम दर्शन घेण्यासाठी भारतात आली आणि आता सगळे विधी झाल्यावरच ती परत जाणार आहे, अशीही माहिती सुदामकाकांनी दिली.

सुदामकाका म्हणाले, "आपले वडील मोठ्या पदावर होते, त्याअर्थी त्यांच्याकडे खूप पैसा असावा असं मुलांना वाटतं. कुणी तरी कुठून तरी येईल आणि 'तुमच्या वडिलांनी आमच्याकडे घर, जमीन, पैसा-अडका, सोनं इत्यादी ठेवलेलं आहे असा काही निरोप आणतील, याची ही मुलं वाट पाहत आहेत. चार महिन्यांपूर्वी तिन्ही भावंडं सहकुटुंब इथं येऊन गेली. त्यांनी खूप भांडणं केली. 'प्रॉपर्टीचे समान हिस्से करून ती आमच्या नावावर करण्यात यावी,' असं तिन्ही भावंडांचं म्हणणं होतं. त्यावर बाईसाहेब त्यांना म्हणाल्या, 'आम्ही गेल्यावर हे तुमच्याच नावावर होणार आहे ना?' तेव्हा त्यांची मुलगी म्हणाली, 'आम्हाला तेव्हा वेळ असेल की नाही ते माहीत नाही...' त्या दिवसापासून बाईसाहेब खचल्या. मुलं परदेशी निघून गेल्यावर

त्या अंथरुणालाच खिळल्या. तिघांपैकी एकालाही आई-वडिलांविषयी माया नव्हती, आस्था नव्हती. ही नात तेवढी सगळ्यांच्या बोलण्याला विरोध करायची आणि आजी-आजोबांची बाजू घ्यायची.''

सुदामकाकांना थांबवून जयनं मध्येच विचारलं, ''मग सगळ्यांच्या नावानं प्रॉपर्टी करण्यात आली का?''

सुदामकाका सांगू लागले, ''नाही. सगळ्यांचं वागणं पाहून साहेबांनी सगळ्या प्रॉपर्टीचे दोन हिस्से केले. एक हिस्सा एका सामाजिक ट्रस्टला देऊन टाकला आणि दुसरा हिस्सा आपल्या नातीला दिला. भावंडांना हे कळलं तेव्हा त्यांना मोठा धक्का बसला, त्यांनी आदळआपट केली; पण तेव्हा वेळ निघून गेली होती.''

''मी सायलीशी बोलू शकतो का?'' मी सुदामकाकांना विचारलं.

ते म्हणाले, ''हो. बोलू शकता.''

त्यांनी सायलीला बोलावलं. मी सायलीला तिच्या आजोबांच्या आठवणी सांगू लागलो. खरं पाहता, मी त्या आजोबांना कधी भेटलोही नव्हतो; पण तिला बोलतं करण्यासाठी मी ही युक्ती केली.

सायली म्हणाली, ''माझ्या आई-वडिलांनीच आजी-आजोबांना खूप त्रास दिला, नाहीतर अजून काही दिवस ते जगले असते; पण पैसा सगळ्यांना प्यारा असतो. माणुसकीचं कुणाला काही देणं-घेणं नाही.''

''तुम्ही परत कधी जाणार आहात?'' असं विचारल्यावर ती म्हणाली, ''येत्या आठ दिवसांत मला जावं लागेल. माझ्या परीक्षा आहेत. सगळे क्रियाविधी आटोपल्यावर मी जाईन आणि परीक्षा देऊन परत येईन. इथंच स्थायिक होण्याचा माझा विचार चाललाय.''

''तुमच्या आई-वडिलांना काय वाटतं?'' या माझ्या प्रश्नावर ती म्हणाली, ''त्यांना कशाचंच काही वाटत नाही.''

सुदामकाका आणि सायली यांचा निरोप घेताना त्यांना खरं काय ते मी सांगितलं.

मी म्हणालो, ''हा जय... तुमच्या शेजारीच राहतो. माझा मित्र आहे. त्यानं मला ही सगळी हकीकत सांगितली आणि असंही कुठं घडू शकतं

आणि माणसं या पद्धतीनंही वागू शकतात यावर माझा विश्वास बसला नाही, तेव्हा प्रत्यक्षच भेटावं म्हणून मी इथं आलो होतो.''

सुदामकाका आणि सायली यांनी एकमेकांकडे पाहिलं आणि आम्ही समोर गेटकडे पाहत बाहेर पडलो. ती बाग, तो बंगला माणसांविना सुना सुना वाटत होता.

एवढ्या मोठ्या बंगल्यात आणि बागेत सुदामकाका आता एकटेच थांबणार होते. त्यांना तिथल्या झाडांना पाणी घालायचं होतं... मालकांच्या आठवणींत राहायचं होतं...

आपलं या बंगल्यात कुणीतरी होतं आणि आता ते सोडून गेले आहेत... आपण पोरके झालो आहोत असं वाटणारे तूर्तास तरी सुदामकाका एकटेच तिथं आहेत. सायली इथं आज आहे, पण उद्या असेलच असं नाही.

नात्यांमधला दुरावा वाढत चाललाय... पैसा, करिअर, प्रतिष्ठा यांच्यापुढं माणसाला नाती क्षुल्लक वाटू लागली आहेत. नात्यांविषयीची आस्थाच संपत चालली आहे... ज्यांनी आपल्याला जन्म दिला, ज्यांनी वाढवलं, उंच भरारी घेण्याचं बळं दिलं, त्यांच्या अंत्यसंस्काराला, त्यांचं शेवटचं तोंड पाहायलाही येण्याची पोटच्या लेकरांना इच्छा होऊ नये, अशी परिस्थिती उद्‌भवते तेव्हा तिथं संस्कार कुणाचे कमी पडतात ? जन्मदात्या आई–वडिलांचे, की अन्य कुणाचे ? संस्कार ते अंत्यसंस्कार यांचं नातं घट्ट आहे. ते टिकून राहील ते कुणामुळे आणि टिकून राहणार नाही ते कुणामुळे, हा प्रश्न अनुत्तरितच राहील.

२००३ ला मी प्रतिभा निकेतन महाविद्यालयात बी. ए. तृतीय वर्षात शिकत होतो. त्याचबरोबर छात्रभारतीच्या चळवळीमध्ये सक्रिय होतो. छात्रभारतीमध्ये सक्रिय असल्यामुळे जिल्ह्यापासून ते राज्य पातळीपर्यंतची सगळी समाजवादी मंडळी परिचयाची होती. बैठकीच्या, कामाच्या किंवा आंदोलनाच्या निमित्ताने त्यांची भेट व्हायची. दोन वर्षं मी छात्रभारतीच्या राज्यावर असलेल्या टीममध्ये काम केलं. अर्थातच माझ्यावर समाजवादी विचारसरणीचा प्रभाव कायम राहिला. माझ्यावर तेव्हा जॉर्ज फर्नांडिस यांचा कमालीचा प्रभाव होता. त्यांची भाषणं मी अनेक वेळा ऐकली होती. नांदेडला त्यांना एखाद्या कार्यक्रमाच्या निमित्ताने बोलवावं आणि आपल्या सगळ्या कार्यकर्त्यांना एकदा त्यांच्या विचारांनी प्रेरित करावं, असं मी आणि माझ्यासोबत असलेल्या अनेक तरुणांना वाटायचं. काही केल्या तो योग येत नव्हता. नांदेडला तेव्हा ज्येष्ठ पत्रकार सुधाकरराव डोईफोडे यांच्याभोवती समाजवादी विचारसरणीचं वारं जोरकसपणे फिरायचं. कारण त्यांच्या नसानसांमध्ये समाजवाद भिनला होता. आपल्या लेखणीच्या माध्यमातून ते या समाजवादाला

जॉर्ज 'आपले' का वाटायचे ?

जॉर्ज फर्नांडिस

नेहमी 'लोकचळवळ' बनवायचे. तब्बल आठ वर्षं मला सुधाकरराव डोईफोडे यांचा सहवास मिळाला. आपल्या लेखणीने सर्वसामान्यांचे प्रश्न सोडवायचे, म्हणजेच ते समाजवाद रुजवायचे, असा सर्व कार्यकर्त्यांचा समजच नव्हता; तर अनुभवही होता.

सुधाकरराव डोईफोडे यांचा पासष्टीनिमित्त नागरी सत्कार करायचा, असा मनसुबा समविचारी संघटनांनी आखला, त्यासाठी आम्ही वारंवार बैठका घेऊ लागलो. त्यांचा सत्कार कुणाच्या हस्ते करायचा, यासाठी बरीचशी नावं पुढे आली. ॲड. शिवाजी शिराढोणकर, दीपनाथ पत्की, पी. डी. जोशी पाटोदेकर, प्रा. राजाराम वट्टमवार, बंडू खेडकर, दिलीप ठाकूर अशा अनेकांनी एकत्रित येऊन हा नागरी सत्कार अधिक भव्य करण्यासाठी पुढाकार घेतला होता. जॉर्ज फर्नांडिस यांना बोलवावं, असा आम्हा सगळ्या तरुण मंडळींचा आग्रह होता. जॉर्ज यांना बोलवायचं ठरलं खरं; मात्र कोणाच्या मार्फत बोलवायचं? मराठवाड्यामध्ये जॉर्ज यांच्या जवळचं कोण? असे प्रश्न आले. उदगीरचे रंगा राचुरे आणि जॉर्ज फर्नांडिस यांचं सख्य आहे, हे आम्हा सगळ्यांना माहीत होतं. शिवाजी शिराढोणकर यांनी रंगा राचुरे यांना फोन करून जॉर्ज यांना नांदेडला कार्यक्रमासाठी निमंत्रित करावं, अशी विनंती केली. चार-पाच दिवसांनंतर रंगा राचुरे यांचा होकाराचा निरोप आला आणि आम्ही सगळे झटून कामाला लागलो.

१० ऑक्टोबर २००३ ही तारीखही ठरली. सर्वच समविचारी संघटना या कार्यक्रमासाठी आणि जॉर्ज यांच्या स्वागतासाठी उत्सुक होत्याच; पण वेगळा पक्ष, वेगळा विचार असणारेही या कार्यक्रमासाठी उत्सुक होते. त्याचं कारण, जॉर्ज फर्नांडिस यांच्यासारखा साधा माणूस संरक्षणमंत्री झाला कसा, याची उत्सुकता होती. शिवाय, सुधाकरराव डोईफोडे यांच्या कार्याचा गौरवही करायचा होता. त्यांच्याप्रति कृतज्ञतेची भावना व्यक्त करण्याचा १० ऑक्टोबर हा दिवस उजाडला. आम्ही सगळे जण तयार होऊन जॉर्ज यांच्या स्वागतासाठी

नांदेडच्या गेस्ट हाउसला येऊन थांबलो.

प्रत्येकाच्या भेटीचं शेड्यूल ठरलं होतं. संघटना-पक्ष, वेगवेगळ्या सामाजिक चळवळींमध्ये काम करणारे दिवसभर जॉर्ज यांना भेटत होते. रंगा राचुरे यांनी आमची सगळ्यांची भेटण्याची व्यवस्था केली होती. आम्ही सगळे छात्रभारती, सेवादल, मराठवाडा जनता विकास परिषदेचे काही कार्यकर्ते आणि पदाधिकारी जॉर्ज यांना भेटण्यासाठी गेलो. कमालीचा साधेपणा आणि प्रचंड आत्मविश्वास असलेलं हे व्यक्तिमत्त्व आमच्या प्रत्येक प्रश्नाला आपलेपणाने उत्तर देत होतं.

पक्षीय बांधणी करावी आणि कार्यकर्त्यांची सर्वत्र शिबिरं लावावीत, कार्यकर्त्यांचं प्रशिक्षण घ्यावं, चांगला कार्यकर्ता पक्षाशी जोडला जावा, लोकांच्या प्राथमिक गरजा भागवण्यासाठी एक चांगलं काम उभारावं, अशा अनेक सूचना त्यांनी त्या भेटीदरम्यान दिल्या होत्या.

माझ्या मनामध्ये ज्या प्रश्नांची भडास होती, ती मी त्या ठिकाणी काढली. प्रत्येक प्रश्नाला साधेपणाने आणि खांद्यावर हात ठेवून उत्तर देण्याची त्यांची स्टाइल माझ्या मनात घर करून बसली. जॉर्ज यांची अनेक भाषणं ऐकली होती. मुंबईच्या बैठकीदरम्यान अनेक वेळा त्यांच्या भेटी झाल्या होत्या; पण त्यांची कमालीची जवळीक आणि आपलेपणाचा अनुभव नांदेडच्या भेटीदरम्यान आला. जाताना त्यांनी बोललेलं एक वाक्य माझ्या मनात कायम आहे, 'पाँव जमीनपर रहेंगे तो हम अपनोंको न्याय देंगे।' त्यांना अभिप्रेत असं होतं, की समाजवादी विचारसरणीशी जोडलेले अनेक कार्यकर्ते आज झोकून देऊन कार्य करण्यासाठी पुढे येत नाहीत आणि जे झोकून कार्य करतात, त्यांना मागे फिरून बघायला वेळ नाही, त्यामुळे ठरलेला अजेंडा तसाच राहतो. असा सूचक सल्ला त्यांनी यानिमित्त दिला होता.

जॉर्ज मला आणि माझ्यासोबत असलेल्या कार्यकर्त्यांना आपले का वाटत होते? याचं कारण त्यांना प्रत्येकाची काळजी वाटत होती. लोकशाही प्रत्येकाच्या नसानसांत भिनावी, हाच त्यांचा आग्रह होता. गावकुसात खितपत पडलेल्या प्रत्येकाला समान हक्क मिळावा, एवढाच त्यांचा आग्रह होता आणि त्यांच्या

साऱ्या अपेक्षा आम्हा तरुण कार्यकर्त्यांकडून होत्या. काही प्रमुख कार्यकर्त्यांना घेऊन पक्षीय बांधणीसंदर्भातही त्यांनी चर्चा केली होती.

ठरलेल्या वेळी कार्यक्रमाच्या ठिकाणी जॉर्ज यांचं आगमन झालं. किती साधं व्यक्तिमत्त्व! अशी स्वाभाविक प्रतिक्रिया प्रत्येकाची होती. खादीचे कपडे, एक भला मोठा चष्मा, खिशाला दोन पेन्स, वरच्या खिशामध्ये चष्म्याचं कव्हर, असे जॉर्ज फर्नांडिस. डोईफोडे यांच्या सत्कारप्रसंगी त्यांनी केलेलं भाषणही तेव्हा चर्चेचा विषय बनलं. इलेक्ट्रॉनिक मीडिया त्या वेळी फारशी नव्हती; पण प्रिंट मीडियाच्या प्रत्येक पत्रकाराला त्या वेळी जॉर्ज यांच्या भाषणाची दखल घ्यावी लागली. माजी कुलगुरू डॉ. गो. रा. म्हैसेकर, पदवीधर मतदारसंघाचे आमदार श्रीकांत जोशी, आमदार गंगाधर पटणे, ज्येष्ठ समाजवादी नेते सदाशिवराव पाटील यांच्यासह अनेक दिग्गज मान्यवरांच्या सहभागाने या कार्यक्रमाला रंगत आली होती. काँग्रेसच्या अभ्यासू नसलेल्या नेत्यांचा आपल्या भाषणातून जॉर्ज यांनी खरपूस समाचार घेतला होता. शवपेटिका व कासकेट यांच्यामधला फरक माहीत नाही, त्या सोनिया गांधी सर्वसामान्य कार्यकर्त्यांच्या नेत्या कशा बनू शकतात? असा सवालही त्यांनी आपल्या भाषणामधून उपस्थित केला होता. २०१८ पर्यंत भारताने पहिल्या क्रमांकाची आर्थिक महासत्ता बनले पाहिजे, त्यासाठी तरुणांनी काय केलं पाहिजे, याचे अनेक दाखले देत त्यांनी देशाच्या विकासाचा स्वच्छ आराखडा समोर ठेवला होता.

जॉर्ज सगळ्यांना भेटले आणि त्याच दिवशी त्यांनी नांदेड सोडलं. ते नांदेडवरून गेले; पण आम्हा सगळ्या कार्यकर्त्यांच्या मनात घर करून गेले. त्या वेळी अनेक तरुण मुलं जॉर्ज यांची फॅन बनून गेली. नेता कसा असावा, याचं उदाहरण म्हणून जॉर्ज यांच्याकडे पाहिलं जात होतं. पुढे अनेक वेळा जॉर्ज यांच्याशी भेटण्याचा योग आला. त्या भेटीमध्येही त्यांनी आपलेपणाची ओळख कायम ठेवली होती.

आज सकाळी जॉर्ज गेल्याची बातमी आली आणि जुने सगळे दिवस आठवले. सकाळपासून मी बऱ्याच जुन्या कार्यकर्त्यांशी बोलत होतो. त्यांत

काही छात्रभारतीचे होते, काही सेवादलाचे होते. चर्चा एकच होती, जॉर्ज तुम्हा–आम्हाला 'आपले' का वाटायचे ? जॉर्ज यांच्यामागे प्रॉपर्टी नावाची गोष्टच नाही. २००९ ला त्यांनी अखेरची निवडणूक लढवली होती आणि आपल्या प्रतिज्ञापत्रामध्ये दहा कोटी एवढी रक्कम दाखवली होती. दिल्लीमध्ये त्यांच्या बायकोच्या नावावर असलेलं घर, त्याची किंमत दोन कोटी पन्नास लाख रुपये होती. म्हणजे एकूण बारा कोटींचा धनी असलेला हा नेता वैचारिक धनाचं भांडार होता. अनेक कार्यकर्ते घडवणे, कार्यकर्त्यांना शिस्तीत उभं करणे आणि त्यांच्या माध्यमातून लोकशाही मजबूत करणे, घटनेच्या तत्त्वाचं तंतोतंत पालन करणे एवढं मोठं कार्य त्यांनी आयुष्यभर केलं. बिहारमधील मुजफ्फरपूरमधून खासदार म्हणून निवडून आल्यानंतर ते या काळात अटलबिहारी यांच्या सरकारमध्ये संरक्षणमंत्री होते. रेल्वेमंत्री, दूरसंचारमंत्री, उद्योगमंत्री अशा अनेक भूमिकाही त्यांनी पार पाडल्या होत्या. देशातील कामगार चळवळीला वाहून घेतलेला हा नेता, प्रत्येक कामगाराला 'आपला' वाटायचा. सर्वसामान्य मजुरांचे प्रश्न सोडवण्यासाठी ६१ वेळा त्यांनी तुरुंगवास भोगला. त्यांनी कामगारांच्या प्रश्नांवर कितीतरी आंदोलनं केली होती. देशातल्या प्रत्येकाला हवाहवासा वाटणारा हा नेता आज आपल्यामध्ये नाही; पण त्यांचे विचार मात्र प्रत्येकाच्या मनात रुजलेले आहेत. लोकशाही जिवंत ठेवायची असेल, तर या नेत्याच्या विचारांची अंमलबजावणी झालीच पाहिजे.

परिचय

संदीप रामराव काळे

M.A., M.C.J., M.B.A., D.N.Y.S., Ph.D. (AP)
sandip98868@gmail.com
मो.नं. ९८९००९८८६८
पत्ता– नांदेड : मु. पाटनूर, ता. अर्धापूर, जि. नांदेड – ४३१७०४
पत्ता– मुंबई : एल – ३०, घर नं. १२०१, स्वप्नपूर्ती, सेक्टर ३६, खारघर, नवी मुंबई – ४१०२१०

सध्या कार्यरत : सकाळ माध्यम समूहात सध्या मुंबई येथे संपादक (युथ यिनबझ) या पदावर कार्यरत.

आतापर्यंत पत्रकारितेत काम केलेल्या संस्था : जय महाराष्ट्र (मराठवाडा संपादक), आयबीएन लोकमत (रिपोर्टर), दै. लोकमत (उपसंपादक), दै. प्रहार (रिपोर्टर), दै. लोकपत्र (संपादक), दै. सांजवार्ता (रिपोर्टर), दै. उद्याचा मराठवाडा (वृत्त संपादक)

आतापर्यंत काम केलेल्या शैक्षणिक (पत्रकारिता) संस्था : एम.जी.एम. कॉलेज नांदेड (प्राध्यापक), राजीव गांधी पत्रकारिता महाविद्यालय नांदेड (प्राध्यापक), विवेकानंद पत्रकारिता महाविद्यालय, नांदेड (पत्रकारिता विभागप्रमुख)

काम केलेल्या सामाजिक संस्था : सर्वोदय, राष्ट्र सेवादल, अंधश्रद्धा निर्मूलन समिती, छात्रभारती, नई तालीम.

पुरस्कार : महाराष्ट्रभूषण, महाराष्ट्रगौरव, महाराष्ट्रदीप, यशवंतराव चव्हाण, बाबा दळवी यांसह शासन, सामाजिक संस्था, पत्रकार संघ यांच्यावतीने दिले जाणारे ४४ पुरस्कार आतापर्यंत मिळाले आहेत.

पुस्तके : आजपर्यंत २१ पुस्तके प्रकाशित. 'मु.पो. आई' या पुस्तकाची मराठीत सर्वाधिक खपाचे पुस्तक म्हणून नोंद.
सात महिन्यांत 'मु.पो. आई' या पुस्तकाच्या तेरा आवृत्त्या प्रकाशित.

भ्रमंती LIVE : सकाळच्या 'सप्तरंग' या पुरवणीत दर रविवारी प्रकाशित होणारे 'भ्रमंती LIVE' हे सदर लोकप्रिय आहे.

यिन (YIN) : 'सकाळ'ने तरुणाईसाठी सुरू केलेल्या 'यिन' या प्रोजेक्टचे प्रमुख. २०१३ पासून यिनमध्ये २५ लाख युवक अनेक प्रोजेक्टवर काम करतात.

यिनबझ (YINBUZZ) : 'सकाळ'ने युवकांसाठी सुरू केलेल्या 'यिनबझ' या पोर्टलचे संपादक. आठ महिन्यांत या पोर्टलवर एक कोटी तरुणांना विचारपीठ मिळाले आहे.

अभ्यास टूर : अमेरिका, साउथ कोरिया, मलेशिया.

* 9 7 8 9 3 8 9 8 3 4 2 1 5 *
FCW - #0051 - 061026 - C0 - 197/127/13 - PB - 9789389834215 - Matt Lamination